നീരയുടെ തീരങ്ങളിൽ

Bodhi Books
Nedumpana PO, Kannanalloor
Kollam - 691576, Kerala, India
E-mail: bodhibooks03@gmail.com
Tel: +91 9447304886

NEERAYUDE THEERANGALIL
By Layana Gopinath
Novel / Malayalam

First Published: February, 2025

Typesetting: Bodhi Books
Cover & Book Design:
Chembarathi Creatives

ISBN: 978-81-19770-05-2
Price **Rs. 299**
Production No. B-B-193-1-100-2-25

Printed and bound in India by
Repro Mumbai

നീരയുടെ തീരങ്ങളിൽ

നോവൽ

ലയന ഗോപിനാഥ്

ബോധി ബുക്സ്
കൊല്ലം - 691 576

ലയന ഗോപിനാഥ്

എ. ഗോപിനാഥ് ഐ.പിഎസ്സിന്റെയും വൽസല ഗോപിനാഥിന്റെയും മകൾ. സ്വകാര്യ ഹൈസ്കൂളിൽ അധ്യാപികയായി സേവനം അനുഷ്ഠിച്ചിരുന്നു. സാഹിത്യ തല്പര. ഇംഗ്ലിഷിലും മലയാളത്തിലും എഴുതുന്നു. തിരുവനന്തപുരം പി.ടി.പി നഗർ സ്വദേശി.

കൃതികൾ

ഇംഗ്ലീഷ്: Angels Do Cry (2017), It Happened In A Summer (2018), Annie and Hannah(2019)

മലയാളം: വേനൽ മരങ്ങൾ (നോവൽ, 2020 മാർച്ച്), അലകൾ (ചെറുകഥകൾ, 2020 മെയ്), ഒരു പ്രണയ ലേഖനം (നോവൽ, 2020 ഡിസംബർ)

പുരസ്കാരം

'ക്രിയാറ്റിഫ് നോവൽ പ്രത്യേക പുരസ്കാരം (2020)

ഭർത്താവ്: ഗവണ്മെന്റ് സർവിസിൽ അസിസ്റ്റന്റ് ഡയറക്ടർ റായി, മൃഗ സംരക്ഷണ വകുപ്പിൽ ജോലി ചെയ്യുന്ന ഡോ. ശ്യാംലാൽ എസ്സ്.എസ്സ്.

മകൻ: രോഹിത് ശ്യാം

വിലാസം: 'ഗായത്രി' എസ് ആർ എ 139 F, ഇലിപ്പോട്, വട്ടിയൂർക്കാവ് പി ഓ, തിരുവനന്തപുരം 695013.

layana15gopinath@gmail.com

പ്രസാധകക്കുറിപ്പ്

നിരന്തരം പരീക്ഷണങ്ങൾ നടക്കുന്ന സാഹിത്യ രൂപമായി കഥയെ വായനക്കാർ തിരിച്ചറിയുന്ന കാലമാണിത്. സ്ഥലം, കാലം, ഭാവന, ശാസ്ത്രം, ചരിത്രം ഇവയൊക്കെ അത്ഭുതകരമാംവണ്ണം ആധുനിക കഥാഗാത്രത്തിൽ പറ്റിച്ചേർന്നു നിൽക്കുന്നുണ്ട്. കഥയുടെ ആ ജനുസിലാണ് വായനക്കാരുടെ കയ്യിലുള്ള 'നീരയുടെ തീരങ്ങളിൽ' എന്ന പുസ്തകം. ലയന ഗോപിനാഥാണ് ഈ മനോഹര കൃതിയുടെ രചയിതാവ്. ആദിമധ്യാന്തപ്പൊരുത്തമുള്ള പേലവമായൊരു കഥയ്ക്കൊപ്പം, ഒരു യാത്രാ വിവരണത്തിന്റെ സുഖാനുഭൂതിയും പകർന്നുതന്ന് വായനക്കാരനെ ആഖ്യാനത്തിനൊപ്പം ആനയിക്കാൻ കഥാകാരിക്കു കഴിയുന്നു. ബോധി ബുക്സ് അഭിമാനത്തോടെ പുസ്തകം കൈരളിക്കു സമർപ്പിക്കുന്നു.

1

കാലങ്ങൾ പുറകോട്ട്

മറ്റൊരാളായി ജീവിക്കേണ്ടി വരിക, പലപ്പോഴും മനസ്സിനെ പിടിച്ചു കുലുക്കുന്ന ഒരു പ്രഹേളികയാണ്. ജീർണ്ണിച്ചു തുടങ്ങിയ ചിന്തകളുടെ മാറാലകളിൽ നിന്നും രക്ഷപെടാൻ നടത്തിയ ഒളിച്ചോട്ടം, അതവളെ കൊണ്ടെത്തിച്ചത് ഹിമാലയത്തിന്റെ താഴ്വാരങ്ങളിലൊന്നിലാണ്.

അവൾ... നീര. പ്രായം നാൽപ്പതുകളോടടുത്ത് നിൽക്കും. ഉയരം കൂടി, തടിച്ച്, ഇരുനിറത്തോടെ കൂടിയൊരു പെണ്ണ്. മുടിയിൽ അവിടിവിടായി ചുവന്ന നിറം കാണാം. കാഴ്ച്ചയിൽ നല്ല ചെറുപ്പം. അവളുടെ വേഷം കടും ചുവപ്പ് നിറത്തിലുള്ള യൊരു വൂളൻ കുർത്തയും, കറുത്ത കട്ടി കൂടിയ ജീൻസുമാണ്. തണുപ്പിനെ പ്രതിരോധിക്കാൻ കട്ടിയുള്ള കമ്പിളിയുടുപ്പും അവൾ തന്റെ വസ്ത്രത്തിനു മേലെ ധരിച്ചിരുന്നു.

* * * * *

ഹിമാചൽ പ്രദേശിലേ കാസാ പട്ടണത്തിൽ നിന്നും ഏകദേശം 18 കിലോമീറ്റർ അകലെയായിട്ടാണ് 'കോമിക്' എന്ന കൊച്ചു ഗ്രാമം സ്ഥിതി ചെയ്യുന്നത്. വർഷത്തിൽ ഏഴു മാസവും മഞ്ഞു മുടിക്കിടക്കുന്ന ആ ഗ്രാമം, ഏഷ്യൻ ഭൂഖണ്ഡത്തിലേ തന്നെ ഏറ്റവും ഉയരം കൂടിയ പ്രദേശത്ത് സ്ഥിതി ചെയ്യുന്ന ഏക ഗ്രാമമായി കരുതപ്പെടുന്നു. ഗ്രാമത്തിൽ നിന്നും അഞ്ഞൂറ് മീറ്റർ മാത്രം അകലെയായി ഒരു ബുദ്ധ വിഹാരം സ്ഥിതി ചെയ്യുന്നുണ്ട്. ഗ്രാമത്തിലെ മുഖ്യ ആകർഷണവും

അതു തന്നെയാണ്. അമ്പലത്തിലെ പ്രതിഷ്ഠ മൈത്രേയ ബുദ്ധന്റെതാണ്. അവിടുള്ള ഗ്രാമവാസികളെ കാത്തു രക്ഷിക്കുന്നത് അഞ്ഞൂറ് വർഷത്തിലേറെ പഴക്കം ചെന്ന ഈ ബുദ്ധ പ്രതിമയാണെന്ന് അവിടുള്ളവർ ഇപ്പോഴും വിശ്വസിച്ചു പോരുന്നു. പതിനാലാം നൂറ്റാണ്ടിൽ പണികഴിപ്പിച്ച ആ ബുദ്ധ വിഹാരത്തിനു ചുറ്റിനും, മണ്ണ് കൊണ്ട് നിർമ്മിതമായ കോട്ട പോലത്തെയൊരു മതിലുമുണ്ട്. ഗതകാല സ്മരണകളുടെ ആഢ്യത്തം വിളിച്ചോതുന്ന ശില്പ കലകളും, മ്യൂറൽ പെയിന്റിംങ്ങുകളും ആ കോട്ട മതിലിൽ ദൃശ്യമാണ്.

മഞ്ഞു മലകളാൽ ചുറ്റപ്പെട്ട കോമിക് ഗ്രാമം, അവിടെയാണിന്ന് നീര ഇന്ന് എത്തിപ്പെട്ടു നിൽക്കുന്നത്. കാസാ പട്ടണത്തിൽ നിന്നും ഒന്നര മണിക്കൂർ നീണ്ട ബസ്സ് യാത്ര ചെയ്താണ് അവളാ ഗ്രാമത്തിൽ എത്തുന്നത്. കുത്തനെ വളഞ്ഞും പുളഞ്ഞും കിടക്കുന്ന മൺപാതകൾ താണ്ടിയൊരു യാത്ര. ഉയരം കൂടും തോറും ശ്വസിക്കാനുള്ള ഓക്സിജൻ അന്തരീക്ഷത്തിൽ നന്നേ കുറഞ്ഞു തുടങ്ങും. കടൽ നിരപ്പിൽ നിന്നും,15,027 അടി ഉയരത്തിലാണ് കോമിക് ഗ്രാമം സ്ഥിതി ചെയ്യുന്നത്. കഠിനമേറിയ യാത്ര. എന്നാൽ ഗ്രാമത്തോടടുക്കുമ്പോൾ ബസ്സിന്റെ ജാലകത്തിലൂടെ താഴേക്ക് നോക്കിയാൽ ഭൂമിയൊരു സ്വർഗ്ഗമായി തോന്നിപ്പോകും.

നേരം സന്ധ്യ അടുത്തിരുന്നു. തണുപ്പിനൊരു കുറവുമില്ല. ബാങ്കയുടെ വീടിനോടത്തുള്ളയൊരു ചെറിയ മുറിയിലാണ് നീരക്കായുള്ള താമസം പറഞ്ഞു വച്ചിരുന്നത്.

ഒരു ചെറിയ മുറി. കിടക്കാനൊരു മെത്ത, പുതയ്ക്കാനൊരു കട്ടി കൂടിയ കമ്പളം. ഇത്രമാത്രമാണ് അവൾക്കായി ആ മുറിക്കുള്ളിൽ ഉണ്ടായിരുന്നത്. മൂന്നു നേരത്തെ ഭക്ഷണവും, ഉച്ചതിരിഞ്ഞ് ഒരു നേരത്തെ ചായയുമാണ് ബാങ്ക തന്റെ വിരുന്നുകാർക്കായി കരുതി വച്ചിരുന്നത്. വന്നു കയറിയതും അവൾക്ക് ഒരു ഗ്ലാസ് നിറയെ ചൂട് ചായ ബാങ്കയുടെ പതി നീരക്കായി പകർന്നു നൽകി. സെപ്റ്റംബർ മാസത്തിലെ ഒരു ദിനമായിരുന്നത്. വേനൽ മാറി മഞ്ഞു കാലം തുടങ്ങാൻ ഇനിയും മാസങ്ങൾ ബാക്കി. ഇപ്പോഴേ തണുപ്പ് ഏഴ് മുതൽ ഒൻപത് ഡിഗ്രിവരെ പകൽ സമയങ്ങളിൽ തന്നെ എത്തി നിൽക്കുന്നു. തണുപ്പിൽ

നിന്നും രക്ഷപെടാൻ കട്ടി കൂടിയ കൈ ഉറകളും, കാലുറകളും ധരിച്ചിരുന്നതൊരു ആശ്വാസമായി നീരക്കു തോന്നി.

അവൾ തന്റെ ബാഗ് തുറന്നു. മൊബൈൽ എടുത്ത് ചുമ്മാതൊന്നു തുറന്നു നോക്കി. റേഞ്ച് ഇല്ല. അതുകൊണ്ട് ഫോൺ നിശബ്ദം. അവളത് സ്വിച്ച് ഓഫ് ചെയ്തു വച്ചു.

“ഇനി എനിക്കിതിന്റെ ആവശ്യം വരില്ല.” നീര വെറുതെ മനസ്സിൽ പറഞ്ഞു.

മുറിയിലെ അരണ്ട വെളിച്ചത്തിൽ ഇരുന്നുകൊണ്ട് അവൾ തന്റെ കണ്ണുകൾ മെല്ലെയൊന്ന് പൂട്ടി. മനസ്സ് ഏകാഗ്രമാക്കി.

ഓർമ്മകളുടെ പടവുകൾ താണ്ടി അവൾ മറ്റൊരു ലോകത്തേക്ക് സഞ്ചരിച്ചു തുടങ്ങി.

അവൾ പണ്ട് കണ്ടൊരു സ്വപ്നം അതായിരുന്നപ്പോൾ അവളുടെ ചിന്തയിൽ.

* * * * *

പാറകെട്ടുകളാൽ സമൃദ്ധമായൊരരുവി, മുട്ട് നനയാൻ മാത്രമുള്ള വെള്ളമേ പലയിടത്തു അതിലുള്ളൂ. നീര എന്തിനയോ ലക്ഷ്യം വച്ച് വെള്ളത്തിലൂടെ നടന്നു നീങ്ങുയാണ്. കുറേ ദൂരം നടന്നു ചെന്നപ്പോൾ അവൾ അൽപ്പം ഉയരം കൂടിയ പാറ കൂട്ടങ്ങൾ കണ്ടു. നീര എങ്ങനെയോ ആ പാറകൾക്കിടയി ലൂടെ നുഴഞ്ഞകത്തു കയറി. അവിടെ... ആ പാറകൂട്ടങ്ങൾ ക്കുള്ളിലായി ഒരു വലിയ തടാകമവൾ കണ്ടു. താടാകത്തിനു നടുവിൽ പൊന്തി നിൽക്കുന്ന ഓരോ പാറകളുടെയും മുകളിൽ അഞ്ച് സന്യാസിനികൾ ഇരിപ്പുണ്ട്. അഞ്ചു സുന്ദരികൾ, അഞ്ച് അപ്സരസ്സുകൾ. അവരുടെ വസ്ത്രത്തിനു കടും ചുവപ്പ് നിറമായിരുന്നു. നീര അവർക്കു നടുവിൽ നിന്നു. അവർ അഞ്ചു പേരും ധ്യാനവസ്ഥയിലെന്ന പോലെ കണ്ണുകൾ പൂട്ടി ഇരിപ്പായി രുന്നു. നീരയുടെ സാന്നിധ്യം അവർ അഞ്ചു പേരും അറിഞ്ഞ തേയില്ല. അവൾ അവരെ തന്നെ കുറച്ചു നേരം നോക്കി നിന്നു. അവരെ കണ്ടാൽ ഈ ഭൂമിയിൽ ഉള്ളവരായി തോന്നുകയേ യില്ല. എന്തെല്ലാമോ പ്രത്യേകതകൾ അവർക്കുള്ളതു പോലെ. അൽപ്പം കഴിഞ്ഞപ്പോൾ നീര അവരോട് ചോദിച്ചു,

“നിങ്ങളൊക്കെ ആരാണ്?”

ധ്യാനത്തിൽ നിന്നും അവർ അഞ്ചു പേരും ഒരുമിച്ചു കണ്ണ് തുറന്നു. അവർ നീരയെ നോക്കി ആദ്യമൊന്ന് ചിരിച്ചു, പിന്നീട് ഓരോരുത്തരായി പറഞ്ഞു തുടങ്ങി.

“ഞാൻ മായ.”

“ഞാൻ ഹിമ.”

“ഞാൻ ദയ.”

“ഞാൻ ഇഷ.”

“ഞാൻ സായ.”

“ഞാൻ...” നീര അവളുടെ പേര് വെളിപ്പെടുത്താൻ തുടങ്ങിയതും, അവളുടെ സ്വപ്നം അവിടെ വച്ചു മുറിഞ്ഞു.

അവൾ കണ്ണു തുറന്നു.

മാസങ്ങൾ പലതായി അവൾ ഇതേ സ്വപ്നം പലപ്പോഴായി കാണുന്നു. എല്ലാം തവണയും നീര തന്റെ പേര് വെളിപ്പെടുന്നിടത്തു വച്ചു അവളുടെ സ്വപ്നം മുറിഞ്ഞു പോകും.

“മായ, ഹിമ, ദയ, ഇഷ, സായ. ആരാണിവർ? ഇവർ എന്റെ സ്വപ്നം മാത്രമാവുമോ?” നീര വീണ്ടും തന്റെ കണ്ണുകൾ പൂട്ടി, വീണ്ടുമാ സ്വപ്നമൊന്ന് ഓർത്തെടുക്കുവാൻ ഒന്നൂടെ ശ്രമിച്ചു.

* * * * *

പുറത്ത് നല്ല ഇരുട്ട് വീണു തുടങ്ങിയിരുന്നു. ബാങ്കയുടെ പതി കാഞ്ച, രാത്രി അത്താഴത്തിനായുള്ള തത്രപ്പാടിലായിരുന്നു. ചപ്പാത്തിയും സബ്ജിയുമായിരുന്നു അന്നത്തെ വിഭവങ്ങൾ.

ചെമ്മരിയാടുകളെയും, യാക്കുകളെയും, കുതിരകളെയും മേച്ചു ജീവിക്കുന്ന ഒരു കൂട്ടം സാധു മനുഷ്യരായിരുന്നു കോമികിലെ ഗ്രാമീണർ, പുറം ലോകത്ത് നിന്നും, ബുദ്ധ വിഹാരം കാണാൻ വരുന്ന വിനോദ സഞ്ചാരികളും, സാഹസികത ഇഷ്ടപ്പെടുന്ന കുറച്ചു ബൈക്ക് റൈഡർമാരെയും മാറ്റി നിറുത്തിയാൽ അവിടെക്ക് അധികമാരും വന്നെത്തിപ്പെട്ടിരുന്നില്ല. മഞ്ഞു കാലം തുടങ്ങിയാൽ, കോമികിലെ ഗ്രാമവാസികളും, അവിടുത്തെ സന്യാസിമാരും പുറം ലോകത്തു നിന്നു തന്നെ ഒറ്റപ്പെട്ടു പോകുന്ന ഒരു ജന സമൂഹമായി മാറും.

* * * * *

"കാലങ്ങൾക്ക് മുൻപ്, അല്ല യുഗങ്ങൾക്ക് മുൻപ്, വെങ്കല യുഗത്തിന്റെ തുടക്കത്തിൽ ഈജിപ്റ്റിൽ പിരമിഡുകൾ നിർമ്മിക്കപ്പെടുമ്പോൾ, മെസൊപ്പൊട്ടോമിയയുടെ തെക്ക് സുമേറിയൻ സംസ്കാരം മെല്ലെ തല പൊന്തിച്ചു തുടങ്ങിയ കാലഘട്ടം. കേരളമെന്നയൊരു ദേശം ഭാവനയിൽ പോലും ഇല്ലാതിരുന്ന കാലം. ആദിവാസികളും അവരുടെ ഗോത്രാചാരങ്ങളും നില നിന്നിരുന്ന കാലം. അന്നൊരു ദിനം പശ്ചിമഘട്ട മലനിരകളിൽ പെടുന്ന അഗസ്ത്യ മല നില കൊണ്ടിരുന്നയിടം. അവിടെ ആകാശം മെല്ലെ ചുവന്നു തുടങ്ങി, ഒരു തീ ഗോളം ആകാശത്തു നിന്നും ഭൂമിയെ ലക്ഷ്യമാക്കി നീങ്ങി. അതു മല നിരകളിൽ എവിടെയോയായി ഇടിച്ചിറങ്ങി.

തീ ഗോളം മെല്ലെ തണുത്തു തുടങ്ങി. അതൊരു ബഹിരാകാശ പേടകമായി മാറി.

ആ പേടകത്തിന്റെ എവിടെ നിന്നോ ഒരു വാതിൽ തുറന്ന് വന്നതിൽ നിന്നും മൂന്നു രൂപങ്ങൾ ഭൂമിയിലേക്ക് ഇറങ്ങി നടന്നു.

ഇന്നത്തെ ബഹിരാകാശ സഞ്ചാരികളുടെതു പോലെയുള്ള വസ്ത്രമായിരിക്കണം അവരും ധരിച്ചിരുന്നത്.

അൽപ്പം കഴിഞ്ഞ് അവർ മൂന്നു പേരും അവരവരുടെ ഹെൽമെറ്റ് ഊരി മാറ്റി. അവർക്കും മനുഷ്യന്റെ രൂപമായിരുന്നു.

ആകാശത്ത് കണ്ട തീ ഗോളത്തിന് പിന്നാലെ ഒരു കൂട്ടം ആദിവാസി സമൂഹവും അവരെ പിന്തുടർന്ന് അവിടേക്ക് എത്തിയിരുന്നു. അവർ ഭൂമിയിലേക്ക് പുതുതായി വന്നവരുടെ കണ്ണിൽ പെടാതെ മരങ്ങൾക്കും, പാറകൾക്കുമിടയിൽ ഒളിച്ചിരുന്നു.

ആകാശത്തിലെ ദൈവങ്ങൾ ഭൂമിയിലേക്ക് ഇറങ്ങി വന്നിരിക്കുന്നതായി അവർക്ക് തോന്നികാണണം.

മൂന്നു പേരിൽ ഒരാൾ തന്റെ കൈയിൽ ഇരുന്ന ലൈറ്റർ കത്തിച്ചു, ഒരു സിഗരറ്റിനു തീ കൊളുത്തി.

അഗ്നിയുടെ ദൈവത്തെ അന്നവിടെ ഉണ്ടായിരുന്ന ആദിമ മനുഷ്യർ നേരിട്ട് കാണുകയായിരുന്നു.

രണ്ടാമത്തെ സഞ്ചാരി, അവിടിവിടായി കുറച്ചു നേരം ഒരു നിരീക്ഷണം നടത്തിയ ശേഷം, തന്റെ കൈയിൽ ഉണ്ടായിരുന്ന

യൊരു കുപ്പി തുറന്നു കുറച്ചു വെള്ളം കുടിച്ചു.

ജലത്തിന്റെ ദൈവം.

മൂന്നാമത്തെ സഞ്ചാരി, ആദിവാസികൾ കാണാനായി അത്ഭുതങ്ങളൊന്നും കാട്ടിയില്ല, പക്ഷേ അയാൾ തന്റെ കൈയിലിരുന്ന ആശയവിനിമയ ഉപകരണത്തിലൂടെ, പേടകത്തിനുള്ളിലെ ആരോടോ സംഭാഷണത്തിലേർപ്പെടുകയായിരുന്നു.

വന്നവർ ഏതോ വിചിത്രമായ ഭാഷയിൽ പരസ്പരം സംസാരിക്കുന്നതായും അവരുടെ ശ്രദ്ധയിൽ പെട്ടു.

ഭൂമിയിൽ നിന്നും മണ്ണിന്റെയും,ചെറിയ ചില പാറ കഷണങ്ങളുടെയും സാമ്പിളുകൾ കുപ്പികളിലാക്കിയ ശേഷം അവർ വീണ്ടും തങ്ങളുടെ പേടകത്തിൽ കയറി, ആകാശത്തിലൂടെ പൊങ്ങി, ഞൊടിയിടയിൽ ഭൂമിയിൽ നിന്നും അപ്രത്യക്ഷമായി.

അന്നവർ കണ്ടത് ദൈവങ്ങളെയാണെന്ന് അവർ പിന്നീട് വിശ്വസിച്ചു പോന്നു. തങ്ങൾ കണ്ട ദൈവങ്ങളെ, വരും തലമുറയ്ക്ക് കൂടി പരിചയപ്പെടുത്തി കൊടുക്കാൻ അവർ ഗുഹാ ചിത്രങ്ങളായി ഈ സംഭവം വരച്ചു വച്ചു.

നോക്കൂ ഇവയെല്ലാമാണ് ആ ചിത്രങ്ങൾ."

നീരയുടെ ശബ്ദം മൈക്കിൽ കൂടി ഉയർന്നു കേട്ടു. അവൾ പ്രഭാഷണം നടത്തിയിരുന്ന മുറിക്കുള്ളിൽ നല്ല ഇരുട്ടായിരുന്നു. പൊഡിയത്തിന് ഇടതു വശത്തായി ഒരു വലിയ സ്ക്രീനിൽ നീര നേരത്തെ പറഞ്ഞ കഥയിലെ ഗുഹാ ചിത്രങ്ങൾ ഓരോന്നായി പ്രദർശിപ്പിക്കുന്നുണ്ടായിരുന്നു.

"ഈ ചിത്രങ്ങൾക്ക് മൂവായിരം കൊല്ലത്തിലേറെ പഴക്കമുള്ളതായി കരുതുന്നു."

"ഈ ചിത്രങ്ങൾ മാഡം പറഞ്ഞ കഥകൾ തന്നെയാണ് സൂചിപ്പിക്കുന്നതെന്ന് എന്തായിത്ര ഉറപ്പ്? ഇതവരുടെ ഭാവനയും ആകരുതോ?" നീരയുടെ വിദ്യാർത്ഥികളിൽ ഒരാൾ ചോദിച്ചു.

"ആവാം, അങ്ങനെയും ചിന്തിക്കാം, ചിലപ്പോൾ അതാവും സത്യം. പക്ഷേ ഈ ചിത്രങ്ങളിലൂടെ നിങ്ങൾ ഒന്നൂടെ കണ്ണോടിച്ചു നോക്കുക. ഇതുകണ്ടോ... ഈ... രൂപം. ഇന്നത്തെ അസ്ട്രോനോട്ടുകളെ പോലെ തോന്നുന്നില്ലേ? ദേ... ഇതു ഹെൽമെറ്റ് പോലുള്ള തൊപ്പി, ഇതു ഓക്സിജൻ സിലിണ്ടർ പോലുള്ള ബാക്ക്പാക്ക്."

"മം.. ശരിയാണ്." അവൻ സമ്മതിച്ചു.

"ഭാവനയെന്നൊക്കെ പറഞ്ഞാലും, ഒരിക്കൽ പോലും കാണാത്തതോ കേൾക്കാത്തതോ ആയ ഒരു കാര്യത്തെ പറ്റി മനുഷ്യന് സങ്കൽപ്പിക്കാൻ പറ്റുമോ? അതും ആദിമ മനുഷ്യനു സങ്കൽപ്പിക്കാൻ പറ്റുമോ? എന്നുകൂടി നിങ്ങൾ ചിന്തിച്ചു നോക്കണം."

"അവർ കണ്ടത് അന്യഗ്രഹ ജീവികളെ തന്നെ ആവുമോ?" മറ്റൊരു വിദ്യാർത്ഥിനി ചോദിച്ചു.

"ഒരുപക്ഷേ ആവാം. അല്ലെ അവർ കണ്ടത് നമ്മളെ തന്നെയാവാം."

"അതെങ്ങനെ?"

"മനുഷ്യൻ ടൈം ട്രാവലുകൾ നടത്തുന്ന കാലം വിദൂരമല്ല. ആൽബർട്ട് ഐൻസ്റ്റീൻ, സ്റ്റീഫൻ ഹോക്കിൻസ് ഇവരൊക്കെ ടൈംട്രാവൽ പറ്റുമെന്ന് പറയുന്നവരാണ്. അങ്ങനെയെങ്കിൽ നമ്മുടെ ഭാവി കാലത്തു നിന്നും മനുഷ്യൻ പിന്നോട്ട് സഞ്ചരിച്ച തുമാവാം."

പെട്ടെന്ന് ഒരു മണിയടി ശബ്ദം കേട്ടു.

"ഇന്നത്തെ ക്ലാസ്സ് നമുക്കിവിടെ നിറുത്താം."

നീര തന്റെ വിദ്യാർത്ഥികളോട് പറഞ്ഞു.

"Ancient astronaut തിയറിയിൽ മാം ശരിക്കും വിശ്വസി ക്കുന്നുണ്ടോ?"

ക്ലാസ്സ് കഴിഞ്ഞതും ആര്യൻ നീരയോടായി മെല്ലെ തിരക്കി.

"അറിയില്ലെടോ. ഇതൊരു pseudoscience ആയിട്ടാണ് ഇന്നത്തെ ശാസ്ത്രലോകം കണക്കാക്കിയിരിക്കുന്നത്. രാമായണം, മഹാഭാരതം, ബൈബിൾ ഇതൊക്കെ നടന്ന സംഭവങ്ങളാണെന്ന് താൻ കരുതുന്നുണ്ടോ?"

"അറിയില്ല മാം." ആര്യൻ ചിരിച്ചു കൊണ്ട് പറഞ്ഞു.

"ഭൂമിയുടെ പല ഭാഗത്തായി ഇങ്ങനെ പല ചുവർ ചിത്ര ങ്ങളുണ്ട്, അമ്പലങ്ങളിൽ രാമായണ കഥകൾ ആലേഖനം ചെയ്തു വച്ചിട്ടുള്ളതു പോലെ, അതിലും പഴക്കം ചെന്ന ചുവർ ചിത്രങ്ങളിൽ അല്ലെങ്കിൽ ഗുഹാ ചിത്രങ്ങളിൽ നമ്മൾ ഇന്നത്തെ ദൈവങ്ങൾക്ക് പകരം ഇങ്ങനെയുള്ള എന്തിനെയോ കണ്ടെ ത്തിയിട്ടുണ്ടെന്ന രീതിയിലുള്ള കഥകൾ വരച്ചു വച്ചിട്ടുണ്ടെന്ന്

പറയുന്നതാവും ശരി.”

“അങ്ങനെ നോക്കിയാൽ നമ്മുടെ ദൈവങ്ങളും അന്യഗ്രഹ ജീവികൾ ആവുമോ?”

“ഇന്ത്യൻ ദൈവങ്ങൾ തന്നെ രണ്ടു കാറ്റഗറി ഉണ്ടെടോ. അത്ഭുതങ്ങൾ കാണിക്കുന്ന ബ്രഹ്മ, വിഷ്ണു തുടങ്ങിയ ദൈവങ്ങൾ. പിന്നെ മനുഷ്യരുടെ സ്വഭാവങ്ങൾ മാത്രമുള്ള സാധാരണ കഥാപാത്രങ്ങൾ. രാമായണത്തിൽ രാമനും, സീതയും, ഹനുമാനും, ലക്ഷ്മണനുമൊക്ക ദൈവങ്ങൾ ആകുമ്പോൾ, ദശരഥൻ, കൈകേയി, ഊർമിള, ഭരതൻ... ഇവരൊക്കെ സാധാരണ മനുഷ്യരെ പോലുള്ള കഥാപാത്ര ങ്ങൾ ആവുന്നു. സത്യവും മിഥ്യയും എല്ലാം കൂടി കലർന്ന ഒരു പാരമ്പര്യം, അതല്ലെടോ സത്യത്തിൽ നമുക്ക് അവകാശപ്പെടാനുള്ളത്?”

“അതേ മിസ്സ്.”

“എന്നാ വാ, നമുക്കോരോ ചായ കുടിക്കാം.”

“അതു കൊള്ളാം.”

നീരയും ആര്യനും, കോളേജ് കാന്റീൻ ലക്ഷ്യം വച്ചു നടന്നു.

2

പിരമിഡുകൾക്ക് പിന്നാലെ

നീരയും ആര്യനും ഓരോ കപ്പ് ചായയുമായി കാന്റീനിലെ ഒരു കുഞ്ഞു മേശയുടെ അപ്പുറവും ഇപ്പുറവുമായി ഇരുന്നു.

ഒരു രണ്ടു കവിൾ ചായ ചെറു ചൂടോടെ ഉള്ളിൽ ചെന്നപ്പോൾ നീര പറഞ്ഞു.

"എടോ, എനിക്കൊന്ന് വലിക്കണം. തനിക്കു താല്പര്യമുണ്ടെങ്കിൽ നമുക്കൊന്ന് പുറത്തേക്ക് ഇറങ്ങി നിന്നാലോ?" നീര അഭിപ്രായപ്പെട്ടു.

"ആവാം."

അവർ രണ്ടു പേരും കാന്റീനിന്റെ ഇടതു വശത്ത് പടർന്നു പന്തലിച്ചു കിടക്കുന്ന കാട്ടു ചെടികൾക്കരികിലേയ്ക്കായ് നീങ്ങി.

നീര തന്റെ ഹാൻഡ് ബാഗ് തുറന്ന് ഒരു പാക്കറ്റ് സിഗരറ്റ് പുറത്തെടുത്തു.

"താൻ വലിക്കുന്നോ?"

"വേണേൽ മാംമിന് ഞാനൊരു കമ്പനി തരാം" അവൻ ചിരിച്ചു കൊണ്ടു പറഞ്ഞു.

ആര്യനും ഒരു സിഗരറ്റിന് തീ കൊളുത്തി. എന്നിട്ടൊരു പുക മെല്ലെ വലിച്ച് അകത്തേക്ക് എടുത്തു.

നീര തന്റെ സിഗരറ്റിനൊപ്പം, കൈയിലിരുന്ന കടലാസ് കപ്പിൽ നിന്നും ചൂട് ചായയും അൽപ്പാൽപ്പമായി മോന്തി കുടിക്കുന്നുണ്ടായിരുന്നു.

"മിസ്സ് ശരിക്കും അന്യഗ്രഹ ജീവികൾ ഭൂമിയിൽ വന്നിരുന്ന

തായി വിശ്വസിക്കുന്നുണ്ടോ?"

"അവർ ഭൂമിയിൽ മുൻപ് വന്നിരുന്നോയെന്ന് എനിക്ക് അറിയില്ല, പക്ഷേ ഭൂമിയിൽ പണ്ടൊരു വികസിത സമൂഹം ജീവിച്ചിരുന്നുവെന്ന് എനിക്ക് ഉറപ്പുണ്ട്. ഇന്ന് കാണുന്ന പല സംസ്കാരങ്ങളെക്കാളും ഒത്തിരി ഒത്തിരി വികസിതമായ ഒരു സംസ്കാരം ഈ ഭൂമിയിൽ നില നിന്നിരുന്നു." നീര ഒരു പുക കൂടി ഉള്ളിലേക്ക് എടുത്തു, എന്നിട്ട് സാവധാനം പുറത്തേക്ക് വിട്ടു." തനിക്കറിയാമോ? ഇറാഖിലെ നാഷണൽ മ്യുസിയത്തിൽ 2000 വർഷത്തിലേറെ പഴക്കം ചെന്ന ഒരു galvanized ബാറ്ററി സെൽ, ആർക്കിയോളജസ്റ്റുകൾ മണ്ണിൽ നിന്നും ഖനനം ചെയ്തു കണ്ടെത്തിയിട്ടുണ്ട്. അതിനവർ പേരിട്ടിരിക്കുന്നത് 'Old Bhagdad batteries' എന്നാണ്. 4 വോൾട്ട് വരെ വൈദ്യുതി പുറപ്പെട്ടുവിക്കുന്നയീ ബാറ്ററികൾ ഇപ്പോഴത്തെ മനുഷ്യർ വൈദ്യുതി തന്നെ കണ്ടുപിടിപ്പിക്കുന്നതിനും എത്രയോ കാലം മുന്നേയുള്ള കണ്ടുപിടുത്തമാണെന്ന് അറിയാമോ? ശിലായുഗത്തെക്കാളും പഴക്കം ചെന്ന നാണയങ്ങളും മനുഷ്യൻ ഭൂമിയിൽ നിന്നും കണ്ടെത്തിയിട്ടുണ്ട്. ഈജിപ്റ്റിലെ പ്രസിദ്ധമായ ഗീസ പിരമിഡിന്റെ, തെക്ക് വശത്ത്, 370 മൈലുകൾക്കപ്പുറം, 'ഹാതോർ എന്നൊരമ്പലമുണ്ട്. ആ അമ്പലത്തിന്റെ ചുവർ ചിത്രങ്ങളിൽ വൈദ്യുതി കൊണ്ടു പ്രവർത്തിക്കുന്ന ഒരു ബൾബിന്റെ പടം കൊത്തി വച്ചിട്ടുണ്ട്. ഇന്നാ ബൾബ് അറിയപ്പെടുന്നത് 'Dendra ബൾബ്' എന്നാണ്. ഇത്രയും പഴക്കം ചെന്നൊരു സംസ്കാരത്തിന്, ആധുനിക മനുഷ്യന്റെ കണ്ടുപിടുത്തങ്ങളെ പറ്റി നേരത്തെ തന്നെയെങ്ങനെ അറിവുണ്ടായി?' ഈ ടെക്നോളജിയൊക്കെ ഭൂമിയിൽ പണ്ടുമുതൽക്കേ എങ്ങനെ വന്നുവെന്ന ചോദ്യത്തിന് ശാസ്ത്ര ലോകത്തിന് ഇന്നും ഉത്തരമില്ലെടോ."

"അങ്ങനെ നോക്കിയാൽ ഭൂമിയുടെ ചരിത്രം തന്നെ ചിലപ്പോൾ നമ്മൾ മാറ്റി എഴുതേണ്ടി വരുമല്ലേ മാം?"

"അതേ. അതാണ് സത്യം. നമ്മൾ ഇപ്പോഴും ഭൂമിയുടെ ഉല്പത്തിക്കു പിന്നിൽ മതങ്ങളുടെ ന്യായങ്ങളും കെട്ടിപിടിച്ചിരിപ്പല്ലേ? സത്യം അറിയാനും, അറിഞ്ഞാൽ തന്നെ അതു പുറത്തു പറയാനും ആർക്കാ ഇത്ര താല്പര്യം?"

നീര തന്റെ സിഗരറ്റ് കെടുത്തി.

"എടോ, ഇനി താൻ എങ്ങോട്ടാ?"

"ടാനിയ എന്നെ കാത്തു നിൽപ്പുണ്ടാവും."

"എന്നാ ശരി നടക്കട്ടെ. ഞാനും ഇറങ്ങുന്നു. എന്നെയും ഒരു പട്ടികുട്ടി കാത്തിരിപ്പുണ്ട്." നീര ചിരിച്ചു കൊണ്ടു പറഞ്ഞു.

"പട്ടിയോ?"

"എന്റെ pet ആടോ. പേര് coco."

"എന്നാ ബൈ മാം."

"മം."

അവർ പിരിഞ്ഞു.

* * * * *

നീര തന്റെ അപ്പാർട്ട്മെന്റിന്റെ മുന്നിലെത്തി. അകത്തു നിന്നും അവളുടെ പട്ടികുട്ടിയുടെ പരിചിതമായ കുര നീര പുറത്തു നിന്നെ കേട്ടു തുടങ്ങിയിരുന്നു.

കതക് തുറന്നതും കോകോ നീരയുടെ മുകളിലേക്ക് ചാടിക്കയറി. അവന് അറിയാവുന്ന സ്നേഹ പ്രകടനങ്ങൾ മുഴുവനും അവൻ അവളുടെ മേലെ കാട്ടി.

"മതിയെടാ, ഇനി താഴെ ഇറങ്ങ്." നീര കോകോയുടെ നെറുകിൽ ഉമ്മ കൊടുത്തു കൊണ്ടു പറഞ്ഞു. "നോക്കട്ടെ നീയിന്ന് എന്തൊക്കെയാണിവിടെ കാട്ടി കൂട്ടിയതെന്ന?"

അവൾ ചുറ്റുമോന്ന് നിരീക്ഷിച്ചു, ഒരു ന്യൂസ് പേപ്പർ മുഴുവനും കടിച്ചു തുണ്ടം തുണ്ടമാക്കിയത് പോരാഞ്ഞിട്ടവൻ, സെറ്റിയിൽ മൂത്രം കൂടി ഒഴിച്ചു വച്ചിട്ടുണ്ട്.

"ആരാടാ ഇവിടെ മുള്ളി വച്ചത്?"

നീരയുടെയാ ചോദ്യം കേട്ടതും, കോകോ തീൻമേശക്കടിയിൽ പോയി ഒളിച്ചിരുന്നു.

ചിന്ന ഭിന്നമായി കിടന്നിരുന്ന കോകോയുടെ കളിപ്പാട്ടങ്ങളും, ന്യൂസ് പേപ്പറു കഷണങ്ങളും, നനഞ്ഞു കുതിർന്ന സോഫയും വൃത്തിയാക്കിയ ശേഷം അവൾ കോകോയ്ക്കുള്ള ഭക്ഷണമെടുത്തു വച്ചു.

രാത്രി അത്താഴത്തിന്റെ ഭാഗമായി അവളൊരു എഗ്ഗ് സാൻവിച്ചും അവൾക്കായി ഉണ്ടാക്കി വച്ചു.

ഒരു രണ്ടു ബെഡ്റൂം അപ്പാർട്ട്മെന്റ് ആയിരുന്നത്.

ചെറിയൊരു ഹാളും ഒരു കുഞ്ഞടുക്കളയും ചേർന്നൊരു കൊച്ച് അപ്പാർട്ട്മെന്റ്.

ഹാളിന്റ ഒരറ്റത്തായി ഒരു study ടേബിളും, അതിൽ നിറയെ പുസ്തകങ്ങൾ വാരി വിതറി കിടക്കുന്നതുമായി കാണാം.

നീര വീട്ടിലെത്തിയാൽ കൂടുതൽ നേരവും ഈ പുസ്തക ങ്ങൾക്കിടയിലാവും ചിലവഴിക്കുക.

അവളെയും കോകോയെയും മാറ്റി നിറുത്തിയാൽ ആ അപാർട്മെൻറ്റ് ശൂന്യമായി തോന്നും.

നീര ഒരു കുളി കഴിഞ്ഞു തിരിച്ചു വന്നപ്പോഴേക്കും, കോകോ ഒരു ബോളും കടിച്ചു പിടിച്ചു നിൽപ്പ് തുടങ്ങിയിരുന്നു.

അവൻ അവളെ തല കുലുക്കി കാട്ടി കളിക്കാൻ വിളിക്കുകയാണ്.

"എടാ ഞാനിന്ന് നല്ല ടയേർഡ് ആണ്. നമുക്ക് പിന്നെ കളിക്കാം." നീര കോകോയോട് പറഞ്ഞു നോക്കി. പക്ഷേ രക്ഷയില്ല, അവൻ പന്തും കടിച്ചു പിടിച്ചു നീരയുടെ പിന്നാലെ കൂടിയിരിക്കുകയാണ്.

ഒടുവിൽ നീര പന്തിനായി കോകോയുടെ പിന്നാലെ ഓടി തുടങ്ങി. അപാർട്മെൻറ്റ് മുഴുവനുമായി കോകോ അവളെയൊരു പത്തു വട്ടമെങ്കിലും ഓടിച്ചു. പന്തു പിടിച്ചെടുത്ത് നീര കോകോയെ തോൽപ്പിക്കുന്ന വരെയീ കളി തുടരും.

പകൽ മുഴുവനും കോകോ ആ ഫ്ലാറ്റിൽ തനിച്ചാണ്, നീര വരുമ്പോൾ മാത്രമാണ് അവനൊന്നു ഉഷാർ ആവുന്നത്.

നേരം പാതിരായോട് അടുത്തിരുന്നു, അന്നത്തെ വായന മതിയാക്കി നീര പുസ്തകം അടച്ചു വച്ചു. കോകോ സെറ്റിയിൽ കിടന്ന് നല്ല ഉറക്കമായി. രാത്രി അത്താഴത്തിനായി ഉണ്ടാക്കി വച്ച സാൻവിച്ച് അപ്പോഴും മേശപ്പുറത്ത് അനക്കം തട്ടാതെയി രിപ്പുണ്ട്.

അവൾ ഫ്രിഡ്ജ് തുറന്നു, ഒരു ക്യാൻ ഓറഞ്ച് ജ്യൂസ് പുറത്തെടുത്തു. ഒരു ഗ്ലാസ്സിൽ അതല്പം ഒഴിച്ചു. പിന്നെയൊരു കുപ്പി തുറന്ന് അൽപ്പം വോഡ്ക ഓറഞ്ച് ജ്യൂസിലേക്ക് ഒഴിച്ചു ചേർത്തു. ഉറങ്ങി കിടക്കുന്ന കോകോയുടെ അരികിലായി അവളിരുന്നു.

കൈയിലിരുന്ന ഗ്ലാസ്സിൽ നിന്നുമവൾ വോഡ്ക മെല്ലെ

കുടിച്ചു തുടങ്ങി.

അവളുടെ കണ്ണുകൾ ഭിത്തിയിൽ തൂക്കിയിട്ടിരുന്ന ചിത്രത്തിനു മേൽ പതിച്ചു.

നിഷ്കളങ്കമായ ഒരു കുഞ്ഞു ചിരിയോടെ ഒരു പെൺകുട്ടി നിൽക്കുന്നു. അവൾക്ക് പ്രായം ഏകദേശം അഞ്ചിനോട് അടുപ്പിച്ചു വരും.

നീരയുടെ കണ്ണുകൾ നിറഞ്ഞു വന്നു. അവൾ വീണ്ടും തന്റെ ഗ്ലാസ്സിൽ വോഡ്ക നിറച്ചു. ഇപ്രാവശ്യമവൾ അതിലേക്ക് ഓറഞ്ച് ജ്യൂസ് കലർത്തിയില്ല. നീറ്റായി തന്നെ ഒറ്റയടിക്കവളത് വലിച്ചു കയറ്റി.

അവൾ തന്റെ ഫോൺ കൈയിൽ എടുത്തു, ജോർജിന്റെ നമ്പറിലേക്കൊരു “ഹായ്” അയച്ചു.

അൽപനേരം കഴിഞ്ഞപ്പോൾ അയാളുടെ മറുപടി വന്നു.

“താൻ ഉറങ്ങിയില്ലേ?”

“ഇല്ലെടോ. ഉറക്കം വരുന്നില്ല.” അവൾ മറുപടി അയച്ചു.

“വോഡ്ക ഏറ്റില്ലേ?”

“രണ്ടു പെഗ്ഗ് ആയതേയുള്ളൂ. എൽസ ഉറങ്ങിയോ?”

“പത്തു കഴിഞ്ഞാൽ അല്ലേലും അവൾക്ക് ബോധം കാണില്ലല്ലോ.” അയാൾ അൽപ്പം പുച്ഛം കലർത്തി പറഞ്ഞു.

“പുച്ഛിക്കേണ്ട, തന്റെ കൂടുള്ള ജീവിതം അവൾക്കും ബോർ ആയി കാണും.”

“ഇനി എനിക്കിട്ട് താങ്ങിക്കോ. കള്ളടിച്ചാൽ വയറ്റിൽ കിടക്കണം 😠.”

“ചൂടാവാതെ, ഞാൻ വെറുതെ...”

“ഏം...”

“പിന്നെ വേറെന്ത്?”

“എന്താവാൻ, ഇന്നൊരു പുതിയ വർക്ക് കിട്ടി. അതിന്റെ എസ്റ്റിമേറ്റ് എടുക്കാൻ ഉണ്ടായിരുന്നു. ദാ ഇപ്പോൾ ആ പണി കഴിഞ്ഞു. ഇനി ഉറങ്ങാൻ പോകുന്നു.”

“എന്നാ ആട്ടെ. ഞാനും പോയേക്കാം.”

“നിൽക്കടോ, നമുക്ക് എന്തെങ്കിലും കുറച്ചു മിണ്ടിയിട്ട് ഉറങ്ങാം.”

“എന്ത് മിണ്ടാൻ? എനിക്ക് ഒന്നും പറയാൻ ഇല്ലെടോ.” നീര

അലസമായി പറഞ്ഞു.

“എന്നാ ഞാൻ മിണ്ടാം. ഇന്ന് എന്റെ മൂത്ത കൊച്ചിന് ചെറിയൊരു പനി വന്നായിരുന്നു, രാവിലെ അവനെയും കൊണ്ടു ഹോസ്പിറ്റലിൽ പോയി.”

“ഇപ്പോൾ എങ്ങനെ?”

നീര ജോർജുമായി കുറച്ചു നേരം അവന്റെ വീട്ടു വിശേഷ ങ്ങളങ്ങനെ പറഞ്ഞിരുന്നു.

“എടോ, നേരം ഒരുപാടായി താൻ കിടന്നോ. എനിക്ക് ഇനിയുമൊരു മൂന്നാല് പെഗ്ഗ് പോകും.”

“😘.” അവൻ അവൾക്കൊരു കിസ്സ് ഇമോജിയായി അയച്ചു.

“മം.”

“ഒരെണ്ണം തിരിച്ച് എനിക്ക് കൂടി താ പെണ്ണേ.”

“പോയി കിടന്ന് ഉറങ്ങു മനുഷ്യാ. ഗുഡ്നൈറ്റ്.”

നീര ഓഫ്‌ലൈൻ ആയി.

“ജോർജും താനുമായുള്ള ബന്ധത്തെ അവിഹിതമെന്നോ... അതോ സൗഹൃദമെന്ന് വിളിക്കണോ?” നീര സ്വയം ചോദിച്ചു.

‘സൗഹൃദം’ എന്ന് വിളിക്കാനായിരുന്നു അവൾക്ക് ഇഷ്ടം. അതിനപ്പുറമൊരു പ്രണയം അവൾ ജോർജിനോടെന്നല്ല, ഈ ലോകത്തിന്ന് ആരോടുമില്ല.

ജീവിതത്തിന്റെ ചില സായാഹ്നങ്ങളിൽ വികാരങ്ങൾക്ക് തന്നെ, യാതൊരു അർത്ഥവുമില്ലാതെയായി പോകാറുണ്ട്. അങ്ങനെയൊരു അവസ്ഥയിൽ എത്തിപ്പെടണമെങ്കിൽ ജീവിതം ചില അവസ്ഥകളിലൂടെല്ലാം കടന്നു പോകേണ്ടതായി വരും.

ഒരിക്കൽ ജീവിതത്തിൽ ഒറ്റപെട്ടു പോയപ്പോൾ, ജോർജിന്റെ ശരീരം മാത്രമവൾക്ക് വേണ്ടി വന്നിരുന്നു. അതിനുമപ്പുറം ജോർജിനെയോ, അയാളോടൊപ്പമൊരു ജീവിതമോ നീര സ്വപ്നം കണ്ടിരുന്നില്ല.

നീര വീണ്ടുമൊരു പെഗ്ഗ് കൂടിയൊഴിച്ചു.

* * * * *

“പിരമിഡുകൾ എവിടെ കാണപ്പെടുന്നു?”

നീര തന്റെ വിദ്യാർത്ഥികളോടായി ചോദിച്ചു.

“സംശയമെന്ത് ഈജിപ്റ്റിൽ.” ഒരാൾ ഉത്തരം പറഞ്ഞു.

“എന്നാ ഈജിപ്റ്റിൽ മാത്രമല്ല ഭൂമിയുടെ അഞ്ചു ഭൂഖണ്ഡങ്ങളിലും പിരമിഡുകൾ ഉള്ളതായി കണ്ടെത്തിയിട്ടുണ്ട്. എന്തിനേറെ പറയുന്നു,അറ്റ്ലാന്റിക് സമുദ്രത്തിന്റെ അടിത്തട്ടിലായി, പോർട്ടുഗലിന്റെ അടുത്തായി ഐസ് ഏജ് അഥവാ ഹിമയുഗത്തോളം പഴക്കം ചെന്ന പിരമിഡ് കണ്ടെത്തിയിട്ടുണ്ട്. അതായത് ഈജിപ്റ്റിലെ ഗീസാ പിരമിഡിനെക്കാളും എത്രയോ യുഗങ്ങൾക്ക് മുൻപേ നിർമ്മിക്കപ്പെട്ട പിരമിഡാണിതെന്ന് കണ്ടെത്തിയിട്ടുണ്ട്. ചൈനയിലെ ഫുക്സിയൻ താടാകത്തിനടിയിലും, ഹിമയുഗത്തിനു മുന്നേ നിർമ്മിതമെന്ന് കരുതപ്പെടുന്ന പിരമിഡ് കണ്ടത്തിയിട്ടുണ്ട്.”

“എല്ലാ പിരമിഡുകളും ഒരുപോലെയാണോ നിർമ്മിക്കപ്പെട്ടത്?”

“നിർമ്മാണ രീതി നോക്കിയാൽ വ്യത്യാസങ്ങൾ കാണാം. ഉദാഹരണം പറഞ്ഞാൽ ഇന്ത്യയിൽ, തമിഴ് നാട്ടിൽ കാണപ്പെടുന്ന പിരമിഡുകൾക്ക് ഗോപുരങ്ങളുടെ മാതൃകയാണ്. എന്നാൽ ഇവ ഇന്ത്യയിൽ നിർമ്മിക്കപ്പെടുന്നത്,ഏതാണ്ട് ഈജിപ്റ്റിലെ പിരമിഡുകൾ നിർമ്മിക്കപ്പെടുന്ന അതേ കാലഘട്ടത്തിൽ തന്നെയാണെന്നതാണ് അതിന്റെ പ്രത്യേകത. പിരമിഡുകളുടെ ആകൃതിയിൽ നിർമ്മിക്കപ്പെട്ട കമ്പോഡിയയിലെ ഹിന്ദു ടെംപിളും, സെൻട്രൽ അമേരിക്കയിലുള്ള ടികാലെന്ന മായൻമാരുടെ അമ്പലവും ഏതാണ്ട് ഒരേ മാതൃകയിലാണ് നിർമ്മിക്കപ്പെട്ടിരിക്കുന്നത്. രണ്ടു വ്യത്യസ്ത ഭൂഖണ്ഡങ്ങളിലുമായി, പുരാതന കാലഘട്ടത്തിൽ നിർമ്മിക്കപ്പെട്ട രണ്ടമ്പലങ്ങൾ തമ്മിലെങ്ങനെ നിർമ്മാണത്തിലും രൂപത്തിലുമെല്ലാം സമാനതകളുണ്ടായി? അങ്ങനെയെങ്കിൽ ഈ രണ്ടമ്പലങ്ങളും നിർമിച്ചത് ഒരേ ശില്പികൾ തന്നെയാണെന്ന് കരുതപ്പെടേണ്ടിയിരിക്കുന്നു.

എങ്കിൽ ആരായിരുന്നുവാ ശില്പികൾ? ആ ബുദ്ധിമാൻമാർ? നമ്മുടെ പൂർവികർക്ക് ഇത്രയും അറിവും, കഴിവും ഉണ്ടായിരുന്നോ? എങ്കിൽ ഇപ്പോൾ ഭൂമിയിൽ കാണുന്ന മനുഷ്യർക്ക് പണ്ട് ഉണ്ടായിരുന്നവരെക്കാളും പുരോഗമനം നേടിയെന്ന് എങ്ങനെ അവകാശപ്പെടാനാവും? നമ്മളെന്തു കൊണ്ട് ബുർജ്ജ് ഖലീഫ പോലുള്ള കെട്ടിടങ്ങൾ നിർമ്മിക്കുന്നതല്ലാതെ ഇങ്ങനെയുള്ള

കെട്ടിടങ്ങൾ ഇപ്പോൾ നിർമ്മിക്കുന്നില്ല?"

നീര കുറച്ചു നേരം നിശബ്ദമായിരുന്നു.

അവൾ തനിക്ക് ചുറ്റുമുള്ള കുട്ടികളെ നോക്കി, അവരെല്ലാം എന്തോ ചിന്തയിൽ മുഴുകി ഇരിക്കുന്നതായി അവൾക്ക് തോന്നി.

"എന്തെ ബോർ അടിച്ചോ?" അവൾ തിരക്കി.

"ഇല്ല മിസ്സ്, ഞാൻ ആലോചനയിൽ ആയിരുന്നു. ഈജിപ്റ്റ് ഭരിച്ചിരുന്ന ഫറോകളുടെ ശവ കൂടിരങ്ങൾ മാത്രമല്ലേ പിരമിഡുകൾ? അവ പിന്നെയെങ്ങനെ ഭൂഖണ്ഡങ്ങളുടെ പല സ്ഥലങ്ങളിലുണ്ടായി?"

"അമ്പലങ്ങളുടെ മാതൃകയിലുള്ള പിരമിഡുകൾ ദൈവാരാധനയ്ക്ക് വേണ്ടിയുള്ളതല്ലേ? അപ്പോൾ പിന്നെ ആ പിരമിഡും, ഈ ഗോപുരങ്ങളും എങ്ങനെ ഒന്നാവും." മറ്റൊരു വിദ്യാർത്ഥി ചോദിച്ചു.

"ഇൻഡോനേഷ്യയിലെ ജാവ ദ്വീപിലും ഒരു പിരമിഡുണ്ട്. എന്നാലത് ഗൗതമ ബുദ്ധന്റെ മോക്ഷപഥങ്ങളിൽ ഒന്നായിട്ടാണ് കണക്കാക്കപ്പെടുന്നത്." നീര വിശദീകരിച്ചു. "ഈ ഗോപുരങ്ങൾ അല്ല, പിരമിഡുകളുടെ യഥാർത്ഥ രൂപം കാണണമെങ്കിൽ അവയെ ആകാശത്തു നിന്നു തന്നെ നോക്കി കാണണം. അതിനായി ഒരു ഹെലികോപ്റ്റർ യാത്രയെങ്കിലും വേണ്ടി വരും. എന്നുവച്ചാൽ ഇവയെല്ലാം നിർമ്മിക്കപ്പെട്ടിരിക്കുന്നത് ഭൂമിയിലെ മനുഷ്യർക്ക് കാണുവാനല്ല. മറിച്ച് ആകാശത്ത് ജീവിക്കുന്ന ദൈവങ്ങൾക്ക് കാണുവാൻ വേണ്ടി മാത്രമാണ്. എങ്കിൽ ഈ ദൈവങ്ങൾ ആര്? അതാണ് നമ്മുടെ ചോദ്യം. നമ്മുടെ പൂർവികർ നമുക്ക് മുന്നേ കണ്ട ആകാശത്തിൽ നിന്നും ഇറങ്ങി വന്നയാ ദൈവങ്ങൾ ആരാണ്? എന്തിനാണ് ശരിക്കുമീ പിരമിഡുകളെല്ലാം നിർമ്മിക്കപ്പെട്ടത്?" നീര കുട്ടികളോടായി ചോദിച്ചു.

3

ഒരു നവയുഗ മന്ത്രവാദി

"ആകാശത്തിലെ ദൈവങ്ങളോ? എന്ത് മണ്ടത്തരമാണ് മാം പറയുന്നത്?"

"എടോ നമ്മുടെ mythology കളിൽ എല്ലാം തന്നെ, ദൈവം ആകാശത്തു പ്രത്യക്ഷപ്പെട്ടു, മേഘങ്ങൾക്കിടയിലൂടെ പറന്നിറങ്ങി, മുകളിൽ നിന്നും അരുൾ ചെയ്തു. എന്നൊക്കെ യല്ലേ? അങ്ങനെയെങ്കിൽ അത്യുന്നതങ്ങളിൽ ഇരിക്കുന്നയീ ദൈവങ്ങൾ ശരിക്കും ആരാണ്? പണ്ടുള്ളവർ ആരെയാണ് ശരിക്കും ആകാശത്തു കണ്ടിട്ടുണ്ടാവുക? അതോ അതും അവരുടെ ഭാവന ആയിരുന്നുവോ?"

"എന്തെങ്കിലും കാണാതെ ആരേലും എന്തെകിലും പറ യുമോ എന്ന ഉടായിപ്പ് തിയറിയല്ലെ മാം ഇപ്പോൾ പറയുന്നത്?" ഒരു വിരുതൻ തിരിച്ചു ചോദിച്ചു.

"എന്നാ ഒരൽപ്പം ശാസ്ത്രം കൂടി ഞാൻ പറയാം. പിരമിഡു കൾക്ക് സാധാരണയായി എത്ര മുഖങ്ങളുണ്ട്?"

"നാല്."

"എന്നാ ഈജിപ്റ്റിലെ ഗ്രേറ്റ് പിരമിഡിന്, എട്ടു മുഖങ്ങളുണ്ട്, ആ എട്ടു മുഖങ്ങളും സമരാത്രദിനങ്ങളിൽ മാത്രമേ നമുക്ക് ദൃശ്യമാവു."

" സമരാത്രദിനങ്ങൾ എന്നുവെച്ചാൽ ? "

"Equinox. നമ്മുടെ വിഷു പോലുള്ള ദിവസങ്ങൾ. ദിനവും രാത്രിയും തുല്യമായി വരുന്ന ദിവസങ്ങളാണ് സമരാത്രദിന ങ്ങൾ."

"മനസ്സിലായി. മിസ്സ് ബാക്കി പറ."

"പിരമിഡിന്റെയീ എട്ടു വശങ്ങളും കാണുന്നതിനായി സൂര്യന്റെ രശ്മികൾ ഒരു പ്രത്യേക രീതിയിൽ പിരമിഡിൽ വന്നു പതിക്കേണ്ടതായുണ്ട്. ഈ എട്ടു മുഖങ്ങൾ മനുഷ്യന്റെ കണ്ണുകൾക്ക് ദൃശ്യമാകണമെങ്കിൽ അന്നേ ദിവസം പിരമിഡിന്റെ മുകളിൽ കൂടിയായി നമ്മളൊരു ആകാശ യാത്ര തന്നെ നടത്തേണ്ടതായും വരും. ഭൂമിയിൽ നിന്നു നോക്കിയാൽ ആർക്കുമീ എട്ടു മുഖങ്ങൾ ദൃശ്യമാവുകയുമില്ല."

നീര പ്രൊജക്ടർ ഓൺ ആക്കി. സമരാത്രദിനങ്ങളിലൊന്നിൽ എടുത്ത, എട്ടു മുഖങ്ങളുള്ള പിരമിഡിന്റെ ചിത്രവും കുട്ടികൾക്കായിയവൾ കാണിച്ചു കൊടുത്തു.

"കണക്ക്, ഫിസിക്സ്, ഭൂമിശാസ്ത്രം, ജ്യോതിശാസ്ത്രം പിന്നെ കെമിസ്ട്രി. ഇത്രയും നല്ല വശം ഉണ്ടെങ്കിലേ ഈ കാണുന്ന പിരമിഡുകൾ നിർമ്മിക്കാൻ തന്നെ ആർക്കെങ്കിലുമൊക്കെ പറ്റൂ."

"കണക്ക് മനസിലാക്കാം. പക്ഷേ ബാക്കിയുള്ള സയൻസ് ഒക്കെ എങ്ങനെ പിരമിഡുകളുമായി ബന്ധപ്പെടും?"

"ഈ പിരമിഡുകൾ കൂടുതലും, ആകാശത്തുള്ള Orion, Sirius നക്ഷത്ര സമൂഹങ്ങളെ ലക്ഷ്യമാക്കിയാണ് പണിതിരിക്കുന്നത്. അതുകൊണ്ട് അന്നുള്ള മനുഷ്യർക്ക് നക്ഷത്രങ്ങളെയും ഗ്രഹങ്ങളെയും അവരുടെ സഞ്ചാരപഥങ്ങളെ പറ്റിയും നല്ല അറിവ് ഉണ്ടായിരുന്നിരിക്കണം. അതായത് ജ്യോതിശാസ്ത്രം നല്ല വശമുണ്ടായിരുന്നിരിക്കണം. ഭൂമിയിലെ എനർജി സ്രോതസ്സുകളെ കേന്ദ്രീകരിച്ച് ആണ് പിരമിഡികളുടെ സ്ഥാനം നിർണ്ണയിച്ചിരിക്കുന്നത്, നിക്കോളാ ടെസ്ലായുടെ Wardenclyffe Towerന്റെ പ്രവർത്തന രീതികളാണ് സത്യത്തിൽ പിരമിഡുകൾക്കുള്ളതെന്നും പറയപ്പെട്ടുന്നുണ്ട്. അതായത് wireless കറന്റ് അഥവാ കറന്റ് കമ്പികൾ ഇല്ലാതെ വൈദ്യുതി പുറപ്പെടിവിക്കുന്ന രീതി. സംഭവം ultra മോഡേൺ ഫിസിക്സ് ആണ്. മനുഷ്യൻ ഇതുവരെ ഈ രീതിയിലെങ്ങനെ കറന്റ് ഉണ്ടാക്കാമെന്ന് കണ്ടെത്തിയിട്ടില്ലയെന്ന് വേണം കരുതാൻ."

"എന്നുവച്ചാൽ pyramids are power plants? എന്നാണോ മിസ്സ് പറഞ്ഞു വരുന്നത് ?"

"അതിനും തെളിവുകളുണ്ട്. ഗീസ പിരമിഡിനുള്ളിൽ hydrated zinc ഉം dilute hydrochloric acid ഉം കൂട്ടി യോജിപ്പിച്ചു ഹൈഡ്രജൻ ഗ്യാസ് പുറപ്പെടുവിച്ചിരുന്നെന്നും അതിൽ നിന്നും microwaveകൾ വരെ രൂപപ്പെട്ടിരുന്നുവെന്നും കണ്ടെത്തലുക ളുണ്ട്. ഈ waveകൾ ബഹിരാകാശത്തേക്ക് വരെ സഞ്ചരിച്ചി രുന്നിരുന്നുവെന്നും അനുമാനങ്ങളുണ്ട്."

"ചുമ്മാ..."

"ഇതാ അതിനുള്ള തെളിവ്."

അവൾ തന്റെ പിന്നിലുള്ള സ്ക്രീനിൽ ഗീസ പിരമിഡിന്റെ ഉള്ളറകൾ കാണിച്ചു കൊടുത്തു.

"ഇതു queen's chamber ഇവിടെ hydrated zinc വീഴും... ദേ ഈ shaft വഴി. ഇതിലെ diluted hydrochloric acid... ഇവിടെ നിന്നും king's chamber വഴി ഹൈഡ്രജൻ പുറത്തേക്ക് വരും." നീര കുട്ടികളോട് പിന്നെയും പിരമിഡുകൾക്ക് പിന്നിലുള്ള പല ശാസ്ത്രീയ വശങ്ങളും വിശദീകരിച്ചു കൊടുത്തു.

"KSEB യുടെ ടവറുകൾ പോലുള്ള പിരമിഡുകൾ. എന്നാൽ അവയെ കറന്റ് കമ്പികളുമായി ബന്ധിപ്പിച്ചിട്ടില്ല. ഡാം ഉം, nuclear reactor ഉം ഇല്ലാതെ ഭൂമിയുടെ പ്രതലത്തിൽ നിന്നും വൈദ്യുതി ഉണ്ടാക്കി, ഭൂമിയുടെ പല പല ഭാഗങ്ങളിലായി വിതരണം ചെയ്യപ്പെടുന്നു. അതായത് ഇന്റർനെറ്റ് വൈഫൈ പോലെ, കമ്പിയില്ലാ കറന്റ്. നല്ല ആശയം. അല്ലെ മിസ്സേ?"

വിദ്യാർത്ഥികളിൽ ഒരാൾ പറഞ്ഞു.

"അതേ... ഇനിയുള്ള നിഗൂഢത അൽപ്പം കടന്ന കൈയാണ്. പറയട്ടെ?"

"പറ." ക്ലാസ്സിലെ കുട്ടികൾ ഒരുപോലെ പറഞ്ഞു.

"Inter dimensional ട്രാവൽ." നീര പറഞ്ഞു.

"ഇതൊരു സയൻസ് ഫിക്ഷൻ സിനിമ പോലെയുണ്ട്." ഒരാൾ അഭിപ്രായപ്പെട്ടു.

"പൊതുവേ പറയപ്പെടുന്നത്,നമുക്ക് അനുഭവിക്കാൻ പറ്റുന്നത് മൂന്നു dimensions ഉണ്ടെന്നാണ്, height, length പിന്നെ width. ഇതു കൂടാതെ നാലാമത് ഒന്നുകൂടിയുള്ളത് ടൈം അഥവാ സമയമാണ്. എന്നാൽ string തിയറി ഇതും കൂടാതെ 10 dimensions വരെ predict ചെയ്യുന്നുണ്ട്. Parallel universe

അല്ല ഭൂമിയെ പോലെ മറ്റു പല ഭൂമികൾ ഈ dimensionകളിലെല്ലാം ഉണ്ടാവാം എന്നും കരുതപ്പെടുന്നുണ്ട്. അവിടേക്ക് പിരമിഡുകൾ വഴി എത്തിപ്പെടാമെന്ന വിശ്വാസമാണ് ഈ inter dimensional ട്രാവലിനു പിന്നിൽ. ഇതു സംഭവം ടൈംട്രാവൽ അല്ല കേട്ടോ. മറ്റൊരു ലോകത്തേക്കുള്ള തന്നെയാണ് ഉദ്ദേശിക്കുന്നത്."

"മരിച്ചു കഴിഞ്ഞാൽ നമ്മൾ മറ്റൊരു ലോകത്തെത്തുമെന്നല്ലേ പല മതങ്ങളും പറയുന്നത്?"

"ഇതു മരിക്കാതെ തന്നെ മറ്റൊരു ലോകത്ത് എത്തിപ്പെടാം എന്നല്ലേ മിസ്സ് ഇപ്പോൾ പറഞ്ഞു വരുന്നത്."കുട്ടികൾ കാടുകയറി ചിന്തിച്ചു തുടങ്ങി.

"ഇനി മരിച്ചു കഴിഞ്ഞ്, ആ... മറ്റൊരു ലോകത്തിൽ എത്തി ചേരുവാൻ വേണ്ടി ആവുമോ ഈജിപ്റ്റിലെ ഫറോവുകൾ തങ്ങളുടെ ശവ ശരീരം പിരമിഡുകൾക്ക് താഴെ സൂക്ഷിച്ചു വച്ചത്?"

വിദ്യാർത്ഥികൾ ഇങ്ങനെ പല പല ചോദ്യങ്ങൾ, സംശയങ്ങൾ തമ്മിൽ തമ്മിലും, പിന്നെ നീരയുമായി ചർച്ച ചെയ്തു കൊണ്ടേയിരുന്നു.

സമയം പോയതറിഞ്ഞില്ല, അന്നത്തെ ക്ലാസ്സ് കഴിഞ്ഞ് കുട്ടികളെല്ലാം പല വഴിക്കായി പിരിഞ്ഞു.

ആര്യൻ മാത്രം നീരക്കായി പുറത്തു കാത്തു നിന്നു.

"എന്താടോ താൻ പോയില്ലെ?" ആര്യനെ കണ്ടതും നീര ചോദിച്ചു.

"ഇന്നും മാമിന്റെ കൂടെ ഒരു ചായയും പുകയുമാകാമെന്ന് കരുതി." അവൻ ചിരിച്ചു കൊണ്ടു പറഞ്ഞു.

"എന്നാ വാ നമുക്കിന്നൊരു പുക എടുത്തിട്ടാവാം ചായ."

"ഓക്കേ. എന്നാ വായോ."

* * * * *

ചായ കുടിക്കുന്നതിന്റെ ഇടയിൽ ആര്യൻ ചോദിച്ചു.

"മിസ്സേ, നേരത്തെ പറഞ്ഞൊരു മറ്റൊരു ലോകത്തിൽ മറ്റൊരു ഞാനും, മറ്റൊരു നീര മിസ്സും കാണുമോ?"

"ഹഹഹ... ഉണ്ടാവുമായിരിക്കും, പക്ഷേ അവരിപ്പോൾ

നമ്മളെ പോലെയിരുന്ന് ചായയും കുടിച്ച്, സിഗരറ്റും വലിച്ച് ഇങ്ങനെ മണ്ടത്തരങ്ങൾ ആലോചിച്ച് ഇരിക്കാൻ ഇടയില്ല."

"You are right." ആര്യനും ചിരിച്ചു.

* * * * *

സ്കൂൾ വിട്ടു വന്നതും മിഷ, പുസ്തകങ്ങൾ നിറഞ്ഞ ബാഗ് സെറ്റിയിലേക്ക് വലിച്ചെറിഞ്ഞു. അവളുടെ പിന്നാലെ കോകോയും പാഞ്ഞു. രണ്ടും കൂടി ഫ്രിഡ്ജിനകത്തു തലയിട്ട് ഇരിപ്പായി.

"മിഷ, നീ വന്നീ പാലും ബിസ്ക്കറ്റും തിന്ന് കൊച്ചേ." നീര അടുക്കളയിൽ നിന്നു കൊണ്ടു ഉറക്കെ വിളിച്ചു പറഞ്ഞു.

"പറ്റില്ല. എനിക്ക് ഐസ്ക്രീം മതി."

"കൊച്ചേ നിന്റെ തൊണ്ട ചീത്തയാവും."

ആര് കേൾക്കാൻ, മിഷ ഫ്രിഡ്ജിൽ നിന്നും ഐസ്ക്രീം എടുത്ത് അപ്പാർട്ട്മെന്റിന്റെ ബാൽക്കണിയിൽ പോയി ഇരുപ്പായി. അവൾക്കൊപ്പം കോകോയും പോയി ഇരുന്നു.

രണ്ടു സ്പൂൺ ഐസ്ക്രീം മിഷ എടുത്താൽ ഒരു സ്പൂൺ ഐസ്ക്രീം മിഷ കോകോയിക്കും കൊടുക്കും. രണ്ടും കൂടി ഐസ്ക്രീം തീറ്റി അങ്ങനെയൊരു ആഘോഷമാക്കി.

"നിനക്കോ ശ്രദ്ധയില്ല, ഇനിയാ പട്ടിക്ക് കൂടി ചുമ വരുത്തണോ?" നീര അവരെ ശകാരിച്ചു.

മിഷ അതൊന്നും ചെവികൊണ്ടില്ല. ഐസ്ക്രീം തിന്നു കഴിഞ്ഞതും അവൾ കോകോയുമായി പന്തുകളി തുടങ്ങി. സെറ്റിക്ക് മീതെ ചാടി മറിഞ്ഞ്, കട്ടിലിന്റെ പുറത്ത് കൂടി ചാടിയോടി, ഊണ് മേശക്ക് ചുറ്റും ഓടി കളിച്ച്. ആകെയൊരു മേളം.

നീര അവരെ വഴക്ക് പറയുന്നുണ്ടേലും, അവരുടെ കളി അവൾ മനസ്സുകൊണ്ട് ആസ്വദിക്കുന്നുണ്ടായിരുന്നു.

മുന്നിലേ കാളിങ് ബെല്ലിൽ നിന്നും ശബ്ദമുയർന്നു, കതക് തുറന്നപ്പോൾ സൂരജ് അകത്തേക്ക് കയറി വന്നു.

"ചായ എടുക്കട്ടെ?" നീര ചോദിച്ചു.

"ആ... എടുത്തോ."

ഇതിനിടയിൽ കോകോയും മിഷയും സൂരജിന്റെ മേലെ

ചാടി കയറി.

"അച്ഛനെ വെറുതെ വിടെന്റെ പിള്ളേരെ." നീര അടുക്കളയിൽ നിന്നും വിളിച്ചു പറഞ്ഞു.

"അച്ഛാ സ്നാക്ക്സ് മേടിച്ചോ?" മിഷ തിരക്കി.

"ബാഗിലുണ്ട്."

പിന്നെ സ്നാക്സിനു വേണ്ടി അച്ഛനും മകളും കോകോയും തമ്മിൽ മൽപിടുത്തമായി. അടുത്ത മേളം അതിനായി.

ഇതിനിടയിൽ ജോർജിന്റെ മെസ്സേജ് നീരയുടെ മൊബൈലിലെത്തി.

"ഹായ്, താൻ വീടെത്തിയോ?"

"ഓ എത്തി." അവളും മറുപടി അയച്ചു. "ഇവിടെ അച്ഛനും മക്കളും നല്ല മേളമാണ്."

"ആഹാ."

"എൽസ വന്നോ?"

"ഇല്ല. പിള്ളേരും, അമ്മയുമുണ്ട്."

"എന്നാ നടക്കട്ടെ. ഞാൻ സൂരജിന് ചായ കൊടുക്കട്ടെ."

"ഓക്കേ. ബൈ. ഫ്രീ ആകുമ്പോൾ മെസ്സേജ് ഇട്."

"👍"

നീര സൂരജിനുള്ള ചായയുമായ് എത്തി.

"അമ്മേ ഈ കോകോയോട് ഒന്ന് പോകാൻ പറ."

"ബൗ ബൗ..." അവനും കുരച്ചു.

"ചായ തട്ടി കളയല്ലേ മിഷ, കോകോ നീ സെറ്റിയിൽ നിന്നും താഴെ ഇറങ്ങിയേ."

"നീര നീയിതു കഴിച്ചു നോക്ക് പനീർ ജിലേബിയാണ്."

സൂരജ് അവളുടെ വായിൽ ഒരു ചെറിയ കഷണം ജിലേബി വച്ചു കൊടുത്തു.

"അച്ഛാ എനിക്കും."

"ബൗ ബൗ ബൗ..."

വീടിനുള്ളിൽ ഒരു ഉത്സവ പ്രതീതി.

* * * * *

നീര കോക്കോയുമൊത്ത് സെറ്റിയിൽ ഇരുന്നു. അവർക്ക് മുന്നിലെ ഭിത്തിയിൽ മിഷയുടെ ചിരിക്കുന്നയൊരു പടം തൂങ്ങി

കിടക്കുന്നുണ്ടായിരുന്നു.

"ഈ ഭൂമി പോലെ മറ്റൊരു ഭൂമി ഉണ്ടെങ്കിൽ? അവിടെ എന്റെ മിഷ ജീവിച്ചിരിപ്പുണ്ടെങ്കിൽ?" നീര മനസ്സിലോർത്തു.

* * * * *

ശരത് കുമാർ.

നഗരത്തിലെ അറിയപ്പെടുന്ന ഒരു കൗൺസിലറും, ഹീലറു മൊക്കെയാണ്.

പ്രായം അറുപതിനോട് അടുത്തു വരും.

അവിവാഹിതൻ.

"Why should you marry, when you can do it?" എന്ന പ്രമാണത്തിൽ അടിയുറച്ചു വിശ്വസിക്കുന്നവൻ.

ഇതൊക്കെ ആണേലും കാഴ്ച്ചയിൽ ഒരു സന്യാസി മട്ടാണ്.

കാഷായ വസ്ത്രവും, രുദ്രാക്ഷവും, നെറ്റിയിൽ ഭസ്മവും പിന്നെ ഇതിനൊക്കെ നേരെ വിപരീതമായ ആധുനികത തുളുമ്പുന്ന ടച്ച് സ്ക്രീൻ മൊബൈൽ ഫോണും.

കക്ഷിക്ക് സ്വന്തമായൊരു യൂട്യൂബ് ചാനലുണ്ട്.

അതിൽ ആഗ്രഹങ്ങൾ എങ്ങനെ നിമിഷ നേരം കൊണ്ടു നേടി എടുക്കാം, അസ്ട്രൽ projection എങ്ങനെ ചെയ്യാം, എങ്ങനെ ചുരുങ്ങിയ നേരം കൊണ്ട് പണക്കാരനാവാം, ആത്മാവിനോട് സംസാരിക്കേണ്ടത് എങ്ങനെ? തുടങ്ങിയ അൾട്രാ മോഡേൺ വിദ്യകളെ പറ്റിയുള്ള വീഡിയോകൾ കാണാം.

സ്വബുദ്ധിയുള്ളവർക്ക് ഒറ്റ നോക്കിൽ ഇതെല്ലാം തട്ടിപ്പായി തോന്നിയേക്കാമെങ്കിലും ശരത് കുമാറിന് ഏകദേശം 5k followers ഉം 1 billion viewers ഉം ഉണ്ട്.

ശരത് ഏറ്റവും വിജയകരമായ വീഡിയോകളിലൊന്ന്, നിമിഷ നേരം കൊണ്ടെങ്ങനെ ചെറിയ ചെറിയ ആഗ്രഹങ്ങൾ സാധിച്ചെടുക്കാമെന്നതാണ്.

ആ വീഡിയോ ഇങ്ങനെയാണ്...

"നിങ്ങൾ ആഗ്രഹിക്കുന്ന വ്യക്തി, ഇന്നു നിങ്ങളെ വിളിച്ചു സംസാരിക്കണമെന്നു നിങ്ങൾ ആഗ്രഹിക്കുന്നുണ്ടോ? ഇന്നു തന്നെ നിങ്ങൾക്ക് പോസിറ്റീവ് ആയൊരു മറുപടി കിട്ടണമെന്ന്

നിങ്ങൾ ആഗ്രഹിക്കുന്നുണ്ടോ? എന്നാൽ നിങ്ങൾ ചെയ്യേണ്ടത് ഇത്രമാത്രം.

രണ്ടു വൃത്തിയുള്ള കുപ്പി ഗ്ലാസ് എടുക്കുക. ഒരു കുപ്പിയിൽ നിറയെ ശുദ്ധ ജലം എടുക്കുക. ഒരു പേപ്പറിൽ നിങ്ങൾ എന്ത് നടക്കരുത് എന്ന് ആഗ്രഹിക്കുന്നുവോ അത് എഴുതുക. എന്നിട്ടത് ഒരു ഗ്ലാസ്സിൽ ഒട്ടിച്ചു വയ്ക്കുക. എന്നിട്ടതിൽ വെള്ളം നിറച്ചു വയ്ക്കുക. രണ്ടാമത്തെ ഗ്ലാസ്സിൽ, നിങ്ങൾ എന്തു നടക്കണമെന്ന് ആഗ്രഹിക്കുന്നുവോ, അതൊരു പേപ്പറിൽ എഴുതി ഒട്ടിച്ചു വയ്ക്കുക. ആദ്യത്തെ ഗ്ലാസ്സിൽ നിന്നും വെള്ളം രണ്ടാമത്തെ ഗ്ലാസ്സിലേക്ക് ഒഴിക്കുക. എന്നിട്ട് നിങ്ങൾ നടക്കാൻ ആഗ്രഹിക്കുന്ന കാര്യം മാത്രം മനസ്സിൽ ആലോചിക്കുക. അതിനു ശേഷം ഒറ്റ വലിക്ക് ആ ഗ്ലാസ്സിലെ വെള്ളം കുടിച്ചു തീർക്കുക. നിങ്ങൾ മനസ്സിൽ ആഗ്രഹിക്കുന്ന കാര്യം, എന്തായാലും ഉറപ്പായും ഒരു ദിവസത്തിനുള്ളിൽ നടന്നിരിക്കും. വെള്ളത്തിനു സ്വന്തമായി ചില കഴിവുകൾ ഉണ്ട്. ആ ശക്തി ഉപയോഗിച്ചാണ് നമ്മൾ കാര്യങ്ങൾ ഇങ്ങനെ വെള്ളം കുടിച്ചു നേടി എടുക്കുന്നത്. ഇതു സയൻസ് ആണ്. എന്ന് സ്നേഹപൂർവ്വം നിങ്ങളുടെ ശരത് കുമാർ."

ഈ വീഡിയോക്ക് അടിയിൽ വരുന്ന അടിക്കുറിപ്പുകളാണ് അതിലും മനോഹരം.

"ശരത് സർ അങ്ങ് പറഞ്ഞത് പോലെ വെള്ളം കുടിച്ചു നോക്കിയപ്പോൾ എന്റെ ബോയ് ഫ്രണ്ട് ഇന്ന് എന്നെ ഇങ്ങോട്ട് വിളിച്ചു. നന്ദി സർ. ഇനിയും ഇതുപോലുള്ള അങ്ങയുടെ വീഡിയോകൾക്കായി ഞാൻ കാത്തിരിക്കുന്നു." നമിത99

"സർ വെള്ളം കുടിച്ചു നോക്കി, എനിക്ക് ഫലമുണ്ടായി." ആശ_12

"സർ ഞാനിത് ട്രൈ ചെയ്തു. ഞാൻ എക്സാം പാസ്സ് ആയി." വിജയ് ബാബു.

ഇതിനെല്ലാം ശരതിന് ഒരു മറുപടി മാത്രം "🙏"

4

ചില കഥകൾ

ശരത് കുമാറെന്ന നവയുഗ മന്ത്രവാദിയെ നീരയ്ക്ക് അറിയാം. അവർ ഒരുമിച്ച് ഒരു parapsychology യുടെ കോഴ്സ് ചെയ്യുകയുണ്ടായി.

നീരയുടെ ജീവിതത്തിൽ, അവൾ ഒറ്റപ്പെടൽ അറിയാൻ തുടങ്ങിയ സമയം. മനസ്സ് എന്തിലേലും ഉടക്കി നിറുത്തിയില്ലേൽ ഭ്രാന്തായി പോകുമെന്നയൊരവസ്ഥ നീരയുടെ ജീവിതത്തിലും ഉണ്ടായിരുന്നു.

മിഷയുടെ മരണത്തോടെയും, സൂരജിന്റെ അകൽച്ചയോടെയുമാണവളാ ഏകാന്തത അറിഞ്ഞു തുടങ്ങിയത്.

“ഹലോ, ഞാൻ ശരത്.”

“ഞാൻ നീര.”

അന്നവർ പരിചയപ്പെട്ടത് അങ്ങനെയായിരുന്നു.

“നിങ്ങൾക്ക് എന്തെ parapsychology ഇൽ ഒരു താൽപ്പര്യം തോന്നാൻ?” ശരത് തിരക്കി.

“വെറുതെ. ഒരു രസം. ഞാനൊരു ചരിത്ര അധ്യാപികയാണ്. യൂണിവേഴ്സിറ്റിയിൽ പഠിപ്പിക്കുന്നു.”

“എന്നിട്ടും ഇമ്മാതിരി വിഷയങ്ങളോട് നിങ്ങൾക്ക് എങ്ങനെ താല്പര്യം തോന്നി?” ശരത്തിന് വീണ്ടും സംശയമായി.

“എന്തെ താല്പര്യം തോന്നിക്കൂടാ എന്നുണ്ടോ?”

“എടോ, തന്നെ ഞാൻ പ്രകോപ്പിച്ചോ?” ശരത് ചിരിച്ചുകൊണ്ടു ചോദിച്ചു.

“ഇല്ലെടോ. ഞാൻ വെറുതെ... കുട്ടികളെ പഠിപ്പിക്കു

മ്പോൾ ഇടവേളകളിൽ ഇങ്ങനുള്ള വിഷയങ്ങളെ പറ്റി പറഞ്ഞ് അവരുടെ പ്രശംസ കൂടുതലായി പിടിച്ചു പറ്റാമെന്ന് കരുതി." നീരയും ഒരു ചിരിയോടെ പറഞ്ഞു നിറുത്തി. "അതിരിക്കട്ടെ ശരത് എന്തിനാ ഈ parapsychologicക്കു പിറകെ?"

"എനിക്കിതിലൊക്കെ കുറച്ചു interest ഉണ്ട്. താൻ എന്നെയൊന്ന് യൂട്യൂബിൽ സെർച്ച് ചെയ്തു നോക്കാമോ?"

നീരയതനുസരിച്ചു. അവൾ യൂട്യൂബിൽ കയറി ശരത്തിനെ നോക്കി

"ആഹാ! താൻ ആള് കൊള്ളാലോ, കൗൺസിലർ... ഹീലർ... എന്നുവേണ്ട കൈനോട്ടം വരെ തന്റെ കൈയിൽ ഉണ്ടല്ലോ? എന്നിട്ടാണോ ഇപ്പോൾ പ്രേതങ്ങളുടെ സൈക്കോളജി പഠിക്കാൻ ഈ parapsychology കൂടി പഠിക്കുന്നെ?" നീര ഒരു തമാശ പോലെ ചോദിച്ചു.

"പ്രേതം ആണേലും ആത്മാവ് ആണേലും അതിന്റെയും ശാസ്ത്രീയ വശം കുറച്ച് അറിഞ്ഞിരിക്കുന്നതിൽ തെറ്റുണ്ടോ?"

"ഏയ്... ഇല്ലെടോ. പക്ഷേ ഇതിനൊക്കെ ശരിക്കും ഒരു ശാസ്ത്രീയ വശമുണ്ടോ?"

"ഞാൻ പണ്ട് വായിച്ചതാണ്. ഒരു പ്രശസ്ത cytologist എഴുതിയ ഒരു പുസ്തകം. അതിൽ പറഞ്ഞിരിക്കുന്നത് ഈ പ്രകാരമാണ്."

"മം." നീര ആകാംഷയോടെ മൂളി.

"നമ്മുടെ ശരീരം ഒരു ടീവി പോലെ ആണെന്ന് കരുതുക. അതിലേക്കുള്ള സിഗ്നലുകൾ antenna വഴി എത്തുന്നു. അപ്പോൾ ടീവി യിൽ പടങ്ങൾ തെളിഞ്ഞു വരുന്നു. നമ്മളാ പടങ്ങൾ കാണുന്നു, കേൾക്കുന്നു, അറിയുന്നു. അതുപോലെ തന്നെ മനുഷ്യ ശരീരം, ചുറ്റുപാടുമുള്ള കാഴ്ച്ചകൾ, ശബ്ദങ്ങൾ ഒക്കെ തലച്ചോറിന്റെ സഹായം വഴി നമ്മൾ കാണുന്നു, കേൾക്കുന്നു, അറിയുന്നു. ഒരു ടീവി ചീത്ത ആയി പോയാലും, ഈ സിഗ്നലുകൾ ഇല്ലാതെ ആവുന്നില്ല. നമ്മൾ മരിച്ചു പോയാലും നമുക്ക് ചുറ്റുമുണ്ടായിരുന്ന ഈ തരംഗങ്ങളും ഇല്ലാതെ ആവുന്നില്ല. വീണ്ടും ഒരു നല്ല ടീവി set കിട്ടിയാൽ നമുക്ക് ആ കാഴ്ച്ചകളെല്ലാം അതേ പോലെ തന്നെ വീണ്ടും കാണാവുന്നതേയുള്ളു. അതുപോലെ വീണ്ടുമതുപോലെയുള്ള ഒരു മനുഷ്യ ശരീരം കിട്ടിയാൽ മരിച്ചു

പോയ ആളുടെയാ കാഴ്ചകൾ വീണ്ടും നമുക്ക് കാണാം. ഇതിനെയാണ് നമ്മൾ ആത്മാവ് എന്ന് പറയുന്നത്."

"അയ്യോ! ഒന്നും മനസ്സിലാവുന്നില്ല. ഒന്നൂടെ ശരത്തൊന്ന് വിശദീകരിക്കാമോ?"

"ടീവി യുടെ antenna പോലെ, മനുഷ്യ ശരീരത്തിലെ കോശങ്ങൾക്കും antenna അഥവാ receptors ഉണ്ട്. അത് ഓരോ ശരീരത്തിനും വെവ്വേറെ ആണ്. ഇത്രയും മനസ്സിലായോ?"

"ആ.. ആയി."

"അതുകൊണ്ട് താൻ അനുഭവിക്കുന്ന ചൂടും വികാരങ്ങളു മാവില്ല ഞാൻ അനുഭവിക്കുക."

"അതും മനസ്സിലായി."

"എന്നാൽ ഇനി ഞാൻ ഒരു കഥ പറയാം. അപ്പോൾ തനിക്ക് കുറച്ചു കൂടി മനസ്സിലാവും."

"ആ... പറ."

"ഒരു പെൺകുട്ടിക്ക് ഒരിക്കൽ ഹൃദയം മാറ്റിവയ്ക്കൽ ശസ്ത്രക്രിയ നടത്തി. തനിക്ക് ആരുടെ ഹൃദയമാണ് കിട്ടിയതെന്ന് പെൺകുട്ടിക്ക് അറിവുണ്ടായിരുന്നില്ല. സർജ്ജറി കഴിഞ്ഞ് കുറച്ചു നാൾ കഴിഞ്ഞപ്പോൾ മുതൽ സസ്യാഹാര പ്രി യയായിരുന്ന പെൺകുട്ടി, ഇറച്ചിയും, ബീയറും കഴിച്ചു തുടങ്ങി. ഇതെന്താ ഇവൾക്ക് ഇങ്ങനെയൊരു സ്വഭാവ മാറ്റമെന്നവളുടെ വീട്ടുകാർ ചിന്തിച്ചു തുടങ്ങി. ഒടുവിൽ കാര്യം അന്വേഷിച്ചു വന്നപ്പോൾ, പെൺകുട്ടിക്ക് കിട്ടിയ ഹൃദയം, ഇതെല്ലാം തിന്നിരുന്ന ഒരു പയ്യന്റെയാണെന്ന് അവർ കണ്ടെത്തി. മരിച്ചു പോയ പയ്യന്റെ ജീവിച്ചിരിക്കുന്ന ഹൃദയം, ആ പയ്യന്റെ ആത്മാവ് അല്ലെങ്കിൽ സിഗ്നലുകൾ പിടിച്ചെടുക്കുന്നുണ്ടെന്ന് നമുക്ക് ഇതിൽ നിന്നുമെല്ലാം അനുമാനിക്കാം."

"താൻ ആള് കൊള്ളാമല്ലോ." നീര ശരത്തിനെ അഭിനന്ദിച്ചു.

നീരയും ശരത്തും തമ്മിൽ പത്തിരുപതു വയസ്സിന്റെ വ്യത്യാസം ഉണ്ടേലും, സമപ്രായക്കാരെ പോലവർ പെരുമാറി.

അടുപ്പം ഉണ്ടായിരുന്നേലും, അവൾ തന്റെ മിഷയെ പറ്റിയോ, സൂരജിനെ പറ്റിയോ കൂടുതലായ് ഒന്നും ശരത്തിനോട് പറഞ്ഞിരുന്നില്ല. എന്നാൽ ശരത് തന്റെ ബാച്‌ലർ ലൈഫിന്റെ എല്ലാ കുരുത്തക്കേടുകളെ പറ്റിയും അവളോട് പറഞ്ഞിരുന്നു.

"എന്തെ ഇതൊക്കെ താൻ എന്നോട് പറയുന്നു?" നീര ഒരിക്കൽ ശരത്തിനോടായി ചോദിച്ചു.

"അതൊരു മനസുഖം. താൻ എന്റെ നല്ലൊരു സുഹൃത്തായേക്കാം. എന്നൊരു തോന്നൽ."

"അതോ, ഇങ്ങനെയുള്ള വെടി കഥകൾ പറഞ്ഞു പറഞ്ഞു, എന്നെ പയ്യെ പയ്യെ മൂഡാക്കി, തന്റെ കിടക്കയിൽ ഒരിക്കൽ എത്തിക്കാമെന്ന് തനിക്കു വല്ലോ ചിന്തയുമുണ്ടോ?" നീര തന്റെ നെറ്റി ചുളിക്കികൊണ്ട് തിരക്കി.

"അങ്ങനെയൊരു ചിന്ത ഇല്ലാതെയില്ല. എന്തെ താല്പര്യമുണ്ടോ? താനും adult ഞാനും adult. പിന്നെ വേണ്ടത് സമ്മതം മാത്രം. ഇതിൽ ഞാൻ ഓക്കേ. താനോ?"

"ഹഹഹ... അമ്പട വിരുത... ഇതിനെയാണ് കൊത്തി കൊത്തി മുറത്തിൽ കയറുക എന്ന്, സിംപിൾ ആയിട്ട് പറയുക."

"എന്നാ താൻ കേട്ടോ, ഞാൻ മറ്റൊരു കഥ കൂടി പറഞ്ഞു തരാം."

"മം... പോരട്ടെ." അവൾക്കും താല്പര്യം കയറി.

"ഫേസ്ബുക്കിൽ ഞാനൊരു സ്ത്രീയെ പരിചയപ്പെട്ടു. ഒരു അൻപത് വയസ്സ് പ്രായം വരുന്ന ഒരു സുന്ദരി. ഭർത്താവും മക്കളുമൊക്കെ settled."

"ഭർത്താവ് settled ഓ?"

"എന്നുവച്ചാൽ ഭർത്താവ് ഗൾഫിൽ, ഇവർ നാട്ടിൽ മൂത്ത മകനോട് ഒപ്പം."

"ഓ അങ്ങനെ. എന്നിട്ട്."

"മകൻ വീട്ടിൽ ഇല്ലാത്തയൊരു ദിവസം, ഞാനും അവളും ചാറ്റ് തുടങ്ങി."

"ഏത്, മറ്റേ ടൈപ്പ് ചാറ്റോ?"

"ങ്ങാ... അതു തന്നെ."

"എന്നിട്ട്?"

"കിടന്നു പിടയ്ക്കാതെ ബാക്കി പറയാം."

"ഓ ശരി."

"നിങ്ങൾ ഇപ്പോൾ എന്റെ വീടിന്റെ മതില് ചാടി വരികയാണേൽ, ഞാൻ നിങ്ങളുമായി സെക്സിനു സമ്മതിക്കാമെന്നവളെന്നെ വെല്ലുവിളിച്ചു."

"സ്വാഭാവികം. എന്നിട്ട്?"

"ഞാൻ നേരെ പോയി ഒരു condom വാങ്ങി, എന്നിട്ട് അവളുടെ വീടിന്റെ കാളിങ് ബെല്ലിൽ പോയി വിരൽ അമർത്തി."

"അടിപൊളി. എന്നിട്ട്?"

"കതക് തുറന്ന് എന്നെ കണ്ടതും അവൾ ഞെട്ടി. ഞാനും ഞെട്ടി."

"താൻ എന്തിനാ ഞെട്ടുന്നെ?'

"അവൾ ഫേസ്ബുക്കിൽ ഇട്ടിരുന്നത് ഫിൽറ്റർ ഉപയോഗിച്ച പടങ്ങൾ ആയിരുന്നു. അതി സുന്ദരി. പക്ഷേ പുട്ടി ഇല്ലാതെ അവളെ നേരിട്ട് കണ്ടപ്പോൾ, എന്റെ സാധനം സത്യത്തിൽ തണുത്തു പോയി."

"ഹഹഹ..." നീര നിറുത്താതെ ചിരിച്ചു. "എന്നിട്ട്."

"എന്നിട്ട് എന്താ? ഞാനൊന്ന് ശ്രമിച്ചു നോക്കി. സാധനം വാങ്ങിയതല്ലേ. പക്ഷേ അവൾ ഒടുക്കത്തെ ഡയലോഗ് മാത്രം, ചെയ്യാൻ ഒരു വിധത്തിൽ തയ്യാർ ആകുന്നില്ല. ഒടുവിൽ ഒരു ഉമ്മ, രണ്ടു കെട്ടിപ്പിടുത്തം. ഇത്രയിലും കാര്യം ഒതുക്കി ഞാനിങ്ങു പോന്നു."

"ശോ! കഷ്ടമായി."

"ഇപ്പോൾ ഇതാടോ അവസ്ഥ. വെറും വർത്താനം മാത്രമേയുള്ളു, കാര്യമൊന്നും നടക്കുന്നില്ല." ശരത് അൽപ്പം നിരാശയോടെ പറഞ്ഞു.

"പ്രായമായില്ലേ തനിക്ക്? പഴയ പോലെ വേട്ടയ്ക്ക് പോയാൽ എങ്ങനെ പച്ച പിടിക്കാനാണ്?" നീര കളിയായി പറഞ്ഞു.

"ഇതൊന്നും താൻ ഇങ്ങനെ പുച്ഛ ഭാവത്തോടെ കാണരുത്. ഇതൊക്കെ ഒരു വികാരമാണ്. അതില്ലേ ആണായാലും പെണ്ണായാലും ഒന്നും അങ്ങോട്ട് ശരിയാവില്ല. ജീവിതത്തിന് ഒരർത്ഥവും തോന്നില്ല."

"ഏയ്യ്, അങ്ങനെ മുഴുവനായും പറയരുത്. പെണ്ണുങ്ങളിൽ പലരും അഭിനയം മാത്രമാണ്. വികാരമുണ്ടാവാൻ ഇടയില്ല."

"ഞാൻ വികാരമില്ലാത്തവരിൽ പെരുമാറാറില്ല. അവൾ നോ എന്ന് പറഞ്ഞാൽ നോ തന്നെ."

"ആഹാ! ഭയങ്കരം."

"അതുപോട്ടെ. തനിക്ക് താല്പര്യമുണ്ടോ? അതു പറ."

"ഇല്ലെടോ."

"അതെന്താ?"

"അത് അങ്ങനെയായി പോയി. കാരണം പിന്നീട് ഒരിക്കൽ പറയാം. ഇന്ന് മൂഡില്ല."

"എന്നേലും ഓക്കേ ആണേൽ പറഞ്ഞോ, ഞാൻ റെഡി."

"അതെന്താ അങ്ങനെ?"

"തന്നെ എനിക്ക് ഇഷ്ട്ടമായത് കൊണ്ട്."

"ഹഹഹ." നീര വീണ്ടും ചിരിച്ചു.

ഇതായിരുന്നു ശരത്തും നീരയും തമ്മിലുള്ള ബന്ധം. അൽപ്പം കാര്യം, അൽപ്പം തമാശ, അൽപ്പം കാമം.

* * * * *

സൂരജും നീരയും തമ്മിലുണ്ടായിരുന്ന ബന്ധം, എന്നാൽ മറ്റൊരു രീതിയിൽ ആയിരുന്നു.

നീര സൂരജിനെ പരിചയപ്പെടുമ്പോൾ, അയാൾ ലേഖയുടെ ഭർത്താവും, രണ്ടു കുട്ടികളുടെ അച്ഛനും ആയിരുന്നു.

സൂരജിന് നീരയെ കണ്ടമാത്രയിൽ തന്നെ അവളോട് പ്രണയം... അല്ല കാമം തോന്നുക ആയിരുന്നു.

സൂരജിന്റെ ക്ലാസ്സിലെ ഏറ്റവും മിടുക്കിയായിരുന്ന വിദ്യാർത്ഥിനിയുമായിരുന്നു നീരയന്ന്. അവളോട് അടുക്കുക അതുകൊണ്ട് തന്നെ സൂരജിന് എളുപ്പമുള്ള കാര്യമായിരുന്നു.

നീരയുടെ മനസ്സിൽ, എപ്പോഴാണ് തന്റെ അധ്യാപക നോടുള്ള പ്രണയം മുള പൊട്ടിയതെന്ന് അവൾക്കു പോലും അറിയില്ല.

നീരയുടെ വയറ്റിൽ മിഷ വളരുന്നുവെന്ന് അറിഞ്ഞ നിമിഷം തന്നെ, തന്റെ ആദ്യ ഭാര്യയെയും മക്കളെയും ഉപേക്ഷിച്ചു സൂരജ്, നീരയുമൊത്ത് ഈ അപാർട്മെന്റിൽ താമസമാക്കി.

പിന്നീടുള്ള അഞ്ചു വർഷങ്ങൾ സ്വപ്നം പോലെയായിരുന്നു നീരയ്ക്ക്. സൂരജ്, മിഷ പിന്നെ കോകോ. മനോഹരമായിരുന്നു ആ ദിനങ്ങൾ.

മിഷയുടെ മരണത്തോടെ എല്ലാം അവസാനിച്ചു.

സൂരജ് നല്ലൊരു ഭർത്താവും, അച്ഛനുമൊക്കെ ആയിരുന്നു. പക്ഷേ ചില കാര്യങ്ങളിൽ അയാൾക്ക് പിടിവാശി കൂടുതൽ

ആയിരുന്നു.

കുട്ടികൾ പുറത്ത് പോയി കളിക്കരുത്, എന്നൊരു അലിഖിത നിയമം അയാൾക്കുണ്ടായിരുന്നു.

“അടച്ചിട്ട ഫ്ലാറ്റിനുള്ളിൽ നിങ്ങൾക്ക് എന്തു വേണേലും ആവാം, പക്ഷേ വീടിനു പുറത്ത് കളിക്കാൻ പോകരുത്.” മിഷയേയും കോകോയേയും നോക്കി സൂരജ് സ്ഥിരമായി ഇങ്ങനെ ഉപദേശിച്ചിരുന്നു.

അടുത്ത വീട്ടിലെ കുട്ടികൾ സൈക്കിൾ ചവിട്ടുമ്പോഴും, മുറ്റത്തൂടെ ഓടി കളിക്കുമ്പോഴും മിഷ, ജനൽ കമ്പികളിൽ തൂങ്ങി കിടന്ന് ഒളിഞ്ഞിരുന്ന് അവരെ നോക്കുമായിരുന്നു.

ഇത്രയും അടച്ചു പൂട്ടി വളർത്തിയിട്ടും, മിഷക്കത് സംഭവിച്ചു.

സൂരജില്ലാത്ത ഒരു നേരം, നീരയുടെ കണ്ണ് വെട്ടിച്ച് മിഷയും കോകോയും കൂടി മുറ്റത്തു കളിക്കാൻ ഇറങ്ങി.

ആകാശം ഇരുണ്ടു, പൊടുന്നനെ മഴ പെയ്യ്തു തുടങ്ങി.

മഴയിൽ നനഞ്ഞും, ചെളിയിൽ ഉരുണ്ടും രണ്ടും കൂടി ഒരേ മേളമായി.

എതിരെ വന്ന വണ്ടി ഇരുവരും കണ്ടില്ല, അതു കോകോയേയും മറി കടന്ന്, മിഷയെ ഇടിച്ചു തെറിപ്പിച്ചു കടന്നു പോയി. ചോര വാർന്നു കിടന്നിരുന്ന മിഷക്കരികിൽ കോകോ കുരക്കുന്നുണ്ടായിരുന്നു. മിഷയുടെ കുഞ്ഞു ഹൃദയം പെട്ടെന്ന് നിലച്ചു.

“അനുസരണക്കേടിന്റെ ശിക്ഷയാണ് മരണം.” സൂരജ് ഇത്ര മാത്രം നീരയോടായി പറഞ്ഞു.

അയാളുടെ ആദ്യ ഭാര്യയുടെയും മക്കളുടെയും ശാപമാവും മിഷയുടെ മരണത്തിനു പിന്നിലെന്ന് സൂരജ് വിശ്വസിച്ചു. പിന്നൊന്നും നോക്കിയില്ല, നീരയെ ഉപേക്ഷിച്ചു അയാൾ തന്റെ പഴയ ജീവിതത്തിലേക്ക് തന്നെ തിരിച്ചു പോയി.

അന്നൊരു കൈത്താങ്ങായി അവൾക്കൊപ്പം നിന്നത് അവളുടെ ബാല്യകാല സുഹൃത്തായ ജോർജ് മാത്രമായിരുന്നു.

ജോർജിന്റെ ഭാര്യ എൽസക്ക് നീരയുമായുള്ള ജോർജിന്റെ സൗഹൃദത്തിൽ സ്വാഭാവികമായും എതിർപ്പുകൾ ഉണ്ടായിരുന്നു. അതുകൊണ്ട് തന്നെ അതൊരു രഹസ്യമായി തന്നെ ജോർജും നീരയും കൊണ്ടു പോയി.

നീരയ്ക്ക് ജോർജിനോട് പ്രണയമോ കാമമോ ഒന്നുമുണ്ടായിരുന്നില്ല.

എന്നോ കഠിനമായ ഒറ്റപ്പെടൽ തോന്നിയ ഒരു ദിവസം അവൾക്ക് ജോർജിന്റെ ശരീരം വേണമെന്ന് തോന്നി.

അത്ര തന്നെ.

അതിൽ കവിഞ്ഞു, ഒരു വികാരവും നീരയ്ക്ക് ജോർജിനോട് ഒരിക്കലും തോന്നിയിരുന്നില്ല.

അവന്റെ അരക്കെട്ടിലിരുന്ന്, ആടി ഉലഞ്ഞു നോക്കിയേലും, അവളിൽ രതിമൂർച്ചയെന്നയൊരു വികാരം വന്നില്ല. മറിച്ച് അവൾ പിന്നീട് ജോർജിനായി വെറുതെ കിടന്നു കൊടുക്കുക മാത്രമായിരുന്നു.

"എന്തെ നിനക്ക് വേണ്ടേ?" ജോർജ് നീരയെ മനസ്സിലാക്കിയിട്ടെന്നോണം ചോദിച്ചു.

"വേണ്ട. നീ കളഞ്ഞല്ലോ. എനിക്കത് മതി."

"ലൈംഗീകത... ഇതൊക്കെ വികാരങ്ങളുടെ വെറും എടുത്ത് ചാട്ടം മാത്രം. അതിനുമപ്പുറം മനസ്സിന് പങ്കുണ്ടേൽ മാത്രമേ അതു പ്രണയമാകുന്നുള്ളു." നീര മനസ്സിൽ ചിന്തിച്ചു.

* * * * *

നേരം പാതിരയോട് അടുത്ത് കാണും. നീര ഒരു മൂന്നു പെഗ്ഗ് എങ്കിലും അകത്താക്കി കാണണം. അവൾ അന്നേ ദിവസം, ലോകത്തിലെ ഏറ്റവും വലിയ പിരമിഡുകളിൽ ഒന്നായ മെക്സിക്കോയിലെ ചൊലുലാ പിരമിഡിനെ പറ്റി പഠനം നടത്തി. Quetzalcoatl എന്ന ദൈവത്തിനു വേണ്ടി ആസ്സ്റ്റെക്കുകൾ നിർമ്മിച്ചുവെന്ന് കരുതപ്പെടുന്ന പിരമിഡ്.

ആ പിരമിഡിനു താഴെയായി, അതിന്റെ ഒത്ത നടുവിലായി, വിശുദ്ധമെന്ന് കരുതപ്പെടുന്നയൊരു ചെറിയയൊരു അരുവി ഒഴുകുന്നുണ്ട്. ഈജിപ്റ്റിലെ ഗീസ പിരമിഡിനും അടിയിലായി ഇങ്ങനെയൊരു അരുവി ഒഴുകുന്നുണ്ട്.

അന്ന് രാത്രിയാണ് നീരയാ സ്വപ്നം ആദ്യമായി കാണുന്നത്.

അഞ്ചു സുന്ദരികൾ, അഞ്ചു സന്യാസിനികൾ.

"മായ, ഹിമ, ദയ, ഇഷ, സായ. ആരണിവർ? ഇവർ എന്റെ സ്വപ്നം മാത്രമാവുമോ?" നീര സ്വയം ചോദിച്ചു.

5

കൂടോത്രം

ശരത് കുമാറിന്റെ സുഹൃത്തും എന്നാൽ അതേപോലെ തന്നെ അയാളുടെ നല്ലൊരു എതിരാളിയുമായിരുന്നു ജോസി ചാച്ചപ്പൻ.

ജോസിയുടെ പ്രായം ഏകദേശം നാൽപതുകളോട് അടുത്ത് നിൽക്കും. പുള്ളി ഒത്തൊരു കോട്ടയം അച്ചായനാണ്, റബ്ബറും, പൈനാപ്പിൾ കൃഷിയുമൊക്കെയായി കാശിനു വലിയ മുട്ടില്ല. എങ്കിലും അത്യാവശ്യം യൂട്യൂബ് വ്ലോഗും, ജോത്സ്യവു മൊക്കെയായി പുള്ളി വേറെ കുറച്ചു കൂടി വരുമാനം ഉണ്ടാക്കുന്നുണ്ട്. ജോസിയുടെ രണ്ടാം ഭാര്യയൊരു ഹിന്ദുവാണ്. പേര് രേഷ്മ. രേഷ്മ ഒരു അതിസുന്ദരിയാണെന്ന് പറയാതെ തരമില്ല. അവളുടെ ആദ്യ ഭർത്താവ് ഗോപികൃഷ്ണൻ, രേഷ്മയെ ആത്മാർത്ഥമായി സ്നേഹിച്ചിരുന്നു, എന്നാൽ രേഷ്മ ജോസിയുടെ കൂടെ ജീവിക്കാൻ തീരുമാനിച്ചപ്പോൾ ഗോപികൃഷ്ണൻ ആത്മഹത്യ ചെയ്യുകയായിരുന്നു.

എന്നാൽ ഇതൊന്നും ജോസിയുടെയൊ, രേഷ്മയുടെയോ ജീവിതത്തെ ബാധിച്ചില്ല.

"ആദ്യ ഭർത്താവ് തൂങ്ങി ചത്തിട്ടുണ്ടെങ്കിലത് അയാളുടെ കഴിവുകേട്." ഇങ്ങനെയാണ് രേഷ്മയുടെ മനസ്സ് ചിന്തിച്ചിരുന്നത്.

നാട്ടുകാരും വീട്ടുകാരും കുത്തും കോമയുമൊക്കെ ചേർത്ത് അവളെയും ജോസിയെയും ഇതേ ചൊല്ലി കുറേ കുറ്റപ്പെടുത്തിയേലും, അവരുടെ പ്രണയം അതൊന്നും വകവച്ചു കൊടുത്തില്ല.

അതൊക്കെ പോട്ടെ നമുക്ക് ജോസിയിലേക്ക് മാത്രമായി തിരിച്ചു വരാം.

ശരത്തിന്റ കൂടെ, ഒരു restaurant ന്റെ ഇൽ ആഹാരം കഴിക്കാൻ പോയപ്പോഴാണ്, നീര ആദ്യമായി ജോസിയെയും രേഷ്മയേയും കണ്ടു മുട്ടുന്നത്. അവർ അന്ന് പരിചയപ്പെട്ടു.

“രേഷ്മ, നിങ്ങൾ നല്ല സുന്ദരിയാണ് കേട്ടോ.” നീര രേഷ്മയെ പരിചയപ്പെട്ടയുടനെ അഭിപ്രായപ്പെട്ടു.

“താങ്ക്യൂ.” ഒരു പുഞ്ചിയോടെ രേഷ്മ പറഞ്ഞു.

“നിങ്ങളുടെ വീട്ടിൽ ആരെല്ലാം?” രേഷ്മ തിരക്കി.

“ഞാനും എന്റെ പട്ടിയും മാത്രം.”

” അപ്പോൾ കുടുംബമൊക്കെ?”

“ഇല്ല. ഞാൻ മാത്രം.” നീര അലസമായി പറഞ്ഞു.

“അങ്ങനെ വരാൻ വഴിയില്ലല്ലോ?” ജോസി ചുമ്മാതൊന്ന് എറിഞ്ഞു നോക്കി.

“ആ... എനിക്കൊരു മകൾ ഉണ്ടായിരുന്നു, മരിച്ചു പോയി." നീരയൊരു ഒഴുക്കൻ മട്ടിൽ പറഞ്ഞവസാനിപ്പിച്ചു.

“കണ്ടോ, എനിക്ക് നിങ്ങളുടെ ശബ്ദം കേട്ടാൽ മതി കാര്യങ്ങൾ മനസ്സിലാക്കാൻ.

“എന്ത് മനസ്സിലാക്കാൻ?” നീരക്ക് കാര്യങ്ങൾ അങ്ങോട്ട് വ്യക്തമായില്ല.

“എന്റെ ഇച്ചായന് പ്രത്യേക കഴിവുകളൊക്കെ ഉണ്ട്.” രേഷ്മ അൽപ്പം അഭിമാനത്തോടെ പറഞ്ഞു.

“പ്രത്യേക കഴിവുകളോ? എന്താ അത്?”

“എന്റെ ഇച്ചായന് മരിച്ചു പോയവരോട് സംസാരിക്കാനുള്ള കഴിവുണ്ട്. പുള്ളിക്ക്, മുൻജന്മത്തിൽ നിങ്ങൾ ആരായിരുന്നുവെന്നും, നിങ്ങളുടെ ഭാവി എന്താകുമെന്നുമൊക്കെ പ്രവചിക്കാൻ കഴിയും.”

“എന്നതാ ആശാനെയിത്?” എന്ന അർത്ഥത്തിൽ നീര മെല്ലെ ശരത്തിന്റ മുഖത്തോട്ടെന്ന് നോക്കി.

ശരത് അവളെ കണ്ണിറുക്കി കാണിച്ചു.

“അങ്ങോട്ട് നോക്കണ്ട, ഈ ശരത് പോലും ഇച്ചായന്റെ ഒരു ക്ലയന്റ് ആണ്. അല്ലെ ശരത്തെ?”

“ആണ്.” ശരത് ചിരിച്ചുകൊണ്ട് സമ്മതിച്ചു. ജോസി

അപ്പോൾ ഒരു ദിവ്യനെപ്പോലെ നിന്നു.

"എന്റെ ഇച്ചായന് രണ്ടു മൂന്നു തവണ ശിവന്റെ ദർശനം ഉണ്ടായിട്ടുണ്ട്."

രേഷ്മ അതു പറഞ്ഞപ്പോൾ 'നീ അതൊന്നും പറയാൻ നിൽക്കണ്ട ' എന്ന മട്ടിൽ ജോസി രേഷ്മയുടെ കൈയിൽ തട്ടി.

"പക്ഷേ... ജോസിയൊരു ക്രിസ്ത്യാനി അല്ലേ?" നീരയ്ക്ക് സംശയമായി.

"ഞങ്ങൾ നമ്പൂരിമാർ മാർഗ്ഗം കൂടിയ ആൾക്കാരാണ്. ഞാനെന്റെ മുൻജന്മത്തിൽ ഒരു പാവം പോറ്റി ആയിരുന്നു. അതുകൊണ്ടാണ് ഞാൻ, എന്റെയീ ജന്മത്തിൽ ഒരു സിദ്ധനായി മാറിയത്. എനിക്കിന്നൊരു പൂണൂലിന്റെ കുറവ് മാത്രമേയുള്ളു." ഇതും പറഞ്ഞു ജോസി ഒറ്റയ്ക്കിരുന്ന് ചിരിച്ചു.

നീര ജോസിയെയൊന്ന് സൂക്ഷിച്ചു നോക്കി. അൽപ്പം തടിച്ച ശരീരം, ചാടിയ കുടവയർ.

കറുത്ത ഷർട്ട്, കറുത്ത കരയുള്ള വെളുത്ത മുണ്ട്, കഴുത്തേലൊരു നീണ്ട രുദ്രാക്ഷ മാല, പിന്നെ വിരലുകളിൽ നവരത്ന മോതിരം, ജന്മ നക്ഷത്ര മോതിരം, ഗുരുവായൂർ അപ്പന്റെ പടമുള്ള മറ്റൊരു മോതിരം, വിവാഹ മോതിരം, സിംഹത്തിന്റെ രൂപമുള്ള വെള്ളി മോതിരം, ഒടുവിലായ്യൊരു കുഞ്ഞ് ആനവാൽ മോതിരം കൂടി അയാളുടെ അണിവിരലിൽ അയാൾ ധരിച്ചിരിക്കുന്നുമുണ്ട്.

"കഴിഞ്ഞ ദിവസം ഇച്ചായൻ റോഡിൽ ഒറ്റയ്ക്ക് നിന്ന് ആരോടോ സംസാരിക്കുന്നത് ഞാൻ കണ്ടു. ആരോടാ ഇച്ചായ സംസാരമെന്ന് ചോദിച്ചപ്പോൾ ഇച്ചായൻ പറയുവാ, മൂന്നു മാസങ്ങൾക്ക് മുൻപേയാ റോഡിൽ ചതഞ്ഞരഞ്ഞു മരിച്ചു പോയ ഒരാളോടാ ഇച്ചായൻ അപ്പോൾ മിണ്ടുക്കൊണ്ട് നിൽക്കുന്നെയെന്ന്."

ജോസി വീണ്ടും രേഷ്മയെ തോണ്ടി, "ഇതൊക്കെ ഇവരോട് പറയേണ്ട ആവശ്യം എന്താ?" എന്നുള്ള മട്ടിൽ.

നീരയ്ക്ക് 'sixth sense' എന്ന ഇംഗ്ലീഷ് പടം ഓർമ്മ വന്നു. മരിച്ചുപോയവരെ കാണാനും, അവരോട് സംസാരിക്കുവാനും കഴിവുള്ള ഒരു ബാലന്റെ കഥയായിരുന്നത്.

"ജോസി നിങ്ങൾ ആള് കൊള്ളാമല്ലോ. പറയൂ നിങ്ങൾ

ക്കിതെങ്ങനെ സാധിക്കുന്നു." നീര അയാളെ ഒരു തമാശയ്ക്കു പ്രോത്സാഹിപ്പിച്ചു തുടങ്ങി.

"പറഞ്ഞില്ലേ, ഞാൻ മുൻജന്മത്തിലൊരു നമ്പൂരി ആയിരുന്നെന്ന്. എനിക്ക് ആളുകളെ കാണണ്ട. അവരുടെ ശബ്ദം കേട്ടാൽ മാത്രം മതി. എനിക്ക് അവരെ പറ്റി എല്ലാം പറയുവാൻ സാധിക്കും." ജോസിയൊരു ദിവ്യന്റെ ഭാവത്തിൽ പറഞ്ഞു നിറുത്തി.

"നീര, നീരയുടെ പ്രശ്നങ്ങൾ എന്തെല്ലാമാണെന്ന് പറഞ്ഞ്, ഇച്ചായന് ഒരു വാട്സ്ആപ്പ് വോയിസ് മെസ്സേജ് ഇടൂ. ഇച്ചായൻ നിങ്ങളുടെ പ്രശ്നങ്ങൾ കണ്ടെത്തി അതിനുള്ള പരിഹാരവും പറഞ്ഞു തരും."

"എന്റെ ഫീസ് വെറും ആയിരം രൂപ മാത്രമേയുള്ളു കേട്ടോ." ജോസി ഇതിനിടയിൽ കൂടി ഒതുക്കത്തിൽ പറഞ്ഞു.

"അതു കൊള്ളാല്ലോ?" നീരയത് ശരി വച്ചു.

"എന്റെ യൂട്യൂബ് ചാനൽ നിങ്ങളൊന്ന് കണ്ടു നോക്ക്. അപ്പോൾ നിങ്ങൾക്ക് എന്നെപ്പറ്റി എല്ലാം മനസ്സിലാവും."

"മ്മം."

"നിങ്ങളെ മാത്രമല്ല, നിങ്ങളുടെ ആത്മാവിനെയും എനിക്ക് കാണാൻ സാധിക്കും നീര. നിങ്ങൾക്ക് ചുറ്റുമൊരു aura ഉണ്ട്. എനിക്കത് കാണാൻ സാധിക്കും. അതുവഴി എനിക്ക് നിങ്ങളുടെ ഇപ്പോഴത്തെ മാനസികാവസ്ഥ വായിച്ചെടുക്കുവാൻ കഴിയും."

"ആണോ, എങ്കിൽ ജോസി പറ, എന്താണ് ഇപ്പോഴത്തെ എന്റെ മാനസികാവസ്ഥ?"

"നിങ്ങൾ ദുഃഖിതയാണ്. നിങ്ങൾ ഒറ്റയ്ക്കാണ്. നിങ്ങൾക്ക് ഒരുപാട് കഴിവുകൾ ഉണ്ട്. ഒരുപാട് ഒരുപാട് ഉയരങ്ങളിൽ നിങ്ങൾ എത്തിപ്പെടേണ്ടതാണ്, പക്ഷേ ആരോ നിങ്ങൾക്ക് എതിരെ കൂടോത്രം ചെയ്തിരിക്കുന്നു. നിങ്ങളുടെ മകളുടെ മരണം പോലും അങ്ങനെ സംഭവിച്ചതാണ്. നിങ്ങൾ ഇപ്പോഴും ജീവനോടെ ഇരിക്കാൻ കാരണം, നിങ്ങളുടെ വീട്ടിലെ പട്ടിയാണ്."

"പട്ടിയോ?" നീരയ്ക്ക് അത്ഭുതം തോന്നി.

"വീട്ടിൽ വളർത്തുന്ന പട്ടി... പൂച്ച, ഇതൊക്കെ നമ്മളെ ദുഷിച്ച ശക്തികളിൽ നിന്നും രക്ഷിക്കും. നമുക്ക് കൊള്ളേണ്ട

കൂടോത്രങ്ങൾ പലതും ഈ ജന്തുക്കൾ നമ്മളിൽ നിന്നും വലിച്ചെടുക്കും. ഒടുവിൽ ഈ ജന്തുക്കൾ തന്നെ ചത്തു പോകും.”

“മ്മം.” നീര ഒന്ന് ഇരുത്തി മൂളി. 'ചുമ്മാതല്ല നാട്ടിൽ നരബലികൾ നടക്കുന്നത്. അതും വിവരവും വിദ്യാഭ്യാസവുമുള്ള ആളുകൾ ആണല്ലോ ഇതിനെല്ലാം ചാടി ഇറങ്ങുന്നതും.' അവൾ മനസ്സിൽ പറഞ്ഞു.

“നിങ്ങൾ ആപത്തിലാണ്, അത്രയും മാത്രം എനിക്കിപ്പോൾ നിങ്ങളെ പറ്റി പറയാൻ സാധിക്കും. ബാക്കി... നിങ്ങൾ എനിക്ക് വോയിസ് മെസ്സേജ് ഇടൂ. അപ്പോൾ പറഞ്ഞു തരാം.”

“മ്മം.”

രേഷ്മയും ജോസിയും പിന്നെയും പല മഹത്തായ കാര്യങ്ങൾ നീരയോടും, ശരത്തിനോടും പറഞ്ഞു.

അതിൽ എടുത്തു പറയേണ്ടത് അന്യഭൂഖണ്ഡ ദൈവങ്ങളെ പറ്റിയാണ്.

“ഓരോ രാജ്യത്തും ഓരോരോ ദൈവങ്ങളല്ലേ? പിന്നെ എങ്ങനെ ഹിന്ദു ദൈവങ്ങളെ മാത്രം ഉപയോഗിച്ച് കൂടോത്രം മാറ്റുവാൻ സാധിക്കും?”

ഒരു ഘട്ടം വന്നപ്പോൾ നീര ജോസിയോടായി ചോദിച്ചു.

“നല്ല ചോദ്യം. അതിനു ഞാനൊരു ഉദാഹരണം പറഞ്ഞു തരാം. നീര കഴിഞ്ഞ ജന്മത്തിൽ ഗ്രീസിലാണ് ജനിച്ചതെന്ന് കരുതുക, അപ്പോൾ നീരയുടെ കൂടെ അവിടുത്തെ ദൈവങ്ങളുടെ മാലാഖമാരാവും, ഈ ജന്മത്തിലും ഉണ്ടാവുക. എനിക്ക് അവരെ കാണാൻ സാധിക്കും, അവരോട് സംസാരിക്കാൻ സാധിക്കും, എന്നിട്ട് എനിക്ക് പ്രപഞ്ചത്തോടും മിണ്ടാൻ പറ്റും. അപ്പോൾ പ്രപഞ്ച ശക്തികൾ നീരയെ എങ്ങനെ രക്ഷിക്കണമെന്ന് എന്നോട് പറഞ്ഞു തരും. ഞാനത് നീരയോട് പറഞ്ഞു തന്ന് നീരയെ വരാൻ പോകുന്ന ആപത്തുകളിൽ നിന്നും രക്ഷിക്കും. അങ്ങനെ രക്ഷപെടുത്തേണ്ട ആത്മാക്കളും ആളുകളും മാത്രമേ ദൈവം എന്റെ മുന്നേ കൊണ്ടു നിറുത്തു.”

ഇത്രയും കേട്ടപ്പോൾ തന്നെ നീരയ്ക്ക് ജോസിയോടുള്ള താല്പര്യം കുറഞ്ഞു തുടങ്ങി.

“ശരത്തെ നമുക്ക് പോയാലോ? എനിക്ക് കുറച്ചു

തിരക്കുകൾ ഉണ്ടായിരുന്നു."

അന്ന് രേഷ്മയേയും, ജോസിയേയും പിരിയുമ്പോൾ നീരയ്ക്ക് ഇതൊക്കെ വിശ്വാസമാണോ അതോ ശുദ്ധ അസംബന്ധം ആണോ എന്ന ചിന്തയായിരുന്നു.

"എടോ ശരത്തെ... ഇതിലൊക്കെ വല്ലോ സത്യവും ഉണ്ടോ?" അവൾ പോകുന്ന വഴിയിൽ ശരത്തിനോട് ചോദിച്ചു.

"ഇതൊക്കെ ഓരോ വിശ്വാസമല്ലേ?"

"ഓഹോ... അപ്പോൾ താൻ എങ്ങനെ പുള്ളിയുടെ ക്ലയന്റ് ആയി?"

"എനിക്കിതിലൊക്കെ കുറച്ചു വിശ്വാസമുണ്ടെന്നു കൂട്ടിക്കോ." ശരത്തൊരു ചമ്മിയ ചിരിയോടെ പറഞ്ഞു.

* * * * *

അന്നു രാത്രി തന്റെ വോഡ്കയുമായി നീര കോകോയുടെ അരികിൽ ഇരിക്കുമ്പോൾ അവൾ ചുമ്മാ ജോസിയെ പറ്റി ആലോചിച്ചു.

" വെറും ആയിരം രൂപയുടെ കേസല്ലേയുള്ളൂ, ജോസിയെ ഒന്ന് പരീക്ഷിച്ചു നോക്കിയാലോ? "

നീര തന്റെ മൊബൈൽ എടുത്തു. അതിൽ ജോസിക്കായിയൊരു അവളുടെതായൊരു ശബ്ദ സന്ദേശം റെക്കോർഡ് ചെയ്തു.

"എനിക്ക് മരിച്ചാൽ കൊള്ളാമെന്നുണ്ട് ജോസി. പക്ഷേയതിനു ധൈര്യമില്ല. എനിക്ക് എന്റെ മരിച്ചു പോയ മകളുടെ അടുത്തെത്താൻ ഒരു മാർഗ്ഗം പറഞ്ഞു തരൂ."

ഉള്ളിൽ കിടക്കുന്ന വോഡ്കയുടെ ബലത്തിൽ, നീരയീ സന്ദേശം ജോസിക്കയച്ചു.

അൽപ്പം കഴിഞ്ഞ് ജോസിയുടെ മറുപടി നീരയ്ക്ക് വന്നു.

"നിങ്ങളുടെ പ്രശ്നം ഞാൻ പരിഹരിക്കാം. ഉടനെ തന്നെ ആയിരം രൂപ എന്റെ ഈ നമ്പറിലേക്ക് ജി പേ ചെയ്യൂ."

നീരയത് അനുസരിച്ചു. പൈസ കിട്ടിയതും ജോസി നീരയെ വിളിച്ചു.

"നിങ്ങൾക്കെതിരെ ആരോ കൂടോത്രം ചെയ്യതിരിക്കുകയാണ്." ജോസി പറഞ്ഞു തുടങ്ങി.

“ആര്?”

“നിങ്ങളുടെ കൂടെ ജോലി ചെയ്യുന്ന ഒരു ഹിന്ദു സഹപ്രവർത്തക.”

“അവൾ ആരാണെന്നു പേര് പറയാൻ സാധിക്കുമോ?”

“പേരൊക്കെ എനിക്ക് പറയാൻ സാധിക്കും, പക്ഷേ ഞാനത് ചെയ്യില്ല. ഞാനതാ സ്ത്രീയോട് ചെയ്യുന്ന വഞ്ചന ആവുമത്.”

“മം. എന്ത് വഞ്ചന നീര മനസ്സിലോർത്തു.

“ആ സ്ത്രീ ഒരു മുസ്ലിം ഉസ്താദിനെ കണ്ട്, നിങ്ങളുടെ ദേഹത്ത് ഒരു ജിന്നിനെ കയറ്റി വിട്ടിരിക്കുകയാണ്. ഒന്നിലേൽ അമ്പലത്തിൽ പോയി പൂജ നടത്തിയാ ജിന്നിനെ നിങ്ങളുടെ ദേഹത്തു നിന്നും ഇറക്കി വിടുക. അല്ലെങ്കിൽ ഏതെങ്കിലും ഉസ്താദിനെ കൊണ്ട് ഒന്ന് ഓതിക്കുക. ഇങ്ങനെ ചെയ്തില്ലേ നിങ്ങൾ ഒടുവിൽ ആത്മഹത്യ ചെയ്യേണ്ടി വരും.”

ഇതു കേട്ടതും നീര മനസ്സിൽ ചിരിച്ചു.

“നിങ്ങൾക്ക് ജിന്നിന്റെ ഉപദ്രവം കൂടാതെ, പിതൃദോഷം, കർമ്മ ദോഷം പിന്നെ ശത്രു ദോഷവും കൂടിയുണ്ട്. ഇതിനുള്ള പരിഹാര ക്രിയ ചെയ്താൽ തൊണ്ണൂറ് ദിവസം കഴിയുമ്പോൾ നിങ്ങളുടെ നഷ്ടപ്പെട്ട സന്തോഷം നിങ്ങൾക്ക് വീണ്ടു കിട്ടും. നിങ്ങൾക്ക് ഉയർച്ച ഉറപ്പ്. എന്തെ ചെയ്യാൻ പറ്റുമോ?”

“നോക്കാം.”

“അതെന്താ നോക്കാമെന്ന് പറയുന്നത്. ചെയ്യണം.”

“എനിക്ക് ഉസ്താദിനെയോ, കർമ്മം ചെയ്യാനുള്ള പോറ്റിയോ അറിയില്ല. ഞാൻ അമ്പലത്തിൽ പോകാറില്ല.”

“നിങ്ങൾക്ക് അമ്പലത്തിൽ പോകാൻ താല്പര്യമില്ലാഞ്ഞിട്ടല്ല. മറിച്ച് നിങ്ങളുടെ ദേഹത്ത് കയറിയ ജിന്ന് നിങ്ങളെ അതിനു സമ്മതിക്കാത്തയാണ്.”

“ആവും.”

“എന്റെ കൈയിൽ ഇതിനുള്ള ആളുണ്ട്. നിങ്ങളുടെ ജനന സമയം, നാള്, നക്ഷത്രം, നിങ്ങളുടെ ഒരു ഫോട്ടോ പിന്നെ പൂജയ്ക്കായുള്ള പൈസ. ഇത്രയും വാട്സ്ആപ്പ് ചെയ്തു തന്നാൽ മതി. ഞാൻ നിങ്ങൾക്കായുള്ള പരിഹാര ക്രിയ ചെയ്തു താരം.”

“ശരി. ഞാൻ ആലോചിട്ട്, പറയാം.”

നീര ജോസിയുടെ കാൾ കട്ട് ചെയ്തു.

ഏതെല്ലാം തരത്തിലാണ് ആളുകളെ പറ്റിച്ചു പണമുണ്ടാക്കാൻ മനുഷ്യൻമാര് നടക്കുന്നെയെന്ന് നീര ചിന്തിച്ചു.

നീരയുടെ മൊബൈലിലേക്ക്, ജോസിയുടെ വക വീണ്ടുമൊരു വോയിസ് മെസ്സേജ് വന്നു.

“തല്ക്കാലം ആപത്തൊന്നും വരാതെയിരിക്കാൻ നിങ്ങൾക്കൊരു കാര്യം ചെയ്യാം. ഒരു അര കിലോ കല്ലുപ്പ് ഒരു പാത്രത്തിൽ കുറച്ചു വെള്ളത്തിൽ കലക്കി നിങ്ങളുടെ കട്ടിലിനു കീഴെ, ചന്തിക്ക് താഴെയായി വയ്ക്കുക. പിന്നെ വീടിന്റെ തെക്ക് ദിശയിലും, വടക്ക് ദിശയിലും ഒരു പച്ച പേന കൊണ്ട്, ഭിത്തിയിൽ ഒരു കുത്ത് കുത്തുക. എന്നിട്ട് പ്രാത്ഥിക്കുക... ഗുരുവായൂരപ്പ എനിക്ക് നേരെ വരുന്ന ദൃഷ്ടി ദോഷങ്ങളിൽ നിന്നും, എന്നെ രക്ഷിക്കണേ എന്ന്.”

ജോസിയുടെ വോയിസ് മെസ്സേജ് അവസാനിച്ചു.

നീര കുറച്ചു നേരം അതോർത്തിരുന്ന് ഉറക്കെ ചിരിച്ചു.

“കൂടോത്രം, ബ്ലാക്ക് ഐ... ഇവിൾ ഐ... മാങ്ങാത്തൊലി.”

സമയം പന്ത്രണ്ടിനോടടുത്തു. നീര പാതി മയക്കത്തിലായിരുന്നു. പൊടുന്നനെയവൾ കിടന്നിരുന്ന സോഫാ സെറ്റിയിൽ നിന്നും മെല്ലെ എഴുന്നേറ്റു.

അടുക്കളയിൽ പോയി ഒരു കുപ്പി പാത്രമെടുത്തു, അതിൽ പാതിയോളം കല്ലുപ്പിട്ടു, കുറച്ചു വെള്ളം നിറച്ചു. ജോസി പറഞ്ഞത് പോലെ അവളുടെ കിടക്കയുടെ അടിയിൽ കൊണ്ടു വച്ചു. എന്നിട്ടൊരു പച്ച സ്കെച്ച് പെൻ എടുത്ത് വീടിന്റെ തെക്ക് വശത്തേ ഭിത്തിയിലും, വടക്ക് വശത്തേ ഭിത്തിയിലും അവളൊരു പച്ച കുത്തു കുത്തി.

ഇത്രയും ചെയ്തു കഴിഞ്ഞപ്പോൾ, അവൾക്കൊരു പ്രാന്ത് തോന്നി, വീടിന്റെ ബാൽക്കണി തുറന്ന് നീരയാ കെട്ടിടത്തിന്റെ ആറാമത്തെ നിലയിൽ നിന്നും താഴേക്ക് എടുത്തു ചാടി.

പിന്നീട് കാണുന്ന കാഴ്ച്ച അവൾ രക്തത്തിൽ കുളിച്ചു കിടക്കുന്നതായിരുന്നു.

6

ആത്മാമാവിന്റെ വിലാപം

ബോധം മറയും മുൻപായി അവൾ അവളുടെ തന്നെ മറ്റൊരു രൂപം അവളെ തന്നെ നോക്കി നിൽക്കുന്നതായി കണ്ടു.

വീഴ്ച്ച കഴിഞ്ഞ് ഏതാനും മണിക്കൂറുകൾക്ക് ശേഷമാണ്, കെട്ടിടത്തിന്റെ സെക്യൂരിറ്റി ചോരയിൽ കുളിച്ചു കിടന്നിരുന്ന നീരയെ കാണുന്നത്.

ആംബുലൻസ് വന്നതും, നീരയെ കയറ്റിയത് ഏറ്റവും അടുത്തുള്ള ആശുപത്രിയിലേക്ക് പായുമ്പോൾ, നീരയുടെ മറ്റൊരു രൂപവും അവളുടെ ബോധം മറഞ്ഞ ശരീരത്തോടൊപ്പമുണ്ടായിരുന്നു.

“ഞാൻ മരിച്ചു പോയോ?” നീരയുടെ രൂപം സ്വയം ചോദിച്ചു പോയി.

പലതരം ഇൻജെക്ഷനുകളും, ഓക്സിജൻ ട്യൂബും, ലീഡ്സ്സും പരാമെഡിക്കുകൾ അവളുടെ ശരീരത്തിൽ പ്രയോഗിക്കുന്നത് അവൾ നോക്കി നിന്നു.

നീര വല്ലാതെ ഭയന്ന് തുടങ്ങി.

“താൻ ആത്മാക്കളുടെ ലോകത്ത് എത്തിയോ?"അവൾ പരിഭ്രമിച്ചു.

ഏതാനും മണിക്കൂറുകൾ കൂടി കഴിഞ്ഞു. നീരയുടെ ശരീരം ICU യിൽ വെന്റിലേറ്ററുടെ സഹായത്തോടെ ശ്വസിക്കുന്നുണ്ട്. അവളുടെ തലയ്ക്കാണ് ഏറ്റവും കൂടുതൽ അടി പറ്റിയിരിക്കുന്നത്. പിന്നെ പോരാത്തതിന് അസ്ഥികൾ അവിടിവിടായി പൊട്ടിയിട്ടുമുണ്ട്.

ആന്തരിക രക്തസ്രാവമുള്ളതിനാൽ ഉടനെ ശസ്ത്രക്രിയയ്ക്ക് വിധേയമാക്കണമെന്നാണ് ഡോക്ടർമാരുടെ തീരുമാനം.

"നീരയുടെ ബന്ധുക്കൾ ആരേലുമുണ്ടോ?" നഴ്സ് തിരക്കി.

നീര ICU നു പുറത്തിറങ്ങി നോക്കി. അവിടെ തന്റെ ഫ്ലാറ്റിന്റെ സെക്യൂരിറ്റിയും, ആ ഫ്ലാറ്റിലെ തന്നെ രണ്ട് അന്തേവാസികളും, പിന്നെ രണ്ട് പോലീസുകാരും നിൽപ്പുണ്ട്.

പോലീസുകാർ സെക്യൂരിറ്റിയെ ചോദ്യം ചെയ്യുകയാണ്.

"നിങ്ങൾ ഇവർ മുകളിൽ നിന്നും താഴേക്ക് വീഴുന്നത് കണ്ടോ?"

"ഇല്ല സർ."

"ഇവരുടെ ഫ്ലാറ്റിൽ വേറെ ആരെല്ലാമുണ്ട്?"

"എന്റെ അറിവിൽ മാഡം ഒറ്റയ്ക്കാണ് താമസിക്കുന്നത്." സെക്യൂരിറ്റി പറഞ്ഞു.

"ഇവർ എവിടെയാണ് ജോലി ചെയ്യുന്നു?"

പോലീസുകാരുടെ ചോദ്യം ചെയ്യൽ തുടർന്നു കൊണ്ടേയിരുന്നു. നീര ഒരു ഭാഗത്തു മാറി ഇരുന്ന് അതെല്ലാം കേട്ടു.

വിവാഹിതനായ സൂരജിനെ പ്രേമിച്ചു ലിവിങ് ടുഗെതർ നടത്തി പോന്ന നീരയെ, അവളുടെ കുടുംബം പണ്ടേ എഴുതി തള്ളിയിരുന്നു.

ഒരു ബന്ധുവെന്ന്... അല്ല ഒരു സുഹൃത്തെന്ന് പറയാൻ അവൾക്കിന്ന് ജോർജ്ജും ശരത്തുമൊക്കെയുള്ളൂ.

ഇത്രയും ഒറ്റപ്പെട്ട ജീവിതമാണ് താൻ ജീവിച്ചു പോന്നിരുന്നതെന്ന്, നീര വീണ്ടും ഓർത്തെടുത്തു.

നേരം വെളുത്തു തുടങ്ങി. നീര തന്റെ ശരീരത്തിൽ ഡോക്ടർമാർ സർജ്ജറി ചെയ്യുന്നത് ഓപ്പറേഷൻ തിയേറ്ററിനുള്ളിൽ നിന്നുകൊണ്ട് തന്നെ നോക്കി കണ്ടു. ഒരു ഘട്ടം വന്നപ്പോൾ അവളുടെ ഹൃദയം നിലച്ചു പോയായിരുന്നു. അന്നേരം നീരയുടെ ആത്മാവ് മെല്ലെയൊന്ന് മുകളിലേക്ക് ഉയർന്നു പൊന്തി. പൊടുന്നനെ അവളുടെ ഹൃദയം വീണ്ടുമിടിച്ചു തുടങ്ങി. അവൾ വീണ്ടും ഭൂമിയിലേക്ക് ഇറങ്ങി വരുന്നതായി നീരയ്ക്ക് അനുഭവപ്പെട്ടു. സർജ്ജറി കഴിഞ്ഞവളെ പോസ്റ്റ് ഓപ്പറേറ്റീവ് വാർഡിലേക്ക് മെല്ലെ മാറ്റി. അവൾ ജോലി

ചെയ്തിരുന്ന സ്ഥാപനത്തിലെ കുറച്ചു സഹപ്രവർത്തകരെ പോലീസ് വിളിച്ചു വരുത്തിയിരുന്നു. അവർ വഴി നീരയുടെ ഇൻഷുറൻസ് ക്ലെയിമും മറ്റു സാമ്പത്തിക വിവരങ്ങളും പോലീസുകാർ ശേഖരിച്ചു. അതേതായാലും അവളുടെ തുടർന്നുള്ള ചികിത്സക്ക് ഉപകാരമായി.

പൂട്ട് പൊളിച്ചു, പോലീസുകാർ നീരയുടെ അപ്പാർട്ട്മെന്റിൽ കയറി. സംഭവം കൊലപാതകമോ ആത്മഹത്യാ ശ്രമമോ അതോ അപകടമോ എന്നവർ പരിശോധിച്ചു. നീരയെ കാണാതെ കരയുന്ന കോകോയെ മാത്രമേ അവർക്കവിടെ കണ്ടു കിട്ടിയുള്ളൂ.

"ഈ പട്ടിയെ എന്തു ചെയ്യും?"

"അനിമൽ റെസ്ക്യൂ ഷെൽട്ടറിൽ അയക്കാം."

കോകോ പേടിച്ചു വിറച്ച് വീടിന്റെ ഒരു മൂലയ്ക്ക് ഇരിപ്പായിരുന്നു. അവൻ ഇത്രയുമധികം അപരിചിതരെ അടുത്തെങ്ങും ഒരുമിച്ചു കണ്ടിട്ടില്ല.

പോലീസുകാരുടെ ഇടയിൽ നിന്നും നീര മെല്ലെ മുന്നോട്ട് നടന്നു വന്നു.

കോകോ അവളെ കണ്ടതും, ചാടി തുള്ളി സ്നേഹ പ്രകടനങ്ങൾ കാട്ടി തുടങ്ങി. പക്ഷേ അവളുടെ നിഴലിലൂടെ കോകോ കടന്നു പോവുക മാത്രമാണ് ഉണ്ടായത്.

കാര്യം മനസ്സിലാവാതെ കോകോയും നീരയുടെ നിഴലിനെ നോക്കി നിന്നു.

താൻ ചെയ്തത് മണ്ടത്തരമാണെന്ന് കോകോയുടെ അവസ്ഥ കണ്ടപ്പോഴാണ് നീരയ്ക്ക് തോന്നി തുടങ്ങിയത്.

"ഇവനിനി ആരുണ്ട്?" നീര സ്വയം ചോദിച്ചു.

അവളുടെ മൊബൈൽ ഫോണിലേക്കൊരു കാൾ വന്നു. ജോർജിന്റെ കാൾ ആയിരുന്നത്.

പോലീസുകാരിൽ ഒരാൾ അതെടുത്തു.

"എടോ താനിത് എവിടാ? എന്താ ഇന്നലെ മെസ്സേജ് ഇടാഞ്ഞേ?" ജോർജ് അൽപ്പം ദേഷ്യത്തിൽ ആയിരുന്നു.

"ഹലോ... ഇത് ഇൻസ്പെക്ടർ വിനയനാണ് സംസാരിക്കുന്നത്. നീര നിങ്ങളുടെ ആരാ?"

അങ്ങനെ ജോർജും നീരയുടെ അവസ്ഥയെ പറ്റി

മനസ്സിലാക്കി. കാര്യങ്ങൾ അറിഞ്ഞതും, അയാൾ അവളെ തേടി ഹോസ്പിറ്റലിൽ പോയി.

നീര ജോർജിനെ അവിടെ കണ്ടപ്പോഴൊന്ന് സന്തോഷിച്ചു. അയാളോട് വർത്താനം പറയാൻ അവൾ ശ്രമിച്ചു. പക്ഷേ അവളുടെ ശബ്ദം ജോർജിന്റെ കാതുകളിൽ വീഴുന്നില്ലായിരുന്നു. അവനെയൊന്ന് സ്പർശിക്കാൻ അവൾ നോക്കി, ശൂന്യതയില്ലെന്ന പോലെ അവളുടെ കരങ്ങൾ ജോർജിന്റെ ദേഹത്തിലൂടെ കടന്നു പോയി.

"നിനക്കെന്റെ കോകോയെ ഏറ്റെടുക്കാമോ?" അവൾ ജോർജിന്റെ ചെവിയിൽ ഒരു രഹസ്യം പോലെ പറഞ്ഞു നോക്കി.

രക്ഷയില്ല. അവളുടെ സാമിപ്യം ജോർജ് യാതൊരു വിധത്തിലും അറിയുന്നില്ല.

നീരയുടെ മനസ്സ് വിങ്ങി.

നീരയുടെ അവസ്ഥ, നീര പഠിപ്പിച്ചിരുന്ന കോളേജ് മുഴുവനുമറിഞ്ഞു. അവളെ കാണാൻ കുട്ടികൾ ഹോസ്പിറ്റലിൽ വന്നും, പോയുമിരുന്നു. വരുന്നവരെല്ലാം അവൾ കിടന്നിരുന്ന മുറിക്ക് മുന്നിലായി പൂക്കളും, 'ഗെറ്റ് വെൽ സൂൺ ' കാർഡുകളും സമ്മാനിച്ചു കൊണ്ടിരുന്നു. ആ കൂട്ടത്തിൽ ആര്യനും ഉണ്ടായിരുന്നു.

നീര എല്ലാം ദൂരെ മാറി നിന്നു കണ്ടു.

"തന്റെയീ അവസ്ഥയ്ക്കു കാരണം താൻ തന്നെയാണ്. അതുകൊണ്ടിനി ആരെയും പഴിച്ചിട്ടു കാര്യമില്ല." അവൾ ഓർത്തു.

അങ്ങനെ നീരയുടെ ശരീരം ആശുപത്രി കിടക്കയിലും, കോകോ ഏതോ റെസ്ക്യൂ ഷെൽട്ടറിലും എത്തിപ്പെട്ടു.

അവൾ കോമയിൽ തന്നെ തുടർന്നു. വെന്റിലേറ്ററിൽ നിന്നും മാറ്റിയിട്ടും, അവളുടെ ശരീരം മരിക്കാതെ പിടിച്ചു നിന്നു.

"ഇനി എന്ത്? " അവൾ പലവട്ടം ആലോചിച്ചു.

"താൻ കോമയിൽ ആയതു കൊണ്ടാവും, ഇപ്പോഴും ഇങ്ങനെ ആത്മാവായി ഭൂമിയിൽ അലഞ്ഞു തിരിയുന്നത്. ഒരു പക്ഷേ താൻ പൂർണ്ണമായും മരണത്തിനു കീഴടങ്ങിയാൽ പിന്നെ എന്താവും?"

മരണാന്തരം എന്ത് സംഭവിക്കുമെന്ന് അവൾക്കും

അറിയില്ലല്ലോ?

അപ്പോഴാണ് നീരയൊരു കാര്യം ശ്രദ്ധിച്ചത്. നീര വിചാരിക്കുന്ന സ്ഥലത്തു, നീരയുടെ ആത്മാവിന് നിമിഷ നേരംകൊണ്ട് എത്തിപ്പെടാൻ എങ്ങനോ സാധിക്കുന്നുണ്ട്.

അങ്ങനെയെങ്കിൽ ആത്മാക്കളോട് സംസാരിക്കാൻ കഴിവുള്ള രണ്ടു പേരെ നീരയ്ക്ക് അറിയാം. ശരത്തും, ജോസിയും.

എന്തുകൊണ്ട് നീരയ്ക്ക് അവരുടെ സഹായം തേടിക്കൂടാ.

നീര ശരത്തിനെ പറ്റി മനസ്സിൽ ചിന്തിച്ചു. അൽപ്പ നിമിഷം കൊണ്ട് അവൾ ശരത്തിന്റെ അരികിലെത്തി.

അയാൾ അന്നേരം ഏതോ സ്ത്രീയുമായി സംഭാഷണത്തി ലായിരുന്നു.

അവരുടെ ഇരിപ്പ് കണ്ടാൽ തന്നെ അറിയാം, ആ സ്ത്രീക്ക് വേറെ ഭർത്താവും കുട്ടികളുമുണ്ടെന്നും, ഇവർ തമ്മിൽ അവിഹിതത്തിൽ ആണെന്നും.

ശരത്തിന്റ പ്രകൃതം, നീരയ്ക്ക് പണ്ടേ അറിയാവുന്നത് കൊണ്ട്, ഈ കാഴ്ച്ചയിൽ നീരയ്ക്ക് വലിയ അത്ഭുതമൊന്നും തോന്നിയില്ല.

“നീ എന്ത് പരിപാടിയാ കാണിച്ചേ? രാത്രി ഒരു മണിക്ക് എന്നെ വീഡിയോ കാൾ ചെയ്യുമ്പോൾ, ബെഡ്‌റൂമിന്റെ വാതിലൊന്ന് അടച്ചിട്ടു കൂടെ? അതല്ലേ ഇത്രയും ഭീകരമായേ?” ശരത്താ സ്ത്രീയെ ശാസിച്ചു. അവർക്കൊരു അറുപതു വയസ്സേലും തോന്നിക്കും.

“അതിനു ഞാൻ കരുതിയോ, മോൻ ആ സമയത്ത് ഉറങ്ങാതെ ഇരിപ്പുണ്ടാവുമെന്ന്”

“എന്നിട്ട്?”

“അവൻ ഫോൺ പിടിച്ചു വാങ്ങിയിട്ട് അമ്മ ആരോടാ ഈ നേരത്തു മിണ്ടുന്നേയെന്നു ചോദിച്ചു? എനിക്ക് അന്നേരം പറയാൻ കള്ളങ്ങളൊന്നും കിട്ടിയില്ല. എന്റെ മോൻ പിന്നെ വേറൊന്നും നോക്കിയില്ല എന്റെ വലത്തെ കവിള് നോക്കിയൊരടി വച്ചു തന്നു. ഞാൻ നിലത്ത് വീണു.”

“എന്റെ ചക്കരെ, നിനക്ക് നൊന്തോ?”

നീരയ്ക്കാ രംഗം കണ്ടുകൊണ്ട് നിൽക്കാൻ കഴിഞ്ഞില്ല.

അവൾക്കതൊരു തമാശയായി തോന്നി. ആ സ്ത്രീ പോകുന്നത് വരെ ശരത്തിന്റ വീടിന്റെ വരാന്തയിൽ നീര കാത്തു നിന്നു.

പ്രേമപ്രകടനങ്ങളും, കാമകേളികളും കഴിഞ്ഞ് ഇരുവരും പിരിഞ്ഞപ്പോൾ, നീര ശരത്തിന്റെ പിന്നാലെ കൂടി.

"ശരത്തെ... എടോ ശരത്തെ... തനിക്ക് എന്നെ കാണാമോ?"

ശരത് പക്ഷേ നീരയുടെ സാമിപ്യം മനസ്സിലാക്കുന്നുണ്ടായി രുന്നില്ല.

അവൾ പലവട്ടം ശരത്തിനെ വിളിച്ചു നോക്കി, സ്പർശിക്കാൻ നോക്കി, പക്ഷേ എല്ലാം വിഫലമായി.

ശരത് തന്റെ അടുത്ത കാമുകിയുമായി അപ്പോഴേക്കും വീഡിയോ കാളിൽ ഏർപ്പെട്ടു തുടങ്ങിയിരുന്നു.

"ശേ! " നീരയ്ക്ക് നിരാശയായി.

ഇനി ജോസി തന്നെ ശരണം.

നീര ജോസിയുടെയും, രേഷ്മയുടെയും അടുത്തെത്തി.

ആ വീട്ടിൽ അന്നേരം മറ്റൊരു കർമ്മം നടക്കുകയായിരുന്നു.

പൂജാമുറിയുടെ മുന്നിലായി, നിലവിളക്ക് കത്തിച്ചു വച്ചിരി ക്കുന്നു.

അതിന്റെ വലതു വശത്തായി ഒരു താന്ത്രികനെ പോലെ ജോസി ഇരിപ്പുണ്ട്. ഇപ്പോൾ അയാൾ ഒരു പൂണൂൽ ധരിച്ചിരി ക്കുന്നതായി നീരയുടെ ശ്രദ്ധയിൽ പെട്ടു.

മുണ്ടും നേരിയതും ധരിച്ച രേഷ്മയെ കൂടാതെ അവിടെ മൂന്നു പേർ കൂടി ഉണ്ടായിരുന്നു.

ബ്രാഹ്മണനെന്ന് തോന്നിപ്പിക്കുന്ന ഒരാൾ, അയാൾ നിലത്ത് ചമ്രം പടിഞ്ഞിരിക്കുകയാണ്, അയാളുടെ മുന്നിലായി ഒരു വാഴയിലയിൽ രേഷ്മയുടെ വകയൊരു ഉഗ്രൻ സദ്യ തന്നെ വിളമ്പി വച്ചിട്ടുണ്ട്. ബ്രാഹ്മണൻ വിശാലമായയാ സദ്യ കഴിക്കുന്നതും നോക്കി അപരിചിതരായ ഒരു സ്ത്രീയും പുരുഷനും പ്രാത്ഥനയോടെ, കൈയ്യും കൂപ്പി ബ്രാഹ്മണന്റെ എതിർദിശയിലായി ഇരിപ്പുണ്ട്.

"നന്നായി പ്രാർത്ഥിച്ചോ." ജോസി അവരോടായി പറഞ്ഞു. "കഴിഞ്ഞ ജന്മം നിങ്ങളൊരു പശുവിനെ കൊല്ലാൻ ഇടയായി. പോരാത്തതിന് ഒരു ബ്രാഹ്മണന്റെ സ്ഥലം അയാളെ വഞ്ചിച്ചു

നിങ്ങൾ സ്വന്തമാക്കി. അതുകൊണ്ടാണ് ഈ ജന്മത്തിൽ നിങ്ങൾക്ക് താഴ്ന്ന ജാതിയിൽ ജനിക്കേണ്ടി വന്നതും, നിങ്ങൾ ഇങ്ങനെ ദരിദ്രരായി പോയതും. ഞാൻ പറയുന്നത് നിങ്ങൾക്ക് മനസ്സിലാവുന്നുണ്ടോ?"

"ഉവ്വ് സ്വാമി." സ്ത്രീയും പുരുഷനും ഒരുപോലെ സമ്മതിച്ചു.

നീര ഇതെല്ലാം ശ്രദ്ധിച്ചു നിന്നു കണ്ടു. പക്ഷേ ആത്മാക്കളെ കണ്ട്, സംസാരിക്കാൻ കഴിവുണ്ടെന്ന് അവകാശപ്പെടുന്ന ജോസിക്ക് തന്റെ ആത്മാവിനെ കാണാൻ കഴിയുന്നില്ലായെന്നും നീര മനസ്സിലാക്കി.

ബ്രാഹ്മണൻ മെല്ലെ സദ്യയുണ്ട് ഏമ്പക്കവും വിട്ട് എഴുന്നേറ്റു.

"അയാൾക്കുള്ള ദക്ഷിണ കൊടുക്കുക." ജോസി ദമ്പതികളോട് പറഞ്ഞു.

അവർ ജോസി പറഞ്ഞതനുസരിച്ച് ഒരു ഇരുപതിനായിരം രൂപ ബ്രാഹ്മണന് ദക്ഷിണയായി നൽകി.

"ഇനി നിങ്ങൾ അദ്ദേഹത്തിന്റെ കാലിൽ വീണ്, പൂർവ്വ ജന്മത്തിൽ നിങ്ങളാ ബ്രാഹ്മണനോട് ചെയ്തതിന് മാപ്പ് ഇരക്കുക."

അവർ അയാളുടെ കാലിൽ വീണ്

"ക്ഷമിക്കണം സ്വാമി, ഞങ്ങളോട് ക്ഷമിക്കണം." എന്ന് പറയാൻ തുടങ്ങി.

ബ്രാഹ്മണൻ അവരോടു

"ആ... സാരമില്ല. ക്ഷമിച്ചിരിക്കുന്നുവെന്ന് പറഞ്ഞു."

ജോസി പിന്നെയും പറഞ്ഞു തുടങ്ങി

"ഇനി നിങ്ങൾ ബ്രാഹ്മണൻ തിന്ന് എച്ചിലാക്കിയ ഇലയുടെ മുകളിലൂടെ ഒരു പത്തു വട്ടം ഉരുളുക."

ജോസിയത് പറഞ്ഞതും, സ്ത്രീയും പുരുഷനും, എച്ചിലിനു മീതെ കിടന്ന് ഉരുളാൻ തുടങ്ങി.

ബാക്കി കണ്ടു നിൽക്കാനുള്ള ശേഷി നീരയ്ക്ക് ഉണ്ടായില്ല. അവൾ തന്റെ കോകോയെ പറ്റി ചിന്തിച്ചു. നിമിഷ നേരം കൊണ്ടവൾ കോകോയുടെ അരികിൽ എത്തി.

വൃത്തിഹീനമായ ഒരു പട്ടി കൂട്ടിലാണ്, കോകോയെ അവർ കെട്ടി ഇട്ടിരുന്നത്. അവന്റെ മുന്നിൽ, അവനു തിന്നാനായി

കുറച്ചു ചോറും ഒരു കിണ്ണത്തിൽ തട്ടി വച്ചിട്ടുണ്ട്.

കോകോയ്ക്ക് ഇഷ്ടം ചിക്കനും, എല്ലും, മുട്ടയുടെ വെള്ളയും മാത്രമാണെന്ന് നീരയ്ക്ക് അറിയാം. അതുകൊണ്ട് തന്നെ കോകോ പട്ടിണിയിൽ ആണെന്ന് നീരയ്ക്ക് ഊഹിക്കാവുന്നതേയുള്ളൂ.

നീരയെ കണ്ടതും, കോകോ കരയാൻ തുടങ്ങി. അവൻ അവന്റേതായ ഭാഷയിൽ അവളോട് പരാതി പറയാൻ തുടങ്ങി.

"മോനെ..." നീര കോകോയെ നോക്കി വിളിച്ചു.

"ദൈവമേ ഞാൻ എന്തെ എടുത്ത് ചാടും മുൻപായി എന്റെ കോകോയെ പറ്റി ചിന്തിച്ചില്ല?" അവൾ സ്വയം കുറ്റപ്പെടുത്തി.

"ആത്മാവിനെ കാണാനും, അവരോടു സംസാരിക്കാനും കഴിവുള്ള മനുഷ്യൻമാർ ശരിക്കും ലോകത്തുണ്ടോ? ഒരു പക്ഷേ താൻ പൂർണ്ണമായും മരിക്കാത്ത കൊണ്ടാവുമോ ശർത്തിനും, ജോസിക്കും തന്നെ കാണാൻ പറ്റാത്തത്?ഇല്ല... ഇവന്മാരെല്ലാം ഫ്രോഡാണ്."

ഇങ്ങനത്തെ പല ചിന്തകളുമായി നീര കോകോയുടെ കൂടെയാ പട്ടി കൂട്ടിൽ നേരം വെളുക്കുവോളം കഴിച്ചു കൂട്ടി.

സൂര്യന്റെ ആദ്യ രശ്മികൾ ഭൂമിയെ തൊട്ടപ്പോൾ, നീരയുടെ ചിന്തകളിലാ അഞ്ചു സന്യാസിനിമാരുടെ രൂപം തെളിഞ്ഞു വന്നു.

അവൾ അവരെ പറ്റി ദീർഘ നേരം ഓർത്തു. ഒന്ന് കണ്ണടച്ചു, പിന്നെ തുറന്നപ്പോൾ...

പാറകെട്ടുകളാൽ സമൃദ്ധമായൊരരുവി, മുട്ട് നനയാൻ മാത്രമുള്ള വെള്ളമേ പലയിടത്തുമതിലുള്ളു. ഈ അരുവിയവൾ തന്റെ സ്വപ്നങ്ങളിൽ സ്ഥിരം കണ്ടിരുന്നു.

നീര പിന്നെ എന്തിനയോ ലക്ഷ്യം വച്ച് വെള്ളത്തിലൂടെ നടന്നു നീങ്ങി, കുറേ ദൂരം നടന്നു ചെന്നപ്പോൾ അവൾ കുറേ ഉയരം കൂടിയ പാറകൾ കണ്ടു. നീര എങ്ങനെയോ ആ പാറകൾക്കിടയിലൂടെ നുഴഞ്ഞകത്തു കയറി. അവിടെ... ആ പാറകൂട്ടങ്ങൾക്കുള്ളിലായി ഒരു വലിയ തടാകമവൾ കണ്ടു. തടാകത്തിനു നടുവിലായി പൊന്തി നിൽക്കുന്ന പാറകളുടെ മുകളിലായി അതാ തന്റെ സ്വപ്നത്തിലേതു പോലെ അഞ്ച് സന്യാസിനികൾ ഇരിപ്പുണ്ട്.

7

കൈലാസം

നീര അവർക്കു നടുവിലായി നിന്നു. അവർ അഞ്ചു പേരും ധ്യാനവസ്ഥയിലെന്ന പോലെ കണ്ണുകൾ പൂട്ടി ഇരിപ്പായിരുന്നു. നീരയുടെ സാന്നിധ്യം അവർ അഞ്ചു പേരും അറിഞ്ഞതേയില്ല. അവൾ അവരെ തന്നെ കുറച്ചു നേരം നോക്കി നിന്നു. അവരെ കണ്ടാൽ ഈ ഭൂമിയിൽ ഉള്ളവരായി തോന്നുകയില്ല. എന്തെല്ലാമോ പ്രത്യേകതകൾ അവർക്കുള്ളതു പോലെ. അൽപ്പം കഴിഞ്ഞപ്പോൾ നീര അവരോടായി ചോദിച്ചു,

"നിങ്ങളൊക്കെ ആരാണ്?"

ധ്യാനത്തിൽ നിന്നും അവർ അഞ്ചു പേരും ഒരുമിച്ചു കണ്ണ് തുറന്നു. അവർ നീരയെ നോക്കി ആദ്യമൊന്ന് ചിരിച്ചു, പിന്നീട് ഓരോരുത്തരായി പറഞ്ഞു തുടങ്ങി.

"ഞാൻ മായ."

"ഞാൻ ഹിമ."

"ഞാൻ ദയ."

"ഞാൻ ഇഷ."

"ഞാൻ സായ."

"ഞാൻ..."

" നീര... അറിയാം." ഹിമ പറഞ്ഞു.

"നിങ്ങൾ ആരാണ്? ഞാനിത് എവിടെയാണ്?"

"ഞങ്ങൾ ജന്മം, സമയം, മൃത്യു, ചിന്ത പിന്നെ ലോകം എന്നിവയെ സൂചിപ്പിക്കുന്ന നിന്റെ തന്നെ അഞ്ച് രൂപങ്ങളാണ്. മറ്റൊരു രീതിയിൽ പറഞ്ഞാൽ ഞങ്ങൾ നിന്റെ തന്നെ കാഴ്ച

പ്പാടുകളാണ്." ഇഷ പറഞ്ഞു.

"ഒന്നും മനസ്സിലാവുന്നില്ലല്ലോ?" നീര അൽപ്പം നിരാശയോടെ പറഞ്ഞു.

"ഒരാൾ ജനനമെടുക്കുന്നു, അതു ജന്മം. പിന്നത് കുറച്ചു കാലം ജീവിക്കുന്നു, അതിനെ നമുക്ക് സമയമെന്ന് വിളിക്കാം, അതുകഴിഞ്ഞാൽ മരണം. പിന്നെ ബാക്കി ആവുന്നത് ആരുടെയൊക്കെയോ ചിന്തകളിൽ അയാൾ ജീവിച്ചിരുന്ന കാലത്തെ കുറച്ച് ഓർമ്മകൾ മാത്രമാണ്, ഇതേ ചിന്തകളെ നമുക്ക് അയാളുടെ ആത്മാവെന്നും വിളിക്കാം. ഇനി ഉള്ളത് ലോകം. ഈ ജന്മം ഭൂമിയിലെങ്കിൽ അടുത്ത ജന്മം മറ്റെവിടെയോ." സായ വിവരിച്ചു.

"ഭൂമി അല്ലാതെ വേറെയും ലോകങ്ങൾ ഉണ്ടോ?"

"എന്താ നീര,താൻ എന്താ ഇങ്ങനെ സംസാരിക്കുന്നെ? മൾട്ടിവേഴ്സിനെയും, പാരലൽ യൂണിവേഴ്സിനെയുമൊക്കെ പറ്റി കുട്ടികളെ പഠിപ്പിക്കുന്ന താനാണോ, ഇങ്ങനെ വേറെയും ലോകങ്ങൾ ഉണ്ടോയെന്ന് ചോദിക്കുന്നെ?" മായ ചോദിച്ചു.

നീരയൊന്നും പറഞ്ഞില്ല.

"നമ്മുടെ സൗരയൂഥം പോലെ പ്രപഞ്ചത്തിൽ വേറെയും സൗരയൂഥങ്ങളില്ലേ? അവിടെയും പലതിലും മനുഷ്യനു മനസ്സി ലാക്കാൻ പറ്റുന്നതും പറ്റാത്തതുമായ ജീവജാലങ്ങൾ ഉണ്ട്. അവിടേയ്ക്ക് എത്തിപ്പെടാൻ കോശങ്ങളാൽ നിർമ്മിതമായ ഒരു ശരീരത്തിന് ചിലപ്പോൾ ബഹിരാകാശ പേടകത്തിന്റെ സഹായമില്ലാതെ പറ്റിയെന്ന് വരില്ല, പക്ഷേ നമ്മുടെ ചിന്ത കൾകളിലൂടെ നമുക്കത് എളുപ്പം സാധിക്കാവുന്നതേയു ള്ളു. അതുമല്ലേൽ പുനർജ്ജന്മം വഴി, ഓരോ ജീവനും അവിടെയെല്ലാം പോയി ജന്മമെടുക്കാം." ദിയ വിവരിച്ചു കൊടുത്തു.

നീരയ്ക്ക് പക്ഷേയൊന്നും മനസ്സിലായില്ല.

"ഞാനിനി എന്താണ് ചെയ്യേണ്ടത്?" ഒടുവിൽ നീര അവരോടായി ചോദിച്ചു.

"നീ ഇതുവരെ ഭൂമിയിൽ നിന്നും പൂർണ്ണമായും വിട്ടു പോന്നിട്ടില്ല, അതിനാൽ നിനക്ക് നിന്റെ ചിന്തകൾ വഴി ഭൂമി പോലുള്ള മറ്റു ഗൃഹങ്ങളിലേക്ക് വേണേൽ പോകാം.

അവിടെയും മറ്റൊരു നീരയും, മറ്റൊരു മിഷയുമൊക്കെ ചിലപ്പോൾ ജീവനോടെ അവരവരുടെ ജീവിതം ജീവിക്കുന്നുണ്ടാവാം." മായ പറഞ്ഞു.

"മിഷ ജീവനോടെയുള്ള ലോകമുണ്ടെന്നോ?"

"ഉണ്ട്. അവിടെ ചിലപ്പോൾ മിഷ നിന്റെ മകളാവണമെന്നില്ല." സായ ഓർമ്മിപ്പിച്ചു.

"ഞാനവിടെ ആരായിരിക്കും?"

"ഒരു ആത്മാവ് ആയി മറ്റൊരു നീരയുടെ ഉപബോധ മനസ്സിനെ കീഴടക്കി കുറച്ചു കാലം നിനക്ക് അവളുടെ ജീവനുള്ള ശരീരത്തിൽ ജീവിക്കാം."

"ശരിക്കും?" നീര അത്ഭുതത്തോടെ ചോദിച്ചു.

"ശരിക്കും." അവർ അഞ്ചു പേരും ഒറ്റ സ്വരത്തിൽ പറഞ്ഞു.

"ഇതെല്ലാം എന്റെ തോന്നലുകൾ ആണോ?" നീരയ്ക്ക് സംശയമായി." മനുഷ്യന്റെ യുക്തി ചേരാത്ത പൊട്ടത്തരങ്ങളാണല്ലോ ഈ സ്ത്രീകൾ വിളിച്ചു കൂവുന്നത്."

പൊടുന്നനെ അവർ നിന്നിരുന്ന തടാകം ഉൾപ്പെടെയെല്ലാം വിറ കൊള്ളുന്നത് പോലെ നീരയ്ക്ക് തോന്നി.

അവൾ മുകളിലേക്ക് മെല്ലെ നോക്കി. അവിടെ ആകാശം ഉണ്ടായിരുന്നില്ല, പകരം ഗോപുരം പോലെ മഞ്ഞുമലകൾ നിറഞ്ഞു നിൽക്കുന്നു.

"ഞാനിത് എവിടെയാണ്?"

"ഭൂമിയിൽ കൈലാസമെന്ന പേരിൽ അറിയപ്പെടുന്ന, മനുഷ്യ നിർമ്മിതമായ ഒരു പിരമിഡിനുള്ളിലാണ് നീയാകുന്ന നിന്റെ ചിന്തകളിപ്പോൾ എത്തി നിൽക്കുന്നത്." ഹിമ പറഞ്ഞു.

"കൈലാസം ഹൈന്ദവ വിശ്വാസമനുസരിച്ച്, ഭഗവാൻ ശിവന്റെ വാസസ്ഥലമല്ലേ? എന്നിട്ട് ഭഗവാൻ എവിടെ?" നീര തിരക്കി.

"പ്രപഞ്ച ശക്തി, പ്രപഞ്ച ശക്തികൾ... എന്നൊക്കെ പറയുമ്പോൾ, മനുഷ്യൻ മനസ്സിലാക്കി വച്ചിരിക്കുന്ന വസ്തുതകൾ തന്നെ തെറ്റാണ് നീര." ദിയ പറഞ്ഞു.

"അതെങ്ങനെ?"

"താൻ വിശ്വസിക്കുന്നത് മാത്രമല്ലേ തന്റെ ശരി?" സായ ചോദിച്ചു.

"അതേ."

"താൻ ബ്രഹ്മാവിൽ വിശ്വസിച്ചാൽ ബ്രഹ്മാവ് മാത്രമവും തനിക്ക് പ്രപഞ്ചത്തിലേയൊരേയൊരു ശക്തിയായും, പ്രപഞ്ച ശിൽപ്പിയായും തോന്നുക. താൻ അള്ളാഹുവിൽ വിശ്വസിച്ചാൽ, ആ പ്രപഞ്ച ശക്തി പിന്നെ അള്ളാഹുവാവും, അതുപോലെ ക്രിസ്തുമതത്തിന്റെ വിശ്വസിച്ചാലത് പരിശുദ്ധയാത്മാവുമാകും. ഇങ്ങനെ ദൈവങ്ങൾ മാറി മറിയുന്നതനുസരിച്ച് പ്രപഞ്ച ശക്തികളും, പ്രപഞ്ച ശില്പികളുമൊക്ക മാറി മറിയും."

"മ്മം."

"ഇവർ മാത്രമല്ല... ഭൂമിയിൽ ഇനിയും ദൈവങ്ങളുണ്ട്. അപ്പോളോ ദേവൻ, അഥീന, ഓടിൻ, അഹൂറ മാസ്ദാ എല്ലാമതിൽപ്പെടും. അവരെയും പ്രപഞ്ച ശില്പികളായി കാണുന്ന മനുഷ്യ സമൂഹങ്ങൾ ഇന്നും ഭൂമിയിൽ ജീവിച്ചിരിപ്പുണ്ട്.. അപ്പോളിതിൽ ഏതാണ് ശരിയായ ദൈവം? ശരിയായ വിശ്വാസം? ഏതാണ് ശരിയായ പ്രപഞ്ച ശക്തി?" സായ ചോദിച്ചു."നിന്റെ വിശ്വാസം മാത്രം ശരിയും, ബാക്കിയുള്ളവരുടെ വിശ്വാസങ്ങൾ തെറ്റുമാകുന്നതെപ്പോൾ?"

"അതല്ല, എല്ലാവരുടെയും വിശ്വാസങ്ങളും ശരിയാണെന്നു ധരിച്ചാൽ പോരെ?" നീര അതിനും ഉത്തരം കണ്ടെത്തി.

"എങ്കിൽ പറ... ഇക്കണ്ട പ്രപഞ്ചം മുഴുവനും സൃഷ്ടിച്ചത് ബ്രഹ്മാവോ, പരിശുദ്ധയാത്മാവോ, അള്ളാഹുവോ അതോ ഗ്രീക്ക് ദൈവമായ ഗായയോ? ഒരേ സാധനം ഒന്നിൽ കൂടുതൽ ശക്തികൾക്ക് സൃഷ്ടിക്കുവാൻ സാധിക്കുമോ?" മായ ഒരു ചെറു പുഞ്ചിരിയോടെ ചോദിച്ചു.

"അപ്പോൾ കൈലാസത്തിൽ ശിവൻ ഇല്ലേ?"

"കൈലാസം ഹിന്ദുക്കൾക്ക് മാത്രമല്ല വിശുദ്ധ പർവ്വതമാകുന്നത്. ബുദ്ധ, ജൈന പിന്നെ ബോൺ മതക്കാർക്കും കൈലാസം ഒരു വിശുദ്ധ പർവ്വതമാണ്. ഈ വിശ്വാസങ്ങളൊക്ക അങ്ങനെ നിലനിൽക്കുന്നത് കൊണ്ടു തന്നെ കൈലാസ പർവ്വതത്തിന്റെ കൊടുമുടിയിൽ മനുഷ്യരാരും ഇതുവരെ നടന്നു കയറിട്ടില്ലെന്നാണ് പലരും വിശ്വസിച്ചു പോരുന്നത്." ഇഷ കൂട്ടി ചേർത്തു.

"അപ്പോൾ ബുദ്ധ സന്യാസിയായ മിലാരപ്പ, കൈലാസ പർവ്വതം ഒറ്റ ദിവസം കൊണ്ടു നടന്നു കയറിയിട്ടുണ്ടെന്നും

ഞാൻ എവിടെയോ വായിച്ചിട്ടുണ്ടല്ലോ?"

"കൈലാസം വിശ്വാസങ്ങളിൽ പറയുന്നത് പോലെയൊരു പർവ്വതമല്ല. ഇതൊരു മനുഷ്യ നിർമ്മിതമായ പിരമിഡാണ്." ഹിമ പറഞ്ഞു തുടങ്ങി."അൻപത് ബില്ല്യൺ കൊല്ലങ്ങൾക്ക് മുൻപ് ഇന്ത്യൻ ഭൂഖണ്ഡത്തിനും യുറെഷ്യൻ ഭൂഖണ്ഡത്തിനുമിടയിൽ തെത്തിയസ് എന്നൊരു സമുദ്രം ഉണ്ടായിരുന്നു. പിന്നീട് ഈ രണ്ടു ഭൂഖണ്ഡങ്ങളുടെ ഫലകങ്ങൾ തമ്മിൽ കൂട്ടി മുട്ടി സമുദ്രം മുകളിലേക്ക് ഉയർന്ന് ഹിമാലയമായി മാറുകയായിരുന്നു. അന്ന് 'യതി. ' എന്നൊരു വികസിത മനുഷ്യ സമൂഹം ഭൂമിയിൽ ഉണ്ടായിരുന്നു. ഭൂമിയുടെ കേന്ദ്ര ബിന്ദുവിന്റെ സ്ഥാനം കണ്ടെത്തി അവർ കൈലാസമെന്ന പിരമിഡിവിടെ ഹിമാലയത്തിൽ പണിയുകയായിരുന്നു."

"യതി എന്നാൽ മഞ്ഞു മനുഷ്യൻ എന്നല്ലേ?"

"അവരുടെ ശേഷിക്കുന്ന പിൻതലമുറക്കാരെ ഇന്നത്തെ മനുഷ്യർ ഹിമ മനുഷ്യർ അല്ലെ മഞ്ഞു മനുഷ്യർ എന്ന് വിളിക്കുന്നു. കാലം മുൻപോട്ട് പോയപ്പോൾ അവർ, എണ്ണത്തിൽ കുറഞ്ഞു. എങ്കിലും അവരിൽ ചില ഹിമ മനുഷ്യർ കൈലാസത്തിന്റെ ചുറ്റുവട്ടത്തായി ഇപ്പോഴും ഒതുങ്ങി കഴിയുന്നുണ്ട്."

"എന്തിന് ഒതുങ്ങി കഴിയണം. അവരും മനുഷ്യരല്ലേ?"

"ഈ പിരമിഡിനുള്ളിൽ ചില രഹസ്യങ്ങളുണ്ട് നീര. അവർ അതുകൊണ്ട് കൈലാസത്തിന്റെ സംരക്ഷകരാണെന്ന് വേണം കരുതാൻ. ആകാശവും ഭൂമിയും ഈ പിരമിഡിനുള്ളിൽ ഒന്നിക്കുന്നുണ്ട്. നീര... നീയൊന്ന് മനസ്സിരുത്തി ധ്യാനിച്ചാൽ, നിനക്ക് ഇപ്പോൾ തന്നെ നിന്റെ മറ്റു ജന്മങ്ങളിൽ ഏതിൽ വേണേലും എത്തിപ്പെടാം. എന്നാൽ നീ ഭൂമിയിൽ വച്ച് മരിച്ചു കഴിഞ്ഞ ശേഷമാണ്, മറ്റൊരു ഗ്രഹത്തിലെത്താൻ ആഗ്രഹിക്കുന്നതെങ്കിൽ? പുനർജ്ജന്മമെ നിനക്കവിടെ ഉണ്ടാവുകയുള്ളൂ. നിന്റെ ഇപ്പോഴത്തെ ഭൂമിയിലേ ഓർമ്മകൾ മുഴുവനും അപ്പോൾ നിനക്ക് നഷ്ടമാവുകയും ചെയ്യും." സായ അവളെ ഓർമ്മിപ്പിച്ചു."നിനക്ക് മറ്റൊരു നീരയെ തേടി പോകണോ? അതോ ഒരു കൈ കുഞ്ഞായി മറ്റൊരു ലോകത്ത് പുനർജനിക്കണോ?" മായ ചോദിച്ചു.

"പോണം. എനിക്ക് ഞാനായി തന്നെ പോകണം. എന്നിട്ട്

എനിക്ക് എന്റെ മിഷയെ ഒന്നൂടെ കാണണം."

"ഓർക്കുക,നിന്റെ ഭൂമിയിലേ ജീവിതമല്ല, നിനക്ക് മറ്റൊരു ഗ്രഹത്തിൽ ഉണ്ടാവുക."

"മം."

"അവിടെ നിനക്ക് കുറച്ചു നാളെ തുടരാനും പറ്റു. അതു നീ മറക്കരുത്."

"മ്മം."

"ശരി. എങ്കിൽ കണ്ണുകൾ അടച്ച് നീ നിന്റെ മിഷയെ പറ്റി മാത്രം ചിന്തിക്കു."

അവളതനുസരിച്ചു.

നീരയുടെ ശിരസ്സിന് മീതെയുള്ള മഞ്ഞു മലകൾ മെല്ലെ മാറാൻ തുടങ്ങി, ആകാശത്തിനുമപ്പുറം സഞ്ചരിക്കുന്ന ഒരു വെള്ളി വെളിച്ചം അവളുടെ ശിരസ്സിനു മീതെ തെളിഞ്ഞു തുടങ്ങി.

പ്രകാശം നിറഞ്ഞൊഴുകുന്ന ഒരു

തുരങ്കത്തിലൂടെ നീര അതി വേഗം സഞ്ചരിക്കുന്നതായി അവൾക്ക് തോന്നി.

* * * * *

നിമിഷങ്ങൾക്ക് ശേഷം നീര കണ്ണുകൾ തുറന്നു.

അവൾ ആശുപത്രി കിടക്കയിൽ കിടക്കുകയാണ്. മുറിയുടെ ഒരു വശത്തായി ഒരു ജാലകം കാണാം. അതിലൂടെ പൂത്തു നിൽക്കുന്ന ഒരു കൊന്ന മരവും കാണാം.

നീര കട്ടിലിൽ നിന്നും മെല്ലെ എഴുനേൽക്കാൻ ശ്രമിച്ചു. സാധിക്കുന്നില്ല. ശരീരമാസകാലം നുറുങ്ങുന്ന വേദന.

ആപ്പോഴാണ് താൻ കെട്ടിടത്തിന്റെ ആറാമത്തെ നിലയിൽ നിന്നും, എടുത്തു ചാടിയ കാര്യമവൾ ഓർത്തെടുത്തത്.

"ഹോ... എന്തിനായിരുന്നു ഞാനാ മണ്ടത്തരം കാണിച്ചത്?" അവൾ സ്വയം പഴിച്ചു.

അവളുടെ ഇടത്തെ കൈയിൽ സൂചി കുത്തി ഇറക്കിയിട്ടുണ്ട്. നെഞ്ചിലും വിരലിലുമായി കുറേ ലീഡുകൾ ഘടിപ്പിച്ചിട്ടുണ്ട്.

പെട്ടെന്ന് അവളുടെ മുറിയുടെ വാതിൽ തുറന്ന് ഒരു നേഴ്സ് അകത്തേക്ക് കടന്നു വന്നു. നീരയെ കണ്ടതും അവർ

പുറത്തേക്ക് നോക്കി വിളിച്ചു കൂവി.

"ഡോക്ടർ പേഷ്യന്റെ കണ്ണ് തുറന്നു."

ഡോക്ടർ എത്തി, അവളെ പരിശോധിക്കാൻ തുടങ്ങി.

അവളെ പരിചരിച്ചിരുന്ന ഡോക്ടറിന്റെയും നേഴ്സിന്റെയും മുഖത്ത് ഒരു അത്ഭുതം കാണുന്ന ഭാവമുണ്ടായിരുന്നു.

"ദേ ഇങ്ങോട്ട് നോക്കു... നിങ്ങൾക്ക് എന്റെ വിരലുകൾ ചലിക്കുന്നത് കാണാമോ?"

ഡോക്ടർ തിരക്കി.

"കാണാം."

"വാ തുറന്നെ, ഇനി നാക്ക് നീട്ടു."

അവൾ അനുസരിച്ചു.

"നിങ്ങൾക്ക് കുഴപ്പമൊന്നുമില്ലല്ലോ റേയാ." ഡോക്ടർ അവളെ നോക്കി ചിരിച്ചു കൊണ്ടു പറഞ്ഞു.

"റേയയോ? അതാരാ?... ഞാൻ നീരയാണ്."

"നീരയോ? അതാരാ?" ഡോക്ടറിനും സംശയമായി. അയാൾ രോഗിയുടെ കേസ് ഫയൽ എടുത്തു നോക്കി.

"ഇതിൽ നിങ്ങളുടെ പേര് റേയാ എന്നാണല്ലോ?"

"ഏയ്യ് അല്ല. ഞാൻ നീര, നീര നിഹാരിക. അതാണെന്റെ മുഴുവൻ പേര്."

ഡോക്ടർ ഒരു നിമിഷമൊന്നവളെ നോക്കി.

"ഇത് ഏതു വർഷമാണെന്ന് പറയാമോ?"

"2022."

"ആരാണ് ഇന്ത്യയുടെ പ്രധാനമന്ത്രിയെന്ന് പറയാമോ?"

"നരേന്ദ്ര മോദി."

ഡോക്ടർ അയാളുടെ മൊബൈൽ പുറത്തെടുത്തു, എന്നിട്ട് ഏതോ ഒരു വീഡിയോ എടുത്ത് നീരയെ കാട്ടി. അതൊരു ന്യൂസ് ചാനൽ ആയിരുന്നു.

"ഇന്നത്തെ പ്രധാന വാർത്തകളിലൊന്ന്, ഇന്ത്യയുടെ പ്രധാന മന്ത്രി ശ്രീമതി മൗന റഹീന പ്രതിപക്ഷ നേതാവായ ശ്രീ ബാലി ബലനോയെ ബീറ്റിലൂടെ വിമർശിച്ചത് ഈ പ്രകാരമാണ്..."

ആ വാർത്ത കണ്ട ശേഷം നീര അറിയാതെ ചോദിച്ചു പോയി "ആരാ ഇവരൊക്കെ ?"

"നിങ്ങൾക്ക് പലതും ഓർമ്മയില്ലെന്ന് തോന്നുന്നു?"

നീരയ്ക്ക് എന്ത് പറയണമെന്ന് അറിയാത്ത അവസ്ഥ.

"നിങ്ങളെങ്ങനെ ഹോസ്പിറ്റലിൽ എത്തിയെന്ന് നിങ്ങൾക്ക് ഓർമ്മയുണ്ടോ റേയാ?"

"ഞാൻ നീരയാണ് ഡോക്ടർ." അവൾ വീണ്ടും അയാളെ ഓർമിപ്പിച്ചു.

"സോറി, നീര. അതു വിട്ടേക്ക്. നീര എങ്ങനെ ഇവിടെ എത്തിയെന്ന് പറയു?"

"എന്റെ ഓർമ്മ ശരിയാണെങ്കിൽ ഞാൻ എന്റെ അപാർട്ട്മെന്റിന്റെ ആറാമത്തെ നിലയിൽ നിന്നും താഴേക്ക് എടുത്ത് ചാടുകയായിരുന്നു."

"എന്നുവെച്ചാൽ ആത്മഹത്യാ ശ്രമം?"

"അതേ."

"എന്തിന്?"

"ഞാനീ ലോകത്ത് ഒറ്റയ്ക്ക് ആണെന്നൊരു തോന്നൽ. പിന്നെന്റെ മിഷ..."

"അതിനു നിങ്ങൾ ഒറ്റയ്ക്കല്ലല്ലോ റേയാ... അല്ല... നീരാ നിങ്ങൾക്കൊരു കുടുംബമുണ്ട്, ഭർത്താവും മൂന്നു കുട്ടികളുമടങ്ങുന്നയൊരു കുടുംബം."

"ങേ! അതെങ്ങനെ ശരിയാവും?"

"മാത്രവുമല്ല നിങ്ങൾക്കൊരു ചെറിയ ആക്സിഡന്റ് പറ്റിയാണ് നിങ്ങൾ ഹോസ്പിറ്റലിൽ എത്തുന്നത്, അല്ലാതെ ആത്മഹത്യാ ശ്രമം ആയിരുന്നില്ല."

"എന്ത് വിഡ്ഢിത്തമൊക്കെയാണ് നിങ്ങൾ എന്നെ പറ്റി പറയുന്നത് ഡോക്ടർ. ഇതു ഭ്രാന്താശുപത്രിയോ അതോ സാധാരണ ഹോസ്പിറ്റലോ?"

"നിങ്ങളുടെ ഫാമിലിയെ ഞാൻ നിങ്ങൾ കോമയിൽ നിന്നും ഉണർന്ന കാര്യം അറിയിച്ചിട്ടുണ്ട്. അവരെല്ലാം ഇപ്പോൾ വരും. അവരെ കാണുമ്പോൾ നിങ്ങൾക്ക് എല്ലാം ഓർമ്മ വരാതിരിക്കില്ല."

പറഞ്ഞു തീർന്നില്ല, നീരയുടെ മുറിയുടെ വാതിൽ തുറന്ന് ആര്യനും മൂന്നു കുഞ്ഞു കുട്ടികളും, പിന്നെ പ്രായം ചെന്നൊരു സ്ത്രീയും കടന്നു വന്നു.

"ആര്യനെ ചൂണ്ടി കാട്ടി കൊണ്ട് ഡോക്ടർ പറഞ്ഞു. ഇതാണ്

നിങ്ങളുടെ ഭർത്താവ് വിവാൻ."

"അല്ല. ഇത് വിവാനല്ല, ആര്യനാണ്. ഇവൻ എന്റെ ഭർത്താവല്ല. മറിച്ചു ഞാൻ പഠിപ്പിക്കുന്ന എന്റെ യൂണിവേഴ്സിറ്റിയിലെ ഒരു student മാത്രമാണിവൻ."

"റേയാ... എന്ത് വിഡ്ഢിത്തമാണ് നീയീ പറയുന്നത്. നീയൊരു യൂണിവേഴ്സിറ്റി പ്രൊഫസറൊന്നുമല്ല. പകരം അറിയപ്പെടുന്ന ഒരു ഷെഫ് ആണ്." വിവാൻ പറഞ്ഞു.

8

ഗുൽമോഹർ

"അവൾക്ക് പലതും ഓർമ്മയില്ല വിവാൻ." ഡോക്ടർ വിവാനോട് വിശദീകരിച്ചു.

"അതെങ്ങനെ ശരിയാകും? അവൾ വെറുതെയൊന്നും കാലു തെറ്റി മറിഞ്ഞു വീണതല്ലേയുള്ളൂ? അപ്പോഴേക്കും കോമ ദേ ഇപ്പോൾ ഓർമ്മക്കുറവും."

"വിവാൻ നിങ്ങൾ ശാന്തനാവു. റേയയെ നിങ്ങൾ പരിഭ്രാന്തയാക്കുകയാണ്."

വിവാൻ പിന്നെയൊന്നും ചോദിക്കാൻ നിന്നില്ല. അവനു തന്റെ പ്രിയപ്പെട്ടവളെ തിരിച്ചു കിട്ടിയ സന്തോഷമായിരുന്നു കൂടുതലും.

നീര വിവാനെന്ന ആര്യനെ നോക്കി കുറച്ചു നേരം കിടന്നു.

പിന്നെ മൂന്നു കുട്ടികൾ. അഞ്ചും, മൂന്നും, രണ്ടും വയസ്സുള്ള മൂന്നു കുട്ടികൾ.

അവർ "മമ്മ മമ്മ." എന്ന് വിളിച്ചു കൊണ്ട് നീരയ്ക്ക് ചുറ്റും കൂടി.

"മോൾക്ക് എന്നെ മനസ്സിലായോ?" അവരുടെ കൂട്ടത്തിലുള്ള പ്രായം ചെന്ന സ്ത്രീ ചോദിച്ചു.

"ഇല്ല." എന്ന രീതിയിൽ നീര തലയാട്ടി.

"ഞാൻ താഷ, വിവാന്റെ അമ്മ. നീ ആശുപത്രിയിൽ ആയപ്പോൾ കുട്ടികളെ നോക്കാൻ, വീടും പൂട്ടിയിങ്ങ് പോന്നു."

നീരയ്ക്ക് ആരെയും തിരിച്ചറിയുവാൻ പറ്റുന്നില്ല.

അവൾ റേയയുടെ മൂന്നു കുഞ്ഞുങ്ങളുടെ മുഖത്തേക്ക്

നോക്കി. ഒരാൾക്ക് പോലും അവളുടെ മിഷാലിന്റെ രൂപമില്ല. രണ്ട് ആണും ഒരു പെണ്ണും.

"എന്താണ് ഇവരുടെ പേര്?" നീര വിവാനെ നോക്കി ചോദിച്ചു.

"നിനക്ക് ശരിക്കുമൊന്നും ഓർമ്മയില്ലേ?" അവൻ നിരാശയോടെ തിരക്കി.

"ഇല്ല." എന്ന രീതിയിൽ അവൾ തലയാട്ടി.

"ഇവൻ കേസ്സോ, രണ്ടാമത്തവൻ ജീമോ പിന്നെ ഇവൾ... നമ്മുടെ തമീര."

നീരയാ പേരുകൾ കേട്ടപ്പോൾ തന്നെ, അമ്പരന്നു. പേരുകൾ എല്ലാം തന്നെ വിചിത്രമായിരിക്കുന്നു.

ആരോട് എന്ത് പറയണമെന്നറിയാതെ നീര കിടന്നു. അവളുടെ അവസ്ഥ മനസ്സിലാക്കിയിട്ടെന്ന പോലെ ഡോക്ടർ പറഞ്ഞു.

"എല്ലാവരും ഇപ്പോൾ മടങ്ങി പോവുക. റേയക്ക് അൽപ്പം വിശ്രമം ആവശ്യമാണ്."

പോകുന്നതിനു മുൻപായി കുട്ടികൾ ഓരോരുത്തരും അവരുടെ അമ്മയെ ചുംബിച്ചു. അതിൽ ഏറ്റവും ഇളയവളായ തമീര, അവളുടെ അമ്മയെ വിട്ടു പിരിയാൻ തീരെ തയ്യാർ ആയിരുന്നില്ല.

പോകുന്നതിന് മുൻപായി വിവാൻ നീരയുടെ അടുത്തേക്ക് ചെന്നു, എന്നിട്ട് അവളുടെ ചെവിയിലായി പതുക്കെ മന്ത്രിച്ചു.

"എന്റെ പൊന്നെ, നീ മടങ്ങി വന്നല്ലോ. എനിക്കത് മതി. ബാക്കിയെല്ലാം നമുക്ക് പതിയെ ശരിയാക്കാം." പിന്നൊന്നും നോക്കാതെ അവൻ അവളുടെ ചുണ്ടുകളിൽ ആഴത്തിലൊരുമ്മ കൊടുത്തു.

അവന്റെ ചുണ്ടുകൾ അവളിൽ പതിഞ്ഞപ്പോൾ, നീരയ്ക്കാ ചുംബനം പരിചിതമായി തോന്നി.

അവർ പോയപ്പോൾ ഡോക്ടർ അവളോട് ചോദിച്ചു.

"നിങ്ങൾക്ക് ഇവരെ ആരെയും ഓർമ്മയില്ലേ?"

"ആര്യൻ, അല്ല വിവാനെ മാത്രം എനിക്ക് അറിയാം. പക്ഷേയത് വിവാനായിട്ടല്ല. പകരം ആര്യനായിട്ടാണ്."

"പറയൂ, നിങ്ങളുടെ ഓർമ്മയിൽ എന്തൊക്കെയാണ്

ഉള്ളത്?"

മിഷ, സൂരജ്, കോകോ, ജോർജ്, യൂണിവേഴ്സിറ്റിയിലെ തന്റെ ജീവിതം, അവിടെ തനിക്ക് അറിയാവുന്ന ആര്യൻ, എന്നിവയെ പറ്റിയെല്ലാം വിശദമായി നീര ഡോക്ടറോട് പറഞ്ഞു കേൾപ്പിച്ചു.

എല്ലാം കേട്ട ശേഷം ഡോക്ടർ പറഞ്ഞു

"ഒരു പക്ഷേ റേയ... സോറി നീര പറയുന്നതെല്ലാം ശരിയാണെന്ന് വിശ്വസിച്ചാലും, നിങ്ങൾക്കിപ്പോൾ മൂന്നു കുട്ടികൾ ഉള്ളത് തള്ളി കളയാൻ പറ്റില്ല."

"മ്മം." നീര നിരാശയോടെ മൂളി.

"എടോ നമുക്കൊന്ന് കണ്ണാടി നോക്കിയാലോ?" ഡോക്ടർ പറഞ്ഞു നോക്കി.

"ശരി, പക്ഷേ എനിക്ക് എഴുനേൽക്കാൻ പറ്റുന്നില്ല. എന്റെ അസ്ഥികളെല്ലാം ഒടിഞ്ഞ പോലെ."

"ഏയ്യ്... അതു ശരിയല്ല, നിങ്ങളുടെ ശരീരത്തിന് ഒരു പോറലു പോലുമില്ല."

"പിന്നെ ഞാൻ എങ്ങനെ ആശുപത്രിയിൽ എത്തി ഡോക്ടർ?"

"നടന്നു പോകുമ്പോൾ, എങ്ങനോ കാലു തെറ്റി നിങ്ങൾ റോഡിലേക്ക് വഴുതി വീഴുകയായിരുന്നു."

"ആണോ?" നീരയ്ക്ക് വിശ്വാസമായില്ല.

"നിങ്ങളൊന്ന് എഴുന്നേറ്റു നോക്കു. ഇത്രയും നാൾ ഈ കട്ടിലിൽ കിടന്നതിന്റെയല്ലാതെ, നിങ്ങൾക്ക് മറ്റൊരു ബുദ്ധിമുട്ടും ഉണ്ടാവാൻ ഇടയില്ല."

"എത്രയും നാൾ?"

"ഒരു മാസം."

"കണക്കുകൾ നോക്കുകയാണേൽ താൻ തന്റെ apartment ഇന്റെ ആറാമത്തെ നിലയിൽ നിന്നും എടുത്ത് ചാടിയിട്ട് ഏകദേശം ഒരു മാസമാകുന്നു." നീര മനസ്സിലോർത്തു.

ഡോക്ടറുടെയും നേഴ്സിന്റെയും സഹായത്തോടെ നീര മെല്ലെ കട്ടിലിൽ നിന്നും എഴുന്നേറ്റു. ശരീരമാസകലം ഒരു വേദന അനുഭവപ്പെടുന്നതല്ലാതെ മറ്റു കുഴപ്പങ്ങളൊന്നും അവളിൽ അവൾ കണ്ടില്ല.

വേച്ചുവേച്ചവൾ ഒരു കണ്ണാടിയുടെ മുന്നിലായി നിന്നു.

കണ്ണാടിയിൽ തെളിഞ്ഞു വന്ന തന്റെ പ്രതിബിംബം കണ്ടവൾ ഞെട്ടി.

മെലിഞ്ഞ ശരീരവും, വെളുത്ത നിറവും, നീണ്ട ഇളം തവിട്ടു നിറമുള്ള മുടിയും, നീല നിറത്തിലുള്ള കൃഷ്ണ മണികളുമുള്ള ഒരു കൊച്ചു പെണ്ണ്. അവളെ കണ്ടാൽ എങ്ങനെ പോയാലും ഒരു ഇരുപത് ഇരുപത്തിയാറിനപ്പുറം വയസ്സുണ്ടാവുമെന്നും പറയില്ല.

"ഇതാരാണ്?" നീര തന്റെ രൂപം കണ്ണാടിയിൽ കണ്ടപ്പോൾ ചോദിച്ചു.

"ഇതു താൻ തന്നെ ആടോ." ഡോക്ടർ അൽപ്പം തമാശ കലർന്ന സ്വരത്തിൽ പറഞ്ഞു.

"ഞാനെങ്ങനെ ഇങ്ങനെയായി?" അത്ഭുതം വിടാതെ അവൾ ചോദിച്ചു.

"എങ്ങനെ?" ഡോക്ടർ ചോദിച്ചു.

നീരയ്ക്കതിന് ഉത്തരം പറയാൻ കഴിയുമായിരുന്നില്ല.

"തനിക്കു ഭ്രാന്താണെന്നെ ഇവർ കരുതു." നീര മനസ്സിൽ പറഞ്ഞു.

"എന്തുപറ്റി റേയാ? എന്തായാലും പറയൂ." ഡോക്ടർ വീണ്ടും അവളെ പ്രോത്സാഹിപ്പിച്ചു.

"അതുപിന്നെ... എനിക്കൽപ്പം ഒറ്റയ്ക്ക് ഇരിക്കണം. നമുക്ക് പിന്നീട് സംസാരിക്കാം." നീര പറഞ്ഞു.

* * * * *

നീര കണ്ണാടിക്കു മുന്നിൽ തനിച്ചു നിന്നു.

"തന്റെ മുന്നിൽ നിൽക്കുന്ന പ്രതിബിംബം റേയ എന്ന യുവതിയുടെയാണ്. താൻ മറ്റാരുടെയോ ശരീരത്തിനുള്ളിൽ എങ്ങനോ എത്തിപ്പെട്ടിരിക്കുന്നു. അങ്ങനെയെങ്കിൽ റേയയെന്നയാ മൂന്നു കുട്ടികളുടെ അമ്മ എവിടെ? നീരയെന്ന എന്റെ... ശരീരമെവിടെ? "

ഉത്തരം കിട്ടാത്ത നിരവധി ചോദ്യങ്ങളുമായി അവൾ കണ്ണാടിക്ക് മുന്നിൽ നിന്നു.

* * * * *

അവൾ ആശുപത്രിയുടെ പിന്നിലുള്ള പൂന്തോട്ടത്തിലേക്ക് മെല്ലെ നടന്നു.

ആദ്യമായിട്ടാണ് ആശുപത്രിയിലെ മുറിയിൽ നിന്നും പുറത്തേയ്ക്കവൾ കാൽവയ്ക്കുന്നത്.

പ്രകൃതി തന്നെ മറ്റൊന്നായി അവൾക്ക് തോന്നി.

കാവി നിറത്തിലുള്ള പൂക്കളുള്ള മരങ്ങൾ കണ്ടപ്പോൾ അവൾക്ക് ഗുൽമോഹർ മരങ്ങളെ ഓർമ്മ വന്നു. ഇതിൽ പ്രത്യേകത എന്തെന്ന് ചോദിച്ചാൽ? മരങ്ങളുടെ മണ്ണിനു പുറത്തേക്ക് നിൽക്കുന്ന വേരുകളിലും വരെ കാവി നിറത്തിലുള്ള പൂവുകൾ പൂവിട്ട് നിൽക്കുന്നത് കാണാം.

അവിടെ കണ്ടിരുന്ന ചെടികൾക്ക് പലതിനും ഇളം നീല നിറമായിരുന്നു.

"ഇതെന്ത് മരമാണ്?" അവളുടെയൊപ്പം നടന്നിരുന്ന വിവാനോടായി നീര ചോദിച്ചു.

"ഇത് നിതാരം. എന്തെ നീ ഇതിനുമുൻപ് ഇങ്ങനൊരു മരം കണ്ടിട്ടില്ലേ?"

നീര മറുപടി പറഞ്ഞില്ല. പകരമൊന്ന് ചിരിച്ചു.

അവൾ മുകളിലേക്ക് നോക്കി, ആകാശത്തിനുമുണ്ട് പ്രത്യേകത. ഇളം പച്ചയും നീലയും കലർന്ന ആകാശം, കടല് പോലെ തിര വെട്ടുന്നതായി നീരയ്ക്ക് തോന്നി.

അവൾ മറ്റൊരു ലോകത്ത് എത്തിപ്പെട്ടിരിക്കുന്നുവെന്ന് നീരയ്ക്ക് മനസ്സിലായി.

പോയ ദിവസങ്ങളിലെല്ലാം അവൾ കൈലാസത്തിൽ കണ്ടുമുട്ടിയ അഞ്ചു സ്ത്രീകളെ പറ്റിയും, അവർക്കിടയിൽ നടന്ന സംഭാഷണവും ഓർത്തെടുക്കുവാനുള്ള ശ്രമത്തിലായിരുന്നു.

"മറ്റൊരു ലോകത്തെ മറ്റൊരു നീര. ആ നീരയുടെ പേര് പക്ഷേ 'റേയ' എന്നാണെന്നു മാത്രം."

പൂന്തോട്ടത്തിലൂടെ നടക്കുമ്പോൾ, വിവാൻ അവളുടെ കൈ പിടിച്ചിരുന്നു.

"വിവാൻ." നീര അവനെ വിളിച്ചു.

"പറയെടാ മുത്തേ." അവൻ സ്നേഹത്തോടെ പറഞ്ഞു.

"മുത്തേന്നോ... ഹഹഹ" അവൾ ചിരിച്ചു.

"ഇതെന്താ ഞാൻ നിന്നെ ഇങ്ങനെ ആദ്യമായി വിളിക്കുന്നത് പോലെ നീ പെരുമാറുന്നെ?"

"ഏയ്യ് ഒന്നുമില്ല." അവൾ തന്റെ കൂടെ കാന്റീനിലിരുന്ന് കാപ്പി കുടിച്ചും, ഒരുമിച്ചു നിന്ന് സിഗരറ്റ് വലിച്ച ആര്യനെന്ന തന്റെ പഴയ ലോകത്തെ വിദ്യാർത്ഥിയെ പറ്റി ഓർത്തു പോയി.

"ആര്യൻ തന്നെ മുത്തേ... പൊന്നേ... എന്നൊക്കെ വിളിക്കുന്നത് എന്ത് അരോചകമായിരിക്കും?" നീര ചിന്തിച്ചു പോയി.

"വിവാൻ, എനിക്ക് എത്ര വയസ്സുണ്ട്?"

അവൾ ചോദിച്ചു.

"അതും നിനക്ക് ഓർമ്മയില്ലേ?"

"ഇല്ല."

"നിനക്ക് മുപ്പത്തിയൊന്നും എനിക്ക് ഇരുപത്തിയഞ്ചും."

"എന്നിട്ടും നമ്മൾ വിവാഹിതരായോ?"

"അതിനെന്നാ പൊന്നെ, നമ്മൾ പ്രണയത്തിൽ ആയിരുന്നില്ലേ? അല്ല നമ്മൾ ഇപ്പോഴും പ്രണയത്തിൽ ആണല്ലോ."

"നമ്മൾ എങ്ങനെയാ കണ്ടു മുട്ടിയെ?"

"നിന്റെ ബേക്കറിയിലേക്ക്, എന്റെ ഫാമിലേ സാധനങ്ങൾ എത്തിച്ചു കൊണ്ടു വന്നിരുന്നത് ഞാൻ തന്നെ അല്ലായിരുന്നോ? അതൊക്കെ നീ മറന്നോ?"

"മറന്നു." നീരയൊരു കുറ്റസമ്മതം പോലെ പറഞ്ഞു.

"ശേ.. കഷ്ടം!"

"നമ്മൾ എത്രനാൾ പ്രണയിച്ചു നടന്നു ?"

"ഒരു മാസം."

"ഒരു മാസമോ?"

"അതേ. ഒരു മാസം, എന്നിട്ട് നമ്മൾ ഫിദാരുവിന്റെ മുൻപിൽ വച്ചു വിവാഹിതരായി."

"ഫിദാരുവോ! അതാരാ?"

വിവാൻ ഒരു നിമിഷം നീരയെ നോക്കി നിന്നു.

"നിനക്ക് ഫിദാരുവിനെയും, ഘോശോായേയും, അനമിയെ യുമൊന്നും അറിയില്ലേ?"

"ഇല്ല. ആരാണിവർ?"

"നമ്മുടെ ദൈവങ്ങൾ."

"എന്തോന്ന്? ഒന്നൂടെ പറ."

"എടി നമ്മൾ മിത്രൻമാരാണ്. ഇവരെല്ലാം മിത്ര മതത്തിലെ ദൈവങ്ങളാണ്."

"അപ്പോൾ ഹിന്ദു, മുസ്ലിം, ക്രിസ്ത്യാനി... ഇവരൊക്കെ?"

"ഇവരൊക്കെ ആരാ?" വിവാനും തിരിച്ചു ചോദിച്ചു.

നീര മറുപടി പറഞ്ഞില്ല. ഇനി എന്തെങ്കിലും അവൾ പറഞ്ഞാൽ അതൊരുപക്ഷേ ആനമണ്ടത്തരമായി വിവാന് തോന്നിയേക്കാം, അല്ലെ എല്ലാവരും കൂടി ചേർന്ന് അവളെ ഭ്രാന്തിയുമാക്കിയേക്കാം.

"ഇതു ലോകം വേറെയാണ് മോളെ." അവൾ മനസ്സിൽ പറഞ്ഞു കൊണ്ടെയിരുന്നു. "ഇവിടെയും താമരയും, റോസും, കോഴിയും താറാവുമൊക്കെ ഉണ്ടോ ആവോ?ഒരു പക്ഷേ ഉണ്ടെങ്കിൽ തന്നെ അവയെല്ലാം ചിലപ്പോൾ വേറെ പേരുകളിലാവാം അറിയപ്പെടുന്നത്."

നീര ഇപ്പോൾ നിൽക്കുന്ന ലോകത്തിന് ഭൂമിയെന്ന് മാത്രമല്ല 'ഭൗമിക' എന്നൊരു പേരു കൂടിയുണ്ട്.

ഹിന്ദു മുസ്ലിമെന്ന മതങ്ങൾ ഇല്ലാത്ത കൊണ്ട് തന്നെ ഇന്ത്യ, പാകിസ്ഥാൻ എന്ന രണ്ടു രാജ്യങ്ങളില്ല. പകരം എല്ലാം ഇന്ത്യയെന്നൊരു രാജ്യം മാത്രം.

നീരയിപ്പോൾ എത്തി നിൽക്കുന്ന പുതിയ ലോകത്തെ പറ്റി പലതും മനസ്സിലാക്കണേൽ നീരയ്ക്ക് ഇനിയും സമയമെടുക്കും.

നേരം സന്ധ്യയോടടുത്ത് തുടങ്ങി. ആകാശത്തു നിന്നും നീല നിറത്തിലുള്ള മഞ്ഞു മണ്ണിലേക്ക് പതിക്കുവാൻ തുടങ്ങി.

"ഇതെന്താ... മഞ്ഞോ! അതും നീല നിറത്തിൽ?" നീര അതിശയത്തോടെ ചുറ്റും നോക്കി.

"എന്താടാ നീ ഇതൊക്കെ ആദ്യം കാണുന്നത് പോലെ പറയുന്നേ?" വിവാനു നീരയുടെ പെരുമാറ്റത്തിൽ ആശ്ചര്യം തോന്നി.

അതിനുത്തരമായിട്ടെന്നോണം ഒരു ചമ്മിയ ചിരി അവൾ അവനു സമ്മാനിച്ചുള്ളു.

"മോളെ നമുക്ക് നമ്മുടെ വീട്ടിൽ പോകണ്ടേ? നമ്മുടെ

മക്കൾ നിനക്കായ് കാത്തിരിക്കുന്നു. പിന്നെയീ ഞാനും."

വിവാൻ നീരയെ അവനിലേക്ക് ചേർത്തു പിടിച്ചു. എന്നിട്ട് അവളുടെ കണ്ണുകളിലേക്ക് സൂക്ഷിച്ചു നോക്കി.

"എത്ര നാളായി പൊന്നെ, നിന്നെ ഞാനൊന്ന് മനസ്സറിഞ്ഞു ചുംബിച്ചിട്ട്."

ഇതുപറഞ്ഞ് വിവാൻ നീരയുടെ ചുണ്ടുകൾ പതിയെ കടിച്ചു പിടിച്ചു. അവന്റെ ഗന്ധം അവളിൽ പുതിയ ഉണർവുകൾ ഉണ്ടാക്കി. അവന്റെ ഉമി നീരിന് പോലും, അവന്റെ ഉള്ളിലെ പ്രണയത്തിന്റെ സൗരഭ്യം ഉണ്ടായിരുന്നു.

ഒന്ന് പിടി വിട്ടപ്പോൾ നീര ചോദിച്ചു...

"നമുക്ക് മൂന്നു കുട്ടികൾ ആയില്ലേ? ഇപ്പോഴും നിനക്ക് എന്നോട് പ്രണയമോ?"

"ഇനി അല്ലെടി നമ്മൾ പ്രണയിക്കേണ്ടത്?"

"പക്ഷേ നിന്റെ റേയ ഈ ഞാൻ അല്ലെങ്കിലോ? ഈ ശരീര ത്തിനുള്ളിൽ മറ്റൊരു സ്ത്രീ ആണേലോ?"

"എന്നാ പുല്ലാടി നീ കോപ്പേ ഈ പറയുന്നത്? എനിക്കൊന്നും മനസ്സിലാവുന്നില്ല." അവനു ദേഷ്യം തോന്നി.

തന്റെ മുന്നിൽ നിൽക്കുന്നത് ആര്യനല്ല, മറ്റൊരു പുരുഷനാണെന്ന് നീരയുടെ മനസ്സ് അംഗീകരിച്ചു തുടങ്ങിയിരുന്നില്ല. അതിന്റെയൊരു അസ്വസ്ഥത അവളിലുണ്ട് താനും.

* * * * *

ഇങ്ങ് ഭൂമിയിൽ ശരത് കുമാർ, ബ്രഹ്മ മുഹൂർത്തത്തിൽ എഴുന്നേറ്റു തന്റെ പതിവ് പ്രഭാത കൃത്യങ്ങളൊക്കെ ചെയ്ത ശേഷം, 'കർമ്മ യോഗ ' എന്ന ധ്യാന മുറയിലേക്ക് കടന്നു.

മനസ്സിനെ ശുദ്ധമാക്കി, ചിന്തകളെയെല്ലാം മാറ്റി നിറുത്തി അയാൾ ധ്യാന നിമഗ്നനായി ഇരുന്നു.

സാധാരണ മനസ്സ് ഏകാഗ്രമാക്കി നിറുത്തുമ്പോൾ, അയാൾ ചുറ്റുമുള്ളതിനെക്കുറിച്ച് ബോധവാൻ ആകുമായിരുന്നില്ല.

എന്നാലന്ന്, ശരത്തിന്റെ ചിന്തകളിൽ ഒരു സുന്ദരിയുടെ മുഖം തെളിഞ്ഞു വന്നു.

മെലിഞ്ഞ ശരീരവും, വെളുത്ത നിറവും,നീണ്ട ഇളം തവിട്ടു

നിറമുള്ള മുടിയും, നീല നിറത്തിലുള്ള കൃഷ്ണ മണികളുമുള്ള ഒരു യുവതി. അവളുടെ പ്രായം ഇരുപതുകളുടെ അവസാനം എത്തി നിൽക്കും.

അവളൊരു ആശുപത്രി കിടക്കമേൽ എന്തോ ചിന്തിച്ചു കൊണ്ടു കിടക്കുകയാണ്.

"ആരാണ് നീ?" ശരത് ഒരു സ്വപ്നത്തിലെന്ന പോൽ അവളോട് ചോദിച്ചു.

ശരത്തിന്റെ ശബ്ദം തിരിച്ചറിഞ്ഞത് പോലെയാ യുവതി പ്രതികരിക്കുവാൻ തുടങ്ങി.

"ശരത്... ശരത്... ഇതു നിന്റെ ശബ്ദമാണോ?"

"അതേ. പക്ഷേ നിനക്ക് എങ്ങനെ എന്നെ അറിയാം?"

"ഇതു ഞാനാണ് ശരത്... നീര."

അവൾ കിടക്കയിൽ നിന്നും എഴുന്നേറ്റിരുന്നു.

"നീരയോ? പക്ഷേ തന്നെ കണ്ടിട്ട്!"

"അതേ. ഇതുഞാൻ തന്നെയാണ് ശരത്. താനെവിടെയാണ്? എനിക്ക് തന്നെ കാണാൻ കഴിയുന്നില്ലല്ലോ?"

നീര അവൾക്ക് ചുറ്റുമൊന്നു പരതി നോക്കി.

9

കെട്ടുകഥ

"ശരത് താനിത് എവിടെയാണ്?" നീര വീണ്ടും തിരക്കി.

"ഞാൻ എന്റെ വീട്ടിലാണ്."

"എങ്കിൽ എനിക്കെങ്ങനെ തന്റെ ശബ്ദം കേൾക്കാൻ സാധിക്കുന്നു. എനിക്ക് വട്ടായോ ശരത്?"

"ഞാനിവിടെ ധ്യാനത്തിലാണ് നീര. എനിക്ക് തോന്നുന്നു നമ്മുടെ ചിന്തകൾ തമ്മിൽ ഒരു ടെലിപ്പതിയിലെന്ന പോലെ പരസ്പരം സംസാരിക്കുകയാണ്."

"ടെലിപ്പതിയോ?"

"വാ തുറക്കാതെ മനസ്സുകൊണ്ട് മറ്റൊരാളുടെ മനസ്സിനോട് സംസാരിക്കുന്ന രീതിയെയാണ് ടെലിപ്പതിയെന്ന് പറയുന്നത്."

"അതൊക്കെ എനിക്ക് അറിയാം. ഒന്നുല്ലേലും ഞാനൊരു അധ്യാപികയല്ലേ?"

"എങ്കിലത് പോട്ടെ. പറയൂ... നീയെങ്ങനെ മറ്റൊരാളുടെ ശരീരത്തിലെത്തി?"ശരത് ആകാംഷയോടെ ചോദിച്ചു.

"ഞാൻ മറ്റൊരാളുടെ ശരീരത്തിനുള്ളിൽ അകപ്പെട്ടു പോയെന്ന് മാത്രവുമല്ല. ഞാനിപ്പോൾ ഭൂമിയിലല്ല ശരത്. മറ്റൊരു ലോകത്ത് ഞാനെങ്ങനോ എത്തിപ്പെടുകയും ചെയ്തു."

"മറ്റൊരു ലോകമോ?"

"അതേ... ഭൂമി പോലെ മനുഷ്യനും മറ്റു ജീവ ജാലങ്ങളു മുള്ള മറ്റൊരു ലോകം."

"അതെങ്ങനെ?"

"അറിയില്ല." നീര നിരാശയോടെ പറഞ്ഞു. "എനിക്കൊരു കാര്യം അറിഞ്ഞാൽ കൊള്ളാമെന്നുണ്ട് ശരത്."

"ചോദിക്ക്?"

"ഭൂമിയിൽ ഞാൻ ഇപ്പോഴും ജീവിച്ചിരിപ്പുണ്ടോ?"

"ഇന്നലെ കൂടി ഞാൻ ആശുപത്രിയിൽ പോയി നിന്റെ ശരീരം കണ്ടേയുള്ളൂ. നീ അവിടെ ഇപ്പോഴും കോമയിൽ കിടപ്പുണ്ട്."

"അപ്പോൾ ഞാൻ ഭൂമിയിൽ ഇപ്പോഴും ജീവനോടെ ഉണ്ടല്ലേ?"

"ഉണ്ട്. എന്നാണ് എന്റെയൊരു നിഗമനം."

"പിന്നെ ഞാനെങ്ങനെ റേയയുടെ ശരീരത്തിലെത്തി?"

"റേയ ആരാ?"

നീര ശരത്തിനോട് തന്റെ പുതിയ ലോകത്തെ ജീവിതവും, കൈലാസ യാത്രയും അയാളോട് വിശദീകരിച്ചു. "ഇനി പറ ശരത്. എനിക്ക് എന്ത് സംഭവിച്ചു കാണണം?"

"എനിക്ക് തോന്നുന്നത് ഇതു അസ്ട്രൽ പ്രോജെക്ഷൻ അഥവാ പരകായ പ്രവേശം പോലെ എന്തോ ആണ്."

"അസ്ട്രൽ പ്രോജെക്ഷൻ ഒക്കെ സാധ്യമാവുമോ? അതൊക്കെ ഒരു സങ്കൽപ്പമല്ലെ ശരത്?"

"അതൊക്കെ സാധ്യമാവുമെന്ന് ഇപ്പോൾ തനിക്ക് ബോധ്യമായില്ലേ?"

"ഞാനിനി എന്റെ ശരീരത്തിലേക്ക് മടങ്ങി വരാൻ എന്തു ചെയ്യണം? എന്റെ കോകോ അവിടെ തനിച്ചാണ്. ശരത്... ഞാൻ എന്റെ ശരീരത്തിലേക്ക് മടങ്ങി വരും വരെ താൻ അവന്റെ സംരക്ഷണമൊന്ന് ഏറ്റ് എടുക്കാമോ... പ്ലീസ്." അവൾ യാചിച്ചു.

"നീര, അതിനു മുൻപ് എനിക്ക് ചില കാര്യങ്ങൾ ഉറപ്പിക്കാനുണ്ട്?"

"എന്ത്?"

"ഞാനീ സംസാരിക്കുന്നത് നിന്നോട് തന്നെയാണോ അതോ ഇതെല്ലാം എന്റെ തോന്നലാണോ എന്ന്."

"മം. അതുശരിയാ. തനിക്കു വിശ്വാസം വരാൻ ഞാൻ എന്ത് ചെയ്യണം?"

"എനിക്ക് അറിയാത്തതും, എന്നാൽ തനിക്കു മാത്രം

അറിയാവുന്ന എന്തിനെലും പറ്റി താൻ പറ."

"എന്റെ ടാബ് open ചെയ്യാനുള്ള പാസ്സ്‌വേർഡ് 7643 എന്ന നമ്പറാണ്."

"അതിനു തന്റെ ടാബ് ഇപ്പോൾ എവിടെയാണ്?"

"എന്റെ ഓഫീസ് ഡസ്കിനു മുകളിലായി, വലത്തെ അറ്റത്തു ഒരു ഫയലിനു താഴെയായി ആ ടാബ് ഇരിപ്പുണ്ട്."

"മം ശരി. അതു ഞാൻ ക്രോസ്സ് ചെക്ക് ചെയ്തോളാം. എനിക്ക് ഒന്നുകൂടി അറിയണമെന്നുണ്ട്?"

"ചോദിക്ക്?"

"നീര മുകളിൽ നിന്നും സ്വയം ചാടുക ആയിരുന്നോ അതോ ആരേലും തന്നെ തള്ളി ഇടുകയായിരുന്നോ?"

"എടോ... ഞാൻ... അന്നേരത്തെ ഒരു നിരാശയിൽ ജീവിതം അവസാനിപ്പിക്കാൻ നോക്കിയതാണ്. എന്നാലതിപ്പോൾ ഇങ്ങനെയായി. ഇനി ഞാൻ എന്ത് ചെയ്യും? മറ്റൊരാളായി ജീവിക്കുക അത്ര എളുപ്പമല്ല ശരത്."

"എടോ... ഈ പരകായ പ്രവേശമെന്നൊക്ക പറഞ്ഞാൽ, ഒരാൾ അയാളുടെ സ്വന്തം ഇഷ്ട്ടപ്രകാരം, സ്വന്തം ശരീരം വിട്ടു പുറത്തിറങ്ങി നടക്കുന്നയൊരാവസ്ഥയാണ്."

"പക്ഷേ ഞാൻ... അങ്ങനെ..."

"എടോ താൻ കൈലാസമെന്ന മനുഷ്യ നിർമ്മിതമായ പിരമിഡിൽ നിന്നാണ്, മനസ്സുകൊണ്ട് മറ്റൊരു ലോകത്ത് എത്തിയിരിക്കുന്നത്. ഇനിയാ ലോകത്ത് തനിക്കു ചെയ്തു തീർക്കേണ്ട വല്ല പരിപാടികളും കാണും. അതിനു ശേഷമാവും ചിലപ്പോൾ അവിടുന്ന് തന്റെ മടക്കയാത്ര."

"ഇവിടെ ഞാനെന്തു ചെയ്യാൻ?"

"താൻ റേയയുടെ ജീവിതം കുറച്ചു കാലം ജീവിച്ചു നോക്ക്. എന്നിട്ട് നമുക്ക് നോക്കാം."

"ശരത് തന്നോട് ഞാനിനി എപ്പോഴാണ് ഇതുപോലെ മിണ്ടുക?"

"ഞാനെന്നുമീ നേരത്തു ധ്യാനത്തിൽ ഉണ്ടാവും. താനും ഈ സമയം നോക്കി എന്നെപറ്റി മാത്രം മനസ്സിലൊന്ന് ചിന്തിച്ചു നോക്ക്."

"മം."

അൽപ്പനേരം കൂടി അവർ എന്തെല്ലാമോ സംസാരിച്ചിരുന്നു.

നീര പിന്നീട് ഒരു മയക്കം കഴിഞ്ഞിട്ടെന്ന പോലെ കിടക്കയിൽ നിന്നും കണ്ണു തുറന്ന് എഴുന്നേറ്റിരുന്നു.

“ശരത്തുമായി ഞാൻ ശരിക്കും സംസാരിച്ചോ? അതോ അതുമെന്റെ തോന്നലായിരുന്നോ?”

അത്ഭുതം വിട്ടുമാറാതെ, അവൾ കുറച്ചുനേരമാ കട്ടിലിൽ തന്നെയിരുന്നു.

* * * * *

ധ്യാനത്തിൽ നിന്നും ഉണർന്ന ശരത്തിന്നും, ഏതാണ്ട് ഇതേ പോലെയൊരു ചിന്തയായിരുന്നു.

ഇതുവരെ താൻ ഭൂതത്തെ കണ്ടു പ്രേതത്തെ കണ്ടു എന്നൊക്കെ ആളുകളോട് തട്ടി വീട്ടിട്ടുണ്ടേലും, ഇതുപോലെ കോമയിൽ കിടക്കുന്നയൊരാളുമായി സംസാരിക്കുക, അത് അയാളുടെ ജീവിതത്തിലും ആദ്യമായിട്ടായിരുന്നു.

നേരം വെളുക്കാൻ കാത്തു നിന്നില്ല, ശരത് നീര കിടന്നിരുന്ന ആശുപത്രിയിലെത്തി. അവളെ പറ്റി അന്വേഷിച്ചു.

നീര ഇപ്പോഴും കോമയിൽ തന്നെയായിരുന്നു.

അവൾ മരിച്ചിട്ടില്ല.

മോഹൻലാൽ അഭിനയിച്ച 'വിസ്മയതുമ്പത്ത്' എന്ന മലയാളം സിനിമ അയാളുടെ ഓർമ്മയിൽ വന്നു. അതിൽ നായിക കോമയിലാണ്, എന്നാൽ ആ അവസ്ഥയിൽ അവളുടെ ആത്മാവിനെ കാണാൻ പറ്റുന്ന ഏക വ്യക്തി മോഹൻലാലിന്റെ കഥാപാത്രം മാത്രമാണ്.

ശരത്തിന് അതൊക്കെ ഓർക്കുമ്പോൾ ചിരിയാണ് വന്നത്. ഇവിടെ നീര അവളുടെ ശരീരത്തിനു പുറത്ത് ജീവിച്ചിരിക്കുന്നു. അതും മറ്റൊരു ലോകത്ത്, മറ്റൊരു വ്യക്തിയായി.

“ഇതൊക്കെ എങ്ങനെ സാധിക്കുന്നെടാ ഊവേ!” അയാൾ വീണ്ടും ചിരിച്ചു.

അന്ന് യൂണിവേഴ്സിറ്റിയുടെ കതകുകൾ രാവിലെ തുറന്നിടുമ്പോൾ, സെക്യൂരിറ്റിയുടെ ശ്രദ്ധയിൽ പെടാതെ ശരത് യൂണിവേഴ്സിറ്റിയുടെ കെട്ടിടത്തിനുള്ളിലേക്ക് പ്രവേശിച്ചു.

നീരയുടെ മുറി അയാൾ കണ്ടെത്തി.

മുറി തുറന്നയാൾ നീരയുടെ മേശപ്പുറം മെല്ലെ പരതി നോക്കി. മേശപ്പുറം ആരോ ഒതുക്കിയിരിക്കുന്നു. അവൾക്ക് പകരം വന്ന പുതിയ അധ്യാപികയാവാം അങ്ങനെ ഒരുപക്ഷേ ഒതുക്കി വച്ചത്.

അന്വേഷിച്ചു വന്ന സാധനം കിട്ടാതെ വന്ന വിഷമത്തിൽ ശരത് പുറത്തേക്ക് ഇറങ്ങാൻ തുടങ്ങവേ, അയാളുടെ കണ്ണുകൾ 'നീര' എന്ന് ആരോ എഴുതിവച്ച ഒരു കാർഡ് ബോർഡ് ബോക്സിൽ ഉടക്കി നിന്നു. അതു തുറന്നു നോക്കിയതും, അതാ ഇരിക്കുന്നു നീരയുടെ ടാബ്.

അയാൾ സാധനം സ്വിച്ച് ഓൺ ചെയ്തു നോക്കി,"ഭാഗ്യം! അതിപ്പോഴും ഓൺ ആവുന്നുണ്ട്."

'ടൈപ്പ് പാസ്സ്‌വേർഡ് 'എന്ന് എഴുതി വന്നു.

ശരത് അതിൽ 7... 6... 4... 3 എന്ന് ടൈപ്പ് ചെയ്തു.

അത്ഭുതം ടാബ് ഓപ്പൺ ആയി.

"നീര തന്റെ ഭാവനയല്ല... അവൾ മറ്റൊരു ലോകത്ത് ജീവിച്ചിരിക്കുന്നു." ശരത്തിനത് ഉറപ്പായി.

* * * * *

വിവാന്റെ ഒപ്പം നീര, അവരുടെ വീട്ടിലെത്തി.

വീടെന്ന് പറയാൻ കഴിയില്ല. ഒരു ഫാം.

നിറയെ പശുക്കളും, ആടുകളും, കോഴികളും, പിന്നെ പല തരത്തിലുള്ള മൃഗങ്ങളും, അതിന്റെയെല്ലാം ഒത്ത നടുവിൽ തടി കൊണ്ട് ഉണ്ടാക്കിയ ഒരു കൊച്ചു വീടുമുള്ളയൊരു ഫാം.

വീടിന്റെ മുൻവാതിൽ തുറന്ന് അകത്തേക്ക് കയറിയപ്പോൾ, അവിടെ "മമ്മ വന്നേ." എന്നു പറഞ്ഞു റേയയുടെ മൂന്നു കുഞ്ഞുങ്ങൾ അവൾക്ക് ചുറ്റും കൂടി.

അവളുടെ വരവിനെ സ്വാഗതം ചെയ്യാൻ, ബലൂണുകൾ, പല വർണ്ണത്തിലുള്ള തോരണങ്ങൾ, പിന്നെയൊരു കേക്കും തയ്യാറാക്കി വച്ചിരിക്കുന്നത് നീര കണ്ടു.

"മമ്മ മമ്മ നമുക്ക് കേക്ക് മുറിക്കാം." മൂത്തവൻ കേസ്റ്റോ പറഞ്ഞു.

"മമ്മ മമ്മ എനിക്ക് ജാം ഉണ്ടാക്കി താ." രണ്ടാമത്തവൻ ജീമോ പറഞ്ഞു.

ഇളയവൾ തമീര നീരയെ കണ്ടതും അവളുടെ നെഞ്ചോടു ഒട്ടി പിടിച്ചു ഒരേ ഇരുത്തമായി.

നീരയുടെ കണ്ണുകൾ നിറഞ്ഞു വന്നു.

വിവാന്റെ അമ്മ താഷയും അവർക്കൊപ്പം ഈ ആഘോഷങ്ങളിൽ പങ്കുചേർന്നു.

പെട്ടെന്നാണ് നീരയൊരു ശബ്ദം കേൾക്കുന്നത്.

"ബൗ ബൗ." തന്റെ കോകോയുടെ അതേ രൂപത്തിലും, പ്രായത്തിലുമുള്ള ഒരു schitzhu പട്ടിക്കുട്ടി.

പട്ടിക്കുട്ടി നീരയെ കണ്ടതും, അവൻ ഓടി നിരയുടെ അടുത്തു വന്നു. പക്ഷേ വന്നത് റേയ അല്ലെന്ന് മനസിലാക്കിയിട്ടാവണം അവൻ ആദ്യമൊരൽപ്പം അകലം നീരയോട് കാണിച്ചു. പിന്നീട് ഒരു കൊച്ചു കുട്ടിയെ പോലെ ഒരു പന്ത് എടുത്തോണ്ട് വന്ന്, നീര അവന്റെയൊപ്പം കളിക്കാനവൻ ആവശ്യപ്പെട്ടു.

"എന്താണ് ഇവന്റെ പേര്?" നീര ഒതുക്കത്തിൽ വിവനോട് ചോദിച്ചു.

"എന്റെ പൊന്നെ നിനക്കതും ഓർമ്മയില്ലേ?"

"നീര അൽപ്പം ചമ്മലോടെ പറഞ്ഞു"ഇല്ല."

"ടോകോ."

പട്ടി... കുട്ടികൾ... ഭർത്താവ്... അമ്മായിയമ്മ... എന്നുവേണ്ട സന്തോഷം മാത്രം നിറഞ്ഞ മറ്റൊരു ലോകം നീരയ്ക്ക് മുന്നിലായി അതാ നീണ്ടു നിവർന്നു കിടപ്പായി.

കേക്ക് മുറിയും, വിശേഷം പറച്ചിലോമൊക്കെ കഴിഞ്ഞപ്പോൾ സമയം ഏതാണ്ട് പാതിരായോട് അടുത്തു.

കുട്ടികളെയെല്ലാം ഉറങ്ങാൻ കിടത്തിയിട്ട്, നീരയും വിവാനും അവരുടെ കിടപ്പുമുറിയുടെ സ്വകാര്യതയിലെത്തി.

വാതിൽ അടച്ചതും, "എന്റെ മുത്തേ, എത്ര നാളായി..." എന്നു പറഞ്ഞു നീരയെ പിന്നിൽ നിന്നുമവൻ, അവനിലേക്ക് ചേർത്തു പിടിച്ചു.

നീര മെല്ലെ അവനിൽ നിന്നും കുതറിമാറി.

"എനിക്കൊരൽപ്പം സമയം തരൂ വിവാൻ. എനിക്കീ പുതിയ സാഹചര്യങ്ങളുമായി ഒന്ന് പൊരുത്തപ്പെടാൻ പറ്റട്ടെ."

"അതൊക്കെ നീ എന്താണെന്നു വച്ചാൽ ആയിക്കോ. എനിക്കിപ്പോൾ നിന്നെ വേണം. അതിനു മാറ്റമില്ല."

നീരയ്ക്ക് പിന്നെ എന്തെങ്കിലും പറയാൻ കഴിയുന്നതിനു മുൻപ് തന്നെ വിവാന്റെ ചൂട് നീര അറിഞ്ഞു തുടങ്ങി. അവൾ അവനായി ഒടുവിൽ നിന്നു കൊടുത്തു.

നീര പതിയെ റേയയുടെ ജീവിതത്തെ ആശ്ലേഷിച്ചു തുടങ്ങി.

നേരം വെളുക്കുമ്പോൾ തുടങ്ങുന്ന ചിരിയും, കളിയും, പിന്നെ കുട്ടികളുടെ കുഞ്ഞു കുഞ്ഞു വാശികൾ, ടോക്കോയും കുട്ടികളും തമ്മിലുള്ള കളികൾ, ഫാമിലെ തിരക്കുകൾ, എല്ലാം നീരയുടെ ജീവിതത്തിൽ പുതിയ ഉണർവുകൾ സമ്മാനിച്ചു.

ഇളയവൾ തമീരയ്ക്കു വിശക്കുമ്പോൾ, അവൾ നേരെ ഓടി പോവുക തൊടിയിലെ കറവ വറ്റാത്ത പൈയുടെ അടുത്തേക്ക് ആണ്. അകിടിൽ നിന്നും പാലു വലിച്ചു കുടിക്കാൻ തമീര യ്ക്കായി പശു നിന്നു കൊടുക്കുന്ന കാഴ്ച്ച ഒന്ന് കാണേണ്ടത് തന്നെയാണ്.

പല വർണ്ണത്തിലുള്ള തത്തകൾ, അവയിൽ പലതും ഭൂമിയിൽ ഉണ്ടോയെന്ന് സംശയം.

കുട്ടികളുടെയും വിവാന്റെയും കാര്യങ്ങൾ നോക്കാൻ നീര പ്രാപ്തയായിരുന്നു, എന്നാൽ റേയയുടെ ബേക്കറിയിലേ മോടി കൂടിയ വിഭവങ്ങൾ ഉണ്ടാക്കുന്നതെങ്ങനെ എന്നവൾക്ക് അറിയില്ലായിരുന്നു. എന്തൊക്ക പറഞ്ഞാലും നീര ഒരു അധ്യാ പികയല്ലേ?

പുതിയ ലോകത്ത് പിരമിഡുകളുടെ സാന്നിധ്യമുണ്ടെ ന്നവൾ കണ്ടെത്തി. അവിടെയും ഹിമാലയവും, കൈലാസവും ഉണ്ടെന്നവൾ തിരിച്ചറിഞ്ഞു. പേരുകൾ മറ്റു പലതാണേലും പല നദികളും, പർവ്വതങ്ങളുമൊക്കെ ഭൂമിയിലെത് പോലെ തന്നെ.

ഒരു ദിവസം റേയെയും കൂട്ടിയവർ മിത്ര മതക്കാരുടെ അമ്പലത്തിൽ പോയി.

അമ്പലത്തിനുള്ളിലുള്ള പ്രതിഷ്ഠ കണ്ടവൾ ഞെട്ടി.

ഒരു വലിയ ആനയുടെ രൂപം.

ആ ലോകത്ത് ആനകൾ വെറും പഴംകഥകളിൽ മാത്രം ഒതുങ്ങി നിന്നിരുന്നു.

പിന്നീട് കണ്ടൊരു ദൈവത്തിന്റെ പ്രതിമ കൊമ്പുകൾ ഉള്ളൊരു ജീവിയുടെതായിരുന്നു.

“ഇവിടെ മനുഷ്യ രൂപത്തിലുള്ള ദൈവങ്ങളുടെ പ്രതിമകൾ

ഇല്ലേ?" നീര ഒരു ഘട്ടത്തിൽ ചോദിച്ചു.

"മനുഷ്യൻ എങ്ങനെയാണ് മനുഷ്യന്റെ രൂപത്തെ തന്നെ ആരാധിക്കുന്നെ? നീ എന്തു മണ്ടത്തരമാണ് പറയുന്നത്. ഒരു മനുഷ്യനെങ്ങനെ അമാനുഷിക ശക്തികളുള്ള ദൈവം ആവാൻ കഴിയും?"

നീര അതിനു മറുപടി പറയാൻ നിന്നില്ല.

അവളപ്പോൾ ഭൂമിയിലെ മനുഷ്യ രൂപത്തിലുള്ള ദൈവങ്ങളെ പറ്റിയോർത്തു ചിരിച്ചു.

പുതിയ ജീവിതത്തിൽ മുഴുകി നീരയുടെ ജീവിതം മുൻപോട്ട് ഒഴുകി തുടങ്ങിയപ്പോൾ അവൾ ശരത്തിനെ മറന്നു എന്നു പറഞ്ഞാൽ ശരിയാവില്ല... ഓർക്കാൻ ശ്രമിച്ചില്ലയെന്നു പറയുന്നതാവും ശരി.

പിന്നെയും പല ബ്രഹ്മമുഹൂർത്തത്തിൽ ധ്യാനത്തിലിരുന്നു കൊണ്ട് ശരത് നീരക്കായി കാത്തിരുന്നേലും നീര ശരത്തിന്റ ചിന്തകളിൽ ഉണർന്നില്ല.

അങ്ങനെ കുറച്ചു കാലം കൂടി കടന്നു പോയി. നീരയുടെ മനസ്സിൽ വിവാനോടുള്ള പ്രണയം വളർന്നു തുടങ്ങി.

സന്തുഷ്ട കുടുംബ ജീവിതം.

നീരയൊരിക്കൽ മക്കളെ സ്കൂളിൽ കൊണ്ടു വിടാൻ പോയി, അവരെ സ്കൂളിനുള്ളിലേക്ക് കയറ്റി വിട്ടിട്ട് തിരികെ പോകുവാൻ തുടങ്ങുമ്പോഴാണ് നീരയുടെ കണ്ണുകളിലാ കാഴ്ച്ച യുടക്കുന്നത്.

മിഷയുടെ ചിത്രം, അടിയിൽ കാണ്മാനില്ല, എന്നു കൂടി എഴുതി വച്ചിരിക്കുന്നു.

നീരയുടെ ബോധം പെട്ടെന്ന് മറയുന്നതായി അവൾക്ക് തോന്നി.

* * * * *

ഇങ്ങു ഭൂമിയിൽ നീര കോമയിൽ കിടന്നിരുന്ന മുറിയിൽ ചിലതെല്ലാം സംഭവിക്കുന്നുണ്ടായിരുന്നു.

നീര വലിയൊരു ഉറക്കത്തിൽ നിന്നെന്ന പോലെ അവളുടെ കണ്ണുകൾ തുറന്നു.

വിജനമായ ആശുപത്രി മുറിക്കുള്ളിൽ അവൾ മാത്രം.

"ഞാനിത് എവിടെയാണ്?" അവൾ സ്വയം ചോദിച്ചു.

അവൾ കട്ടിലിൽ നിന്നും മെല്ലെ എഴുന്നേറ്റു കാലുകൾ നിലത്തേക്ക് ഉറപ്പിക്കുവാൻ മെല്ലെ ശ്രമിച്ചു.

പക്ഷേ പരാജയപ്പെട്ടു.

ഇത്രയും നാളത്തെ കിടപ്പുകൊണ്ട് അവളുടെ കാലുകൾ ബലഹീനമായി പോയിരുന്നു.

അവൾ മറിഞ്ഞു വീഴുന്ന ശബ്ദം കേട്ട് മുറിലേക്കൊരു നേഴ്സ് കടന്നു വന്നു.

"നീര... എഴുന്നേൽക്കു." നേഴ്സ് അവളോടായി പറഞ്ഞു.

അവളെ കിടക്കയിൽ പിടിച്ചിരുത്തിയ ശേഷം നേഴ്സ് തിരിക്കി.

"നീര. തനിക്കു വെള്ളം വേണോ?"

"നീരയോ! അതാരാ? ഞാൻ... റേയ ആണ്."

10

മിഷയെ തേടി

നീരയുടെ ശരീരത്തിനുള്ളിൽ റേയ എങ്ങനെയോ എത്തപ്പെട്ടിരിക്കുന്നു. പക്ഷേയത് മനസ്സിലാക്കുവാനുള്ള മാനസികാവസ്ഥ റേയക്ക് ഉണ്ടായിരുന്നില്ല.

"നിങ്ങൾ കെട്ടിടത്തിന്റെ മുകളിൽ നിന്നും താഴേക്ക് എത്തിയത് എങ്ങനെയാണ്?" പോലീസുകാരൻ തിരക്കി.

"ഞാൻ... ഞാൻ.." റേയ ഉത്തരത്തിനായി തപ്പി തടഞ്ഞു.

"നിങ്ങളെ ആരേലും തള്ളി ഇടുകയായിരുന്നോ അതോ നിങ്ങൾ ആത്മഹത്യയ്ക്ക് ശ്രമിക്കുകയായിരുന്നോ നീര?"

"ഞാൻ നീരയല്ല. എന്റെ പേര് റേയ എന്നാണ്. എന്റെ മക്കൾ എവിടെ?" റേയ ആകെ പരിഭ്രാന്തയായി തുടങ്ങി. "എനിക്ക് വീട്ടിൽ പോണം."

അവൾ മുറിയുടെ കതക് തുറന്ന്, ആശുപത്രിയുടെ പുറത്തേക്ക് ഇറങ്ങി ഓടി.

അവളുടെ ചുറ്റും പരിചിതമല്ലാത്ത മറ്റൊരു ലോകമവൾ കണ്ടു.

നീല നിറത്തിലുള്ള ആകാശം. മരങ്ങൾ, പച്ച നിറത്തിലുള്ള പുൽത്തകിടികൾ.

"ഞാനിതെവിടെയാണ്? എനിക്ക് വീട്ടിൽ പോണം. എന്റെ മക്കൾ എവിടെ?" റേയ ഉറക്കെ ബഹളം വച്ചു.

അവളെ നഴ്സും സെക്യൂരിറ്റി ഗാർഡുകളും ചേർന്ന്, പിടിച്ചു കൊണ്ടു വീണ്ടും അവളുടെ മുറിയിലാക്കി.

"Sedate her." ഡോക്ടർ പറഞ്ഞു. നഴ്സതനുസരിച്ചു. അൽപ്പ നേരം കഴിഞ്ഞപ്പോൾ റേയയുടെ കണ്ണുകൾ അടഞ്ഞു തുടങ്ങി.

ഇതെല്ലാം കണ്ടു നിന്ന പോലീസുകാരൻ ഒടുവിൽ ഡോക്ടറോട് കാര്യം തിരക്കി.

"ആ സ്ത്രീക്ക് എന്തുപറ്റി?"

"വീഴ്ച്ചയിൽ തലച്ചോറിന് എന്തെങ്കിലും ക്ഷതം സംഭവിച്ചു കാണും. ഒന്ന് സ്കാൻ ചെയ്തു നോക്കാം. ഓർമ്മ നഷ്ടമായെന്ന് തോന്നുന്നു."

സ്കാൻ റിപ്പോർട്ടുകളെല്ലാം നോർമൽ ആയിരുന്നു. മറ്റു തകരാറുകൾ ഒന്നും തലച്ചോറിൽ എവിടെയും കണ്ടെത്താനായില്ല. ക്രമേണ Neurologist ഉകളിൽ നിന്നും റേയയുടെ ചികിത്സ psychiatry വിഭാഗം ഏറ്റെടുത്തു. നീരയ്ക്ക് പരിചിതമായ പലതിനെയും, പലരെയും റേയക്ക് തിരിച്ചറിയാൻ സാധിക്കുന്നില്ല. പുതിയ ലോകം, പുതിയ മനുഷ്യർ, എന്തിനധികം പറയുന്നു... പുതിയ രൂപം.

റേയ തന്റെ രൂപം കണ്ണാടിയിലൂടെ ആദ്യം കണ്ടപ്പോൾ പകച്ചു പോയി. അവൾ തനിക്കു ഭ്രാന്താണെന്ന് സ്വയം ചിന്തിച്ചു തുടങ്ങി. അവൾ ക്രമേണ ആരോടും മിണ്ടാതായി.

* * * * *

കോമയിൽ നിന്നും നീര ഉണർന്ന കാര്യം പലരും അറിഞ്ഞ കൂട്ടത്തിൽ, ശരത്തും അറിഞ്ഞു. അയാളത് അറിഞ്ഞതും നീരയെ കാണാൻ ആശുപത്രിയിൽ എത്തി.

"ക്ഷമിക്കണം സർ, നീരയുടെ ഇപ്പോഴത്തെ മാനസികാവസ്ഥ കണക്കിലെടുത്തു, അവർക്ക് സന്ദർശകരെ അനുവദിക്കുന്നില്ല. നിങ്ങൾ പോയിട്ട് പിന്നെ വരു."

ശരത് അന്ന് നീരയെ കാണാതെ ആശുപത്രിയിൽ നിന്നും തിരിച്ചു പോന്നു.

* * * * *

ഒന്ന് ബോധം വന്നപ്പോൾ നീര മിഷയുടെ ഫോട്ടോയുടെ താഴെ എഴുതി വച്ചിരിക്കുന്ന പേര് വായിച്ചു. 'മിഷ രാഖീൽ'.

അതിനടിയിൽ കണ്ട ഫോൺ നമ്പറിൽ അവളുടെ ശ്രദ്ധ പതിഞ്ഞു. നീര പിന്നെയൊട്ടും വൈകിച്ചില്ല. അവളാ നമ്പറിലേക്ക് ഡയൽ ചെയ്തു.

അങ്ങനെയൊരു നമ്പർ നിലവിലില്ല എന്ന് മറുപടി വന്നു കൊണ്ടേയിരുന്നു.

നീര പലവട്ടമാ നമ്പറിലേക്ക് വിളിച്ചു നോക്കി. നമ്പർ നിലവിലില്ല എന്ന മറുപടി ആവർത്തിച്ചു കൊണ്ടേയിരുന്നു.

നീരയന്ന് ഒത്തിരി നിരാശയോടെ വീട്ടിലേക് മടങ്ങി.

അവൾ വീട്ടിൽ എത്തിയതും, വിവാനേ കണ്ടു.

"വിവാൻ, എനിക്ക് നിന്നോട് ഒരു കാര്യം പറയാനുണ്ട്?"

"പറയെടാ പൊന്നെ." വിവാൻ ഇങ്ങനെയാണ് ആവശ്യത്തിനും അനാവശ്യത്തിനുമൊക്കെ പ്രണയം പ്രകടിപ്പിച്ചു കൊണ്ടിരിക്കും.

അവൾ തന്റെ കൈയിൽ ഇരുന്ന മിഷയുടെ കാണ്മാനില്ല എന്ന പോസ്റ്റർ വിവാനേ കാണിച്ചു കൊടുത്തു.

"വിവാൻ എനിക്കീ കുട്ടിയെ അറിയാമോ?"

വിവാൻ അൽപ്പ നേരം മൗനം പാലിച്ചു.

"ഇല്ല മോളെ. നിനക്കീ കുട്ടിയെ അറിയില്ല."

"ഉറപ്പാണോ?"

"ഉറപ്പാടാ. എന്തടാ കുട്ടാ നീ ഇങ്ങനെ. നിനക്ക് എന്നെ വിശ്വാസമില്ലേ?"

"മം." അവൾ അൽപ്പം നിരാശയോടെ മൂളി.

"നിനക്കീ പോസ്റ്റർ എവിടുന്നു കിട്ടി?"

"കുട്ടികളെ സ്കൂളിൽ കൊണ്ടേ വിടാൻ പോയപ്പോൾ, അവിടുന്നു കിട്ടി."

"നീ എന്തിനാ മോളെ വേണ്ടാത്ത കാര്യങ്ങളിലൊക്കെ ചെന്നു തലയിടുന്നെ? അതു വിട്ടേരെ മോളെ."

"എന്നാലും വിവാൻ എനിക്ക് ഈ മോളെ എങ്ങനോ അറിയാമെന്ന്, എന്റെ മനസ്സ് പറയുന്നു."

"ഒരു കുന്തവുമില്ല. നീയാ പോസ്റ്റർ ഇങ്ങു തന്നെ." നീര എന്തെങ്കിലും പറയുന്നതിനു മുൻപ് വിവാനാ പോസ്റ്റർ കൊണ്ടേ തീയിലിട്ടു.

മഞ്ഞുകാലം ആയതിനാൽ, വീടിനുള്ളിൽ നെരിപ്പോട്

എരിയുന്നുണ്ടായിരുന്നു, അതിൽ കിടന്നു മിഷയുടെ പടം എരിഞ്ഞു തീരുന്നത് നീര നിരാശയോടെ നോക്കി നിന്നു.

"നീ എന്തിനാ അതു കത്തിച്ചു കളഞ്ഞേ?'

"എന്റെ പൊന്നിന് വിഷമം ആയോ? ചേട്ടനത് എളുപ്പം മാറ്റി തരാം." ഇതും പറഞ്ഞു അവൻ അവളെ ചുംബിക്കുവാൻ തുടങ്ങി.

"വിവാൻ പ്ലീസ്. ഇപ്പോൾ വേണ്ട. എനിക്കൊന്ന് കിടക്കണം."

"ഇതിനങ്ങനെ പ്രത്യേകിച്ച് സമയമൊന്നും നോക്കണ്ട മുത്തേ." അയാൾ അവളെ ഭിത്തിയിൽ ചേർത്തു നിറുത്തി. അവളിലേക്ക് ബലമായി പ്രവേശിച്ചു.

"എന്റെ പൊന്നല്ലെടാ, നീ ചക്കര അല്ലേ?"

നീരയ്ക്ക് അതൊരു തരം പീഡനമായി തോന്നി. മറ്റൊരു ലോകത്ത് മിഷ ജീവനോടെ ഉണ്ടായിട്ടും, അവളെ കാണാനില്ല യെന്ന വാർത്ത അവളെ വല്ലാതെ വേദനിപ്പിച്ചു. ഈ ലോകത്ത് അവളുടെ അച്ഛനും അമ്മയും ആരായിരിക്കും? ഈ ലോകത്തും ഒരു സൂരജ് ഉണ്ടാവുമോ? അയാൾ ആയിരിക്കുമോ ഇവിടെയും മിഷയുടെ അച്ഛൻ?

വിവാന്റെ മുന്നിൽ ഒരു ചത്ത ശവത്തെ പോലെ അവൾ കിടന്നു കൊടുത്തു.

അവൻ അറിയുന്നില്ലല്ലോ നീരയുടെ ചിന്തകൾ എങ്ങോട്ട് പായുകയാണെന്ന്.

ഒരു അവസ്ഥ എത്തിയപ്പോൾ നീര വിവാനോട് പറഞ്ഞു നോക്കി.

"മതി."

"എന്താ കുട്ടാ അങ്ങനെ പറയുന്നേ? എന്റെ പൊന്നിന് എന്നെ വേണ്ടേ? പറയെടാ? നീ ഇങ്ങോട്ട് ശ്രദ്ധിക്ക്." വിവാൻ ബോധപൂർവ്വം അവളുടെ മനസ്സ് മാറ്റാൻ ശ്രമിക്കുന്നത് പോലെ ഒരു ഘട്ടത്തിൽ നീരയ്ക്ക് തോന്നി.

അവന്റെ ആവേശമൊന്ന് കെട്ടടങ്ങുന്ന വരെ നീര വിവാനേ അനുസരിച്ചു.

എല്ലാം കഴിഞ്ഞപ്പോൾ, വിവാൻ ഇപ്പോൾ തന്റെ മേൽ കാട്ടിയത് പ്രണയമോ? അതോ മറ്റു വല്ലതുമാണോയെന്ന് നീര ചിന്തിക്കാതെയിരുന്നില്ല.

"വാടാ... വാ വന്നു കുളിക്കാം." വിവാൻ വിളിച്ചു. നീരയുടെ ചിന്തകൾ വീണ്ടും മിഷയിലേക്ക് തിരിഞ്ഞപ്പോൾ വിവാൻ ഇതും പറഞ്ഞ് അവളുടെ ചിന്തകളെ മറ്റൊരു രീതിയിലേക്ക് വഴി മാറ്റി വിട്ടു.

"ഞാൻ പിന്നെ കുളിച്ചോളാം." അവൾ പറഞ്ഞു നോക്കി.

"വാ മുത്തേ. എത്രനാളായി നമ്മൾ ഇങ്ങനെയൊന്ന്..."

വിവാനെപ്പോഴും പ്രണയവും പ്രണയ സല്ലാപങ്ങളും മാത്രം. മിഷയുടെ ചിത്രം ഈ ലോകത്ത് അവളുടെ മുന്നിൽ തെളിഞ്ഞു വന്നേ പിന്നെ, നീരയ്ക്ക് മറ്റൊന്നിലും മനസ്സിരുത്താൻ കഴിയുന്നില്ലയെന്ന് പറയുന്നതാവും ശരി.

* * * * *

സ്വന്തം മകളെ, മറ്റൊരു ലോകത്ത് തിരയുന്ന അമ്മ. അതാണ് നീരയിപ്പോൾ.

വിവാനൊന്ന് മാറിയ നേരം നോക്കി, നീര ലാപ്ടോപ് ഓൺ ആക്കി ഇന്റർനെറ്റിൽ 'മിഷ രാഖിൽ' എന്ന് സെർച്ച് ചെയ്തു നോക്കി.

അവൾക്ക് കിട്ടിയ അതേ പോസ്റ്റർ തന്നെ നെറ്റിലും തെളിഞ്ഞു വന്നു. മിഷയുടെ പടവും, പിന്നെ ഫോൺ നമ്പറും.

"ഇനി എന്ത് ചെയ്യും?" അവൾ ആലോചിച്ചു. "പോലീസ് സ്റ്റേഷനിൽ പോയിയൊന്ന് അന്വേഷിച്ചാലോ? എല്ലാം പക്ഷേ വിവാൻ അറിയാതെ വേണം."

അവൾ മനസ്സിൽ ഉറപ്പിച്ചു.

നീര പോലീസ് സ്റ്റേഷനിലെത്തി, മുന്നിലിരുന്ന പോലീസുകാരനോട് കാര്യങ്ങൾ അന്വേഷിക്കാൻ നീര തുടങ്ങിയതും, ഒരു പോലിസ് ഉദ്യോഗസ്ഥൻ വന്ന് അവളോട് ചോദിച്ചു

"നിങ്ങളെ കണ്ടിട്ട് കുറച്ചു നാളായല്ലോ?"

"ഞാൻ... ഞാൻ കുറച്ചു കാലം ഹോസ്പിറ്റലിൽ ആയിരുന്നു."

"എന്തുപറ്റി?"

അവൾ സംസാരിക്കേണ്ടത് റേയ ആയിട്ട് ആണെന്ന് പെട്ടെന്ന് നീരയ്ക്ക് ഓർമ്മ വന്നു.

"ഒരു ചെറി accident. ഒന്ന് മറിഞ്ഞു വീണു."

"ഇപ്പോൾ നിങ്ങൾ എങ്ങനെ?"

"കുഴപ്പമില്ല സർ. ഞാൻ വന്നത്..."

"അറിയാം മിഷയെ പറ്റി അറിയാൻ അല്ലെ?"

"അതേ!" നീര അത്ഭുതത്തോടെ അയാളെ നോക്കി.

"ഞങ്ങൾ നിങ്ങളുടെ മകളെ പറ്റി ഇപ്പോഴും അന്വേഷിക്കുന്നുണ്ട് Ms. റേയ. എന്തെങ്കിലും പുതിയ വിവരം ലഭിച്ചാൽ ഞങ്ങൾ നിങ്ങളെ വിളിക്കാതിരിക്കില്ല. നിങ്ങൾ ഇപ്പോൾ വീട്ടിലേക്ക് മടങ്ങു."

നീര സ്തംഭിച്ചു നിന്നു. "മിഷ ഈ ലോകത്തും തന്റെ മകൾ തന്നെയാണോ?"

"നിങ്ങളുടെ മൊബൈൽ നമ്പർ ഇപ്പോഴും അതു തന്നെ അല്ലെ?"

നീര അപ്പോഴാണ് പോസ്റ്ററിനു താഴെയുള്ള നമ്പറിനെ പറ്റി ഓർമ്മിക്കുന്നത്.

"അല്ല. അതല്ല ഇപ്പോഴെന്റെ നമ്പർ. ഇതാണ് എന്റെ പുതിയ നമ്പർ."

നീര തന്റെ കൈയിൽ ഇരുന്ന മൊബൈൽ ഫോണിന്റെ നമ്പർ ഓഫീസർക്ക് കൈമാറി.

മിഷ എങ്ങനെ കാണാതായി? വിവാൻ എന്തുകൊണ്ട് മിഷയുടെ കാര്യം അവളിൽ നിന്നും മറച്ചു വച്ചു? ഇമ്മാതിരിയുള്ള ചോദ്യങ്ങൾ നീരയുടെ ഉള്ളിൽ തികട്ടി വന്നു.

അതൊന്നും പോരാത്തതിന്, എല്ലാം മറച്ചു പിടിക്കാൻ അയാളുടെ ഒരു സെക്സും.

നീരയാകെ കലി പൂണ്ട് വിവാനേ തേടി പോയി.

വിവാനേ അവൾ ഫാമിനുള്ളിൽ വച്ചു കണ്ടു.

പിന്നീട് നടന്നത് വളരെ നാടകീയമായ രംഗങ്ങൾ ആയിരുന്നു.

അവൾ നേരെ ചെന്ന് വിവാന്റെ ഉടുപ്പിൽ കയറി പിടിച്ചു.

"പറയൂ, നീ എന്തിന് എന്നിൽ നിന്നും എന്റെ മിഷയുടെ കാര്യം ഒളിച്ചു വച്ചു?"

ഒരു നിമിഷത്തെ പതറിച്ചക്ക് ശേഷം വിവാൻ പറഞ്ഞു തുടങ്ങി

"നീയിത് എങ്ങനെ അറിഞ്ഞു?"

"ഞാൻ പോലിസ് സ്റ്റേഷനിൽ പോയിരുന്നു."

"പറ... മിഷ നമ്മുടെ മോളാണോ?"

"അല്ല. നിന്റെയും രാഖിലിന്റെയും."

"രാഖിലോ? അയാൾ ആരാ?"

"അയാളെ നിനക്ക് ഓർമ്മയില്ലേ?"

"ഇല്ല."

"അയാൾ നിന്റെ ആദ്യ ഭർത്താവാണ്. മിഷ നിനക്ക് അയാളിൽ ഉണ്ടായ കുട്ടിയാണ്."

"എന്നിട്ട് രാഖിൽ ഇപ്പോൾ എവിടെ?"

"അയാൾ അയാളുടെ പുതിയ കാമുകിയുമൊത്തു എവിടെയോ ജീവിക്കുന്നു."

"എന്റെ മിഷയെ എങ്ങനെ കാണാതായി?"

"അവൾ ഒരു ദിവസം രാവിലെ ഇവിടുന്ന് സ്കൂളിൽ പോയതാ. പക്ഷേ അവളന്ന് സ്കൂളിൽ എത്തിയില്ല."

"പിന്നെ എവിടെ പോയി?"

"മോളെ അറിയില്ല. പോലീസുകാർ അവളെ തിരയുന്നുണ്ട്."

"ഒരു പക്ഷേ രാഖിലിന്റെ അടുത്ത് കാണുമോ?"

"അതൊക്കെ അന്വേഷിച്ചു, പക്ഷേ കണ്ടെത്തിയില്ല."

"വിവാൻ എന്തുകൊണ്ട് ഈ കാര്യം എന്നിൽ നിന്നും മറച്ചു വച്ചു?"

"അതിനിവിടെ മറയ്ക്കാനായി ഒന്നുമില്ല. നീയൊരു അപകടം കഴിഞ്ഞ് കോമയിൽ നിന്നും തിരികെ വന്നതേയുള്ളൂ. ആ നിന്നെ വീണ്ടും മിഷയുടെ കാര്യം ഓർമ്മിപ്പിച്ചു നിന്റെ മനസ്സ് വേദനിപ്പിക്കുന്നത് എങ്ങനെ?"

നീരയ്ക്ക് പിന്നെ വിവാനോട് ഒന്നും ചോദിക്കാൻ തോന്നിയില്ല.

അവൾ തിരിച്ചു വീട്ടിലേക്ക് പോയി. സോഫയിൽ ഇരുന്നു. തമീര ഓടി വന്ന് അവളുടെ മടിയിൽ വന്നിരുന്നു.

"ഈ ജീവിതത്തിലേ റേയയുടെ ജീവിതം തനിക്ക് ഓർത്തെടുക്കാൻ പറ്റിയിരുന്നെങ്കിൽ ഒരുപക്ഷേ മിഷക്ക് എന്തുപറ്റിയെന്ന് നീരയ്ക്കു കണ്ടുപിടിക്കാമായിരുന്നു.

നീര അതിനായി എന്തു ചെയ്യണമെന്ന് ആലോചിച്ചപ്പോ

ഴാണ് അവളുടെ മനസ്സിലേക്ക് ശരത്തിന്റെ ചിന്തകൾ കടന്നു വന്നത്. മനസ്സ് ഏകാഗ്രമാക്കി അവൾ ശരത്തിനെ പറ്റി മാത്രം ചിന്തിച്ചു നോക്കി. പക്ഷേ അന്നേരം അവൾക്ക് ശരത്തിന്റെ ചിന്തകളിൽ ഉണരാൻ കഴിഞ്ഞില്ല. നീരയുടെ മടിയിലിരുന്ന പ്പോൾ കുഞ്ഞു തമീര എന്തെല്ലാമോ കൊഞ്ചി കൊഞ്ചി പറയു ന്നുണ്ടായിരുന്നു.

"ഈ സമയം ഭൂമിയിലും ശരത് ഒരുപക്ഷേ മറ്റു വല്ല ചിന്തകളിലും ആയിരിക്കാം." അവൾ മനസ്സിൽ പറഞ്ഞു.

പെട്ടെന്നാണ് നീരയുടെ ശ്രദ്ധയിലത് പെടുന്നത്, ആ വീട്ടിലുള്ള ഒരു പടത്തിലും മിഷയുടെ ചിത്രമില്ല. പിന്നീട് നീരയാ വീട് മുഴുവനും മിഷയുടെ വസ്ത്രങ്ങളോ, പുസ്തകങ്ങളോ, കളിപ്പാട്ടങ്ങളോ ഉണ്ടോയെന്ന് പരതി നോക്കി.

'ഒന്നുമില്ല. '

വിവാൻ ബോധപൂർവ്വം, മിഷയുടെ ഓർമ്മകൾ തന്നെ ആ വീട്ടിൽ നിന്നും മായ്ച്ചിരിക്കുന്നു.

"ഒരു പക്ഷേ മിഷ തന്റെ സ്വന്തം മകളല്ലാത്ത കൊണ്ട് വിവാൻ അവളെ ഇഷ്ട്ടമില്ലാതിരിക്കാം." നീര ഒരു നിഗമനത്തി ലെത്തി.

ഒന്നും സംഭവിച്ചിട്ടില്ലാത്ത പോലുള്ള വിവാന്റെ പെരുമാറ്റവും അതു തന്നെ സൂചിപ്പിക്കുന്നു.

* * * * *

പിറ്റേന്ന് പുലർച്ചെ, ബ്രഹ്മ മുഹൂർത്തം നോക്കി നീര തന്റെ കട്ടിലിൽ എഴുന്നേറ്റിരുന്നു. അവൾ മനസ്സ് വീണ്ടും ഏകാഗ്രമാക്കി ശരത്തിനെ പറ്റി മാത്രം ചിന്തിച്ചു.

കുറച്ചു നേരത്തെ ധ്യാനത്തിനൊടുവിൽ നീര ശരത്തിന്റെ ചിന്തകളിൽ എത്തിപ്പെട്ടു.

"ശരത്... ശരത്... '" നീര വിളിച്ചു.

"നീര... ഇതു താനാണോ?"

"അതേ."

"താൻ തിരിച്ചു ഭൂമിയിൽ എത്തിയല്ലേ?" ശരത് ചിരിച്ചുകൊണ്ടു ചോദിച്ചു.

"ഇല്ല. ഞാൻ ഇപ്പോഴും റേയയുടെ ശരീരത്തിൽ

തന്നെയാണ്."

"അതെങ്ങനെ ശരിയാവും? ഇവിടുത്തെ നീരയ്ക്ക് ബോധം വന്നല്ലോ? അവൾ കോമയിൽ നിന്നും ഉണർന്നല്ലോ."

"ഇല്ല ശരത്. ഞാൻ ഇപ്പോഴും വിവാന്റെയും മക്കളുടെയും കൂടെ ഈ ലോകത്താണ് ഉള്ളത്. പക്ഷേ ഇവിടെ ഞാനൊരു പുതിയ പ്രശ്നത്തിൽ പെട്ടിരിക്കുകയാണ്."

"എന്ത് പ്രശ്നം?"

"ഈ ലോകത്തും എനിക്ക് മിഷയെ പോലെ തന്നെ ഒരു മകളുണ്ട്. പക്ഷേ അവൾ ഇവിടെ missing ആണ്. കാണ്മാനില്ല. അവൾക്ക് എന്തു സംഭവിച്ചു കാണുമെന്നു അറിയാൻ പറ്റുമോ ശരത്?"

"ഇവിടിരുന്നു ഞാനെങ്ങനെ തന്നെ സഹായിക്കാൻ?"

"അതൊക്കെ പറ്റും, തനിക്ക് ഒത്തിരി വിദ്യകൾ അറിയില്ലേ? അതിൽ ഏതെങ്കിലും ഒന്ന് പറഞ്ഞു താ."

"മ്മം... ഒരു വഴിയുണ്ട്. അതിന്റെ പേരാണ് sleep technique."

"അതെന്താണ്?"

"ആഗ്രഹങ്ങൾ എളുപ്പം സാധിച്ചെടുക്കാനുള്ള വഴിയാണ്. നമുക്കതൊന്നു പരീക്ഷിച്ചു നോക്കാം."

"നോക്കാം."

"ഉറങ്ങാനായി കിടക്കുക. എന്നിട്ട് deep ആയി ഒരു അഞ്ചു തവണ ശ്വാസം ഉള്ളിലേക്കു വലിച്ചെടുക്കുക, എന്നിട്ട് സാവധാനം പുറത്തേക്ക് വിടുക. എന്നിട്ട് മനസ്സിനെ പോസിറ്റീവ് ആക്കി വയ്ക്കുന്ന എന്തെങ്കിലു ചിന്തകൾ ഉണ്ടേൽ. അതേ പറ്റി ആലോചിക്കുക. അതിനു ശേഷം മിഷയെ പറ്റി ചിന്തിക്കുക. അവളെ കണ്ടു മുട്ടുന്നതായി ചിന്തിക്കുക, കണ്ടു മുട്ടിയ ശേഷം അവളുമായി സംസാരിക്കുന്നതായി ചിന്തിക്കുക. ഈ ചിന്തയോടെ മെല്ലെ ഉറക്കത്തിലേക്ക് വഴുതി വീഴുക. ബാക്കി നിന്റെ ജീവിതത്തിൽ നടന്നോളും."

"എന്നുവെച്ചാൽ?"

"അവളെ കണ്ടു പിടിക്കാനുള്ള വഴികൾ സ്വയം നിന്റെ മുന്നിൽ തെളിഞ്ഞു വരും."

നീരയുമായി പിന്നെയും ശരത് കുറച്ചു നേരം കൂടി മനസ്സ് കൊണ്ടു മിണ്ടികൊണ്ടിരുന്നു.

ഒടുവിൽ ശരത് ധ്യാനത്തിൽ നിന്നും കണ്ണ് തുറന്നു.

അയാൾ അപ്പോൾ ചിന്തിച്ചത് ഒന്നു മാത്രം.

"ഭൂമിയിൽ ഇപ്പോൾ ജീവിച്ചിരിക്കുന്ന നീര അപ്പോൾ ആരാണ്?"

11

പുതിയ തീരങ്ങൾ

നേരം വെളുത്തിരുന്നില്ല, ശരത്തിനോട് സംസാരിച്ചതിന് ശേഷം നീര മെല്ലെ sleep ടെക്നിക് ചെയ്യുന്നതിനെ പറ്റി ആലോചിച്ചു.

വിവാൻ അപ്പോഴും നല്ല ഉറക്കമായിരുന്നു.

അവൾ കട്ടിലിൽ നിവർന്നു കിടന്നു, ഗാഢമായി ഉള്ളിലേക്ക് ശ്വാസം വലിച്ചെടുത്തു എന്നിട്ട് പതിയെ പുറത്തേക്ക് വിട്ടു. അവൾ മിഷയും കോകോയുമൊത്തുള്ള ഒരു മനോഹര നിമിഷത്തെ പറ്റി ഓർത്തെടുത്തു.

സൂരജ് വീട്ടിൽ ഇല്ലാതിരുന്നൊരു സായാഹ്നം, നീര ഒരു പട്ടി കുട്ടിയുടെ രൂപത്തിലുള്ള കളിപ്പാട്ടം മിഷക്കായി കൊണ്ട് വന്നു, അതിനെ കണ്ടതും കോകോ പുതിയൊരു പട്ടി തന്റെ സ്ഥാനം കവർന്നെടുക്കാൻ വീട്ടിൽ വന്ന പോലെ പെരുമാറാൻ തുടങ്ങി.

കോകോ പോയി കട്ടിലിനു കീഴെ പിണങ്ങി ഒളിച്ചിരുന്ന്. മിഷ കളിപ്പാട്ടവുമായി കളിയും തുടങ്ങി.

കോകോയുടെ വിഷമം കണ്ട് നീര അവനെ കട്ടിലിന്റെ അടിയിൽ നിന്നും വലിച്ചു പുറത്തേക്ക് ഇട്ടു. അവൻ നീരയുടെ മടിയിൽ കയറി ചുരുണ്ടു കൂടി ഇരുന്നു. മിഷയും പിന്നെ മടിച്ചില്ല, അവളും കളിപ്പാട്ടം ഉപേക്ഷിച്ചിട്ട് വന്നു നീരയുടെ മടിയിൽ കയറിയിരുന്നു. നീരയും മിഷയും കൂടി കോകോയുടെ വയറ്റിൽ ഇക്കിളി കൂട്ടി അവനെ കളിപ്പിച്ചു കൊണ്ടിരുന്നു. ആ നിമിഷത്തെ സന്തോഷം നീര ഈ ലോകത്തും അറിയുന്നുണ്ടാ യിരുന്നു. അവളാ ചിന്തകളോടെ മെല്ലെ ഉറക്കത്തിലേക്ക് വഴുതി

വീഴാൻ തുടങ്ങി. അവളുടെ സ്വപ്നത്തിൽ നിന്നും കോകോ മെല്ലെ മാഞ്ഞു പോയി, ഇപ്പോൾ നീരയും മിഷയും മാത്രം. അതും ഒരു ഇരുൾ നിറഞ്ഞ മുറിയിൽ. അവിടേക്ക് എവിടെ നിന്നോ ഒരു നേരിയ വെളിച്ചം വീഴുന്നുണ്ടായിരുന്നു.

നീര പിന്നെ കേൾക്കുന്നത് മിഷയുടെ വേദന നിറഞ്ഞ ശബ്ദമാണ്

"മമ്മ..." മിഷ നീരയെ നോക്കി നേരിയ സ്വരത്തിൽ വിളിച്ചു.

അതുവരെ സന്തോഷത്തിൽ ആടി തിമിർത്തിരുന്ന നീരയുടെ മനസ്സ് അതു കേട്ടപ്പോൾ മെല്ലെ നീറാൻ തുടങ്ങി.

"മോളെ നീ എവിടെയാണ്?"

നീരയുടെ കണ്ണുകൾ മിഷക്കായി ആ ഇരുണ്ട മുറിയിൽ തിരഞ്ഞു.

"മമ്മ... മമ്മ.." അവൾ വീണ്ടും വിളിച്ചു.

പൊടുന്നനെ നീരയ്ക്ക് നേരെ ചോരയിൽ പുരണ്ടയൊരു അടിവസ്ത്രം ഇരുളിൽ നിന്നും മിഷ നീട്ടി കാണിച്ചു.

നീരയുടെ മനസ്സ് പിടഞ്ഞു. മിഷ കിടന്നിരുന്ന മുഷിഞ്ഞ പുതപ്പുള്ള കട്ടിൽ പതിയെ അവളുടെ കണ്മുന്നിൽ തെളിഞ്ഞു വന്നു.

അപ്പോഴാണ് നീരയത് ശ്രദ്ധിക്കുന്നത്, അവൾ കിടന്നിരുന്ന കട്ടിലിന്റെ അരികിലൂടെ ഒരു കുഞ്ഞു നീർച്ചാൽ ഒഴുകുന്നുണ്ടായിരുന്നു.

മിഷ കിടന്നിരുന്ന മുറിയുടെ രൂപം അവൾ പയ്യെ കണ്ടു തുടങ്ങി.

ചുറ്റും ചില്ലുകൾ കൊണ്ട് നിർമ്മിച്ച ചുവരുകൾ. എന്നാലാ ചില്ല് കൂടിന്റെ ആകൃതി ഒരു ഗോപുരം പോലെ നിർമ്മിതമാണെന്നവൾ തിരിച്ചറിഞ്ഞു. മുറിയുടെ കോണോട് ചേർന്നൊരു ശുചിമുറിയും, അതിന്റെ അരികിലായൊരു വൃത്തിഹീനമായ ബക്കറ്റും മഗും കിടപ്പുണ്ട്.

നീരക്കാ കാഴ്ച്ച തന്നെ വിമ്മിഷ്ടമുണ്ടാക്കി.

മിഷക്കാ മുറിയിൽ നിന്നും പുറത്ത് കടക്കാൻ പറ്റുമെന്ന് തോന്നുന്നില്ല.

ആരോ അവളെ എവിടെയോ പൂട്ടി ഇട്ടിരിക്കുകയാണ്.

നീര വീണ്ടും മിഷയെ നോക്കി, ഇപ്പോൾ അവളുടെ തുടകൾ

ക്കിടയിലൂടെ രക്തം ഒഴുകുന്നു.

"മമ്മ... മമ്മ..." അവൾ വിളിച്ചു.

നീര തന്റെ സ്വപ്നത്തിൽ നിന്നും ഞെട്ടി എഴുന്നേറ്റു.

"മിഷ അപകടത്തിലാണ്, ആരോ അവളെ തടവിലാക്കിയിരിക്കുന്നു. പക്ഷേ ആര്?" നീരയാ ചിന്തയിൽ കുറച്ചു നേരം മരവിച്ചിരുന്നു.

"എങ്ങനെയും ഈ ലോകത്തെ മിഷയുടെ അച്ഛനായ രാഖിലിനെ കണ്ടെത്തണം." നീര മനസ്സിലുറപ്പിച്ചു.

ഒരു അവസരം കിട്ടിയപ്പോൾ നീര വീണ്ടും രാഖിലിനായി ഇന്റർനെറ്റിൽ വിവാനറിയാതെ അന്വേഷണം തുടങ്ങി.

രാഖിൽ ഒരു പ്രൊഫസറാണ്. അയാൾ, അയാളുടെ ഇപ്പോഴത്തെ കാമുകിയുമായി കുറച്ചു തെക്ക് മാറി ഒരു ഒറ്റപ്പെട്ട തുരുത്തിൽ ജീവിക്കുന്നു. രാഖിലിന്റെ വിലാസം അവൾ നെറ്റിൽ നിന്നും കണ്ടെത്തി.

വിവാന്റെ ശ്രദ്ധയൊന്ന് മാറിയപ്പോൾ നീര രാഖിലിനെ തേടിയുള്ള യാത്ര ആരംഭിച്ചു. നഗരത്തിൽ നിന്നും അൽപ്പം ദൂരെയുള്ള കാടിന്റെ ഉള്ളിലേക്കാണ് നീരയ്ക്ക് പോകേണ്ടിയിരുന്നത്. അവൾ സഞ്ചരിച്ച കാർ രാഖിലിന്റെ വീടിന്റെ അൽപ്പം അകലെയായി അവൾ പാർക്ക് ചെയ്തു.

ചുറ്റും നീല നിറത്തിലുള്ള മരങ്ങൾ, അവയ്ക്ക് നടുവിലൂടെ നീര നടന്നെത്തിയപ്പോൾ തെളി നീരൊഴുകുന്ന കുഞ്ഞു കുഞ്ഞു ചാലുകളവൾ കണ്ടു.

അവൾ സ്വപ്നത്തിൽ കണ്ടെത്തിയ മിഷയുടെ മുറിയിലൂടെ ഒഴുകുന്ന ചെറിയ അരുവികൾ ചിലപ്പോൾ ഇവയിൽ ഏതെങ്കിലുമൊന്നാവാം.

"ഞാനെന്റെ മകളുടെ തൊട്ടരുകിലാണ്." നീര മനസ്സിൽ പറഞ്ഞു തുടങ്ങി.

അവൾ രാഖിലിന്റെ വീട് കണ്ടെത്തി. ചുറ്റുമെങ്ങും ആൾതാമസമില്ലാത്തയൊരിടം.

ആ വീടു കണ്ടാൽ തന്നെ അതിനുള്ളിൽ എന്തൊക്കെയോ നിഗൂഢതകളുള്ളതായി തോന്നും.

നീര വീടിന്റെ അടുത്തെത്തി. അവൾ പിൻവശത്തെ ജനാലയിലൂടെ വീടിന്റെ ഉള്ളിലേക്ക് എത്തി നോക്കി.

മിഷയാ വീട്ടിൽ ഉണ്ടെങ്കിൽ തന്നെ ആരും കാണാത്ത ഒരിടത്താവുമവളെ ഒളിപ്പിച്ചു വച്ചിരിക്കുക. മുറിക്കുള്ളിലൂടെ അരുവി ഒഴുകുന്ന സ്ഥിതിക്ക് വീടിന്റെ അടിത്തട്ടിൽ എവിടേലുമാവാം മിഷയെ അയാൾ പൂട്ടി വച്ചിരിക്കുന്നത്. നീരയുടെ ചിന്തകൾ ഉണർന്നു.

അവൾ വീടിന്റെ മുൻവശം അവഗണിച്ചു, വീടിന്റെ ചുറ്റും, കാർ ഷെഡുമൊക്കെയൊന്ന് പരതി നോക്കി. വീടിന്റെ ഉള്ളിൽ ആളനക്കമുള്ളതായി അവൾക്ക് പെട്ടെന്ന് തോന്നി.

ഒരു പക്ഷേ രാഖിൽ വീട്ടിൽ ഉണ്ടാവും. പിന്നീടുള്ള അവളുടെ ചലനങ്ങളവൾ പതിയെ ആക്കി. വീടിന്റെ അടിയിൽ രഹസ്യ അറകൾ ഉള്ളതായി പുറമേ നിന്നും നീരയ്ക്ക് തോന്നിയില്ല.

ഇനി എന്തു ചെയ്യും? അവൾ ആലോചിച്ചു ഇരുന്നു.

എന്തും വരട്ടെ. എന്ന മനസ്സോടെ അവൾ വീടിന്റെ മുന്നിലെത്തി വീടിന്റെ കാളിങ് ബെല്ലിൽ വിരൽ അമർത്തി.

അൽപ്പ നേരത്തിനകം വീടിന്റെ മുൻവാതിൽ അവൾക്ക് മുന്നിൽ തുറക്കപ്പെട്ടു.

അതാ നിൽക്കുന്നു സൂരജ്!

ഈ ലോകത്ത് സൂരജ് അറിയപ്പെടുന്നത് രാഖിലായിട്ടാണെന്ന് നീരക്ക് മനസ്സിലായി.

രാഖിലിന് സൂരജിന്റെ അതേ മുഖഛായ ഉണ്ടേലും, പൊക്കത്തിലും വണ്ണത്തിലും അൽപ്പം ചെറുതാണ്.

“റേയ, നീയെന്താ ഇവിടെ?” അയാൾ ചോദിച്ചു.

“മിഷയെ പറ്റി നിങ്ങൾക്ക് അറിവ് വല്ലതും ലഭിച്ചോ?”

“അതെനിക്ക് എങ്ങനെ അറിയാനാണ്. മിഷയെ കുറിച്ച് അന്വേഷിക്കാനോ, അവളെ കാണാനുള്ള അവകാശം പോലും കോർട്ട് ഓർഡർ വഴി നീ എനിക്ക് നിരസിച്ചേക്കുകയല്ലേ?” രാഖിൽ അൽപ്പം ദേഷ്യം കലർന്ന സ്വരത്തിൽ പറഞ്ഞു.

റേയക്കും, രാഖിലിനനുമിടയിൽ സംഭവിച്ചതെന്തായിരിക്കാമെന്ന് നീരയ്ക്ക് അറിയില്ലല്ലോ. അതുകൊണ്ടവൾ മൗനം പാലിച്ചു.

“നീ ഇങ്ങോട്ടേക്കു വന്നത് നിന്റെ വിവാന് അറിയാമോ?”

“ഇല്ല.” എന്ന ഭാവത്തിൽ അവൾ തല ചലിപ്പിച്ചു.

“എന്നാൽ പൊയ്ക്കൂടേ?” എന്ന ഭാവത്തിൽ രാഖിൽ

നീരയുടെ മുന്നിൽ തന്റെ നിലയുറപ്പിച്ചു.

"നിങ്ങളിവിടെ ഒറ്റയ്ക്ക് ആണോ താമസിക്കുന്നത്?" നീര ഉള്ളിലേക്ക് എത്തി വലിഞ്ഞു നോക്കി.

"അറിഞ്ഞിട്ടിപ്പോൾ എന്തിനാ? പ്ലീസ് ഇവിടെ നിന്ന് ഒന്ന് പോയി തരാമോ. എനിക്ക് നിന്നെ കാണുന്നത് തന്നെ ഇഷ്ടമല്ല."

നീരയുടെ മനസ്സിൽ അടിവസ്ത്രത്തിൽ ചോര ഒലിപ്പിച്ചു കൊണ്ടു നിലവറയിൽ കിടക്കുന്ന മിഷയുടെ രൂപം ഓർമ്മ വന്നു. അവൾ അയാളെ തള്ളി മാറ്റി, "മിഷ... മിഷ..." എന്ന് വിളിച്ചു കൊണ്ട് വീട് മുഴുവനും അവളെ തേടി നടക്കുവാൻ തുടങ്ങി.

"നിനക്കീ പരിപാടി ഇതുവരെയായിട്ടും നിറുത്താറായില്ലേ?" രാഖിലിന് കലി വന്നു തുടങ്ങി. അയാൾ നിമിഷ നേരംകൊണ്ട്, നീരയെ കതകടച്ചു വീടിനു പുറത്താക്കി.

മടക്ക യാത്രയിൽ നീര ചിന്തിച്ചത് മൊത്തമാ വീടിനെയും, രാഖിലിനെയും പറ്റിയാണ്.

രാഖിലിന്റെ കൈവശം മിഷ ഉണ്ടാകുമോ?

ഈ ലോകത്ത് റേയയും രാഖിലും തമ്മിൽ അകലാനും, അവർ തമ്മിൽ ഇത്രയും വെറുക്കാനും കാരണമെന്താവും? ഇതിന് ഉത്തരം റേയക്ക് മാത്രമേ പറയാൻ സാധിക്കു. പക്ഷേ റേയ എവിടെ? നീര പലതും ചിന്തിച്ചു കൂട്ടി.

* * * * *

ശരത് ഈ സമയം ഭൂമിയിൽ ഇപ്പോഴുള്ള നീര ആരെന്ന് കണ്ടെത്താനുള്ള തത്രപാടിലായിരുന്നു. നേരായ മാർഗ്ഗത്തിലൂടെ ആശുപത്രിയിലെത്തി നീരയെ കാണുക അത്ര എളുപ്പമല്ല. പിന്നെങ്ങനെ? ശരത് ആലോചിച്ചു.

അൽപ്പ നേരത്തെ ചിന്തകൾക്ക് ശേഷം അയാൾ നീര കിടന്നിരുന്ന ആശുപതിയെ ലക്ഷ്യമാക്കി നടന്നു തുടങ്ങി.

ആശുപത്രിയിൽ എത്തിയതും അയാൾ psychiatric വാർഡിനെ ലക്ഷ്യമാക്കി നടന്നു. ആ വാർഡിന് മുന്നിൽ ഒരു സെക്യൂരിറ്റി നിന്നിരുന്നു. അകത്തേക്കുള്ള പ്രവേശനം ബുദ്ധിമുട്ടാണ്. ശരത് മനസ്സിലാക്കി. കുറച്ചു നേരം അയാൾ സെക്യൂരിറ്റിയുടെ ശ്രദ്ധയിൽ പെടാതെ മറഞ്ഞു നിന്നു. പിന്നീട് സെക്യൂരിറ്റി എങ്ങോട്ടോ മാറിയ തക്കം നോക്കി ശരത്

ആരുടെയും ശ്രദ്ധയിൽ പെടാതെ വാർഡിനുള്ളിൽ പ്രവേശിച്ചു.

ഇനി നീരയുള്ള ഇടം കണ്ടെത്തണം. അയാൾ സ്വയം പറഞ്ഞു.

ഒന്ന് രണ്ടു മുറി മാറി കയറിയേലും ഒടുവിൽ നീരയെ ശരത് കണ്ടെത്തി.

മുറിൽ, നീര കട്ടിലിന്റെ ഒരറ്റത്തിരുന്നു കൊണ്ട്, തുറന്നിട്ട ജാലകത്തിലൂടെ പുത്തേക്ക് നോക്കി ഇരിക്കുകയായിരുന്നു.

“ഹായ്.” ശരത് അവളുടെ പിന്നിൽ നിന്നുകൊണ്ട് അവളെ സംബോധന ചെയ്തു.

അവൾ തിരിഞ്ഞു നോക്കി.

“ആരാ നിങ്ങൾ?” അവൾ ശരത്തിനെ നോക്കി ചോദിച്ചു.

“ഞാൻ ശരത്. തനിക്ക് എന്നെ അറിയാം.”

“ഇല്ല. അറിയില്ല.”

എന്തോ മനസ്സിലാക്കിയിട്ടെന്ന പോലെ ശരത് അവളോടായി മെല്ലെ ചോദിച്ചു.

“താൻ നീര ആണോ?”

“അല്ല.”

“പിന്നെ നിങ്ങൾ ആരാണ്?”

ഒന്ന് സംശയിച്ചുവെങ്കിലും അവൾ പറഞ്ഞു

“ഞാൻ റേയ.”

ശരത്തിനാ മറുപടിയിൽ ഞെട്ടൽ ഉണ്ടായില്ല. അയാളാ മറുപടി പ്രതീക്ഷിച്ചിരുന്നു.

“വിവാൻ നിങ്ങളുടെ ഭർത്താവല്ലേ?”

“ആഹ്! അതേ.” റേയയുടെ കണ്ണുകൾ വിടർന്നു.

“തമീര എന്നല്ലേ നിങ്ങളുടെ ഇളയ മകളുടെ പേര്?”

റേയക്ക് എങ്ങനെ പ്രതികരിക്കണമെന്ന് അറിയാതെ വന്നു.

“നിങ്ങൾക്ക് എന്നെ എങ്ങനെ അറിയാം?” ഞാനിത് എവിടെയാണ്? ”

“ഇതു നിങ്ങളുടെ 'ഭൗമിക' എന്ന ഗ്രഹമല്ല. ഇതു ഭൂമി എന്നൊരു മറ്റൊരു ഗ്രഹമാണ്. ഇവിടെ നിങ്ങളുടെ പേര് നീര എന്നാണ്.”

റേയ ഒന്നും മനസ്സിലാകാത്ത പോലെയിരുന്നു. ശരത് ഭൂമിയിലെ നീരയുടെ ജീവിതത്തെ പറ്റി റേയയോട് വിസ്തരിച്ചു

പറഞ്ഞു കൊടുത്തു.

"ഇവിടെ ജീവിക്കേണ്ട നീര ഇപ്പോൾ, നിങ്ങളുടെ ലോകത്ത് റേയയായി ജീവിക്കുന്നു."

"എനിക്കിതെല്ലാം കേട്ടിട്ട് പ്രാന്ത് ആകുന്നത് പോലെ."

"റേയ ഇതൊക്കെ parallel universe തിയറിയൊക്കെ ആയിട്ട് ബന്ധപ്പെട്ട് കിടക്കുന്ന കാര്യങ്ങളാണ്. പക്ഷേ അതല്ല നമ്മുടെ ഇപ്പോഴത്തെ പ്രശ്നം. എങ്ങനെയും ഈ ആശുപത്രി വിട്ട് താൻ നീരയുടെ വീട്ടിൽ എത്തുക എന്നതാണ്. അതിനായി താൻ നീരയുടെ ജീവിതം ഏറ്റെടുക്കണം. അവളായി മറ്റുള്ളവ രുടെ മുന്നിൽ അഭിനയിക്കണം. ഞാൻ തന്റെ കൂടെ നിൽക്കാം. നീരയെപറ്റി അത്യാവശ്യം അറിഞ്ഞു വയ്ക്കേണ്ട കാര്യങ്ങൾ ഞാൻ പറഞ്ഞു തരാം."

ശരത് നീരയെ പറ്റിയുള്ള കഥകൾ കുറച്ചു കൂടി റേയക്ക് പറഞ്ഞു കൊടുത്തു.

"താൻ വിഷമിക്കാതെ, തനിക്ക് തന്റെ ലോകത്തേക്ക് എത്രയും വേഗം പോകണമെന്ന് എനിക്കറിയാം. ഇവിടുന്ന് പുറത്ത് ഇറങ്ങിയാൽ നമ്മൾ ഉടനെ തന്നെ അതിനുള്ള ശ്രമം തുടരും." ശരത് റേയക്കു വാക്ക് കൊടുത്തു.

മൂന്നു ദിവസത്തെ പ്രയത്നത്തിനൊടുവിൽ റേയ ആശുപത്രി വിട്ട് പുറത്തിറങ്ങി. പുറത്ത് അവളെയും കാത്തു ശരത് നിൽപ്പു ണ്ടായിരുന്നു.

"അതേ വന്നു കാറിൽ കയറു, നമുക്ക് നീരയുടെ ഫ്ലാറ്റിലേക്ക് പോകാം. പിന്നെ കാറിൽ ഒരാൾ തന്നെയും കാത്ത് പിൻ സീറ്റിൽ ഇരിപ്പുണ്ട്."

റേയ അത്ഭുതത്തോടെ, കാറിന്റെ പിന്നിലേക്ക് നോക്കി. "അതാ ടോക്കോ!" റേയ സന്തോഷത്തോടെ പറഞ്ഞു.

"ഈ ലോകത്ത് ഇവന്റെ പേര് കോകോ എന്നാണ്." ശരത് റേയയെ തിരുത്തി.

നീരയുടെ രൂപത്തിലുള്ള റേയയെ കണ്ടതും, കാറിനുള്ളിൽ നിന്നു കൊണ്ട് തന്നെ കോകോ തുള്ളി ചാടുവാൻ തുടങ്ങി. ഡോർ തുറന്നതും പരിഭവങ്ങൾ പറഞ്ഞു കൊണ്ട് കോകോ റേയയുടെ മടിയിലേക്ക് ചാടി കയറി, അവളുടെ മുഖത്തും, കൈവെള്ളയിലുമൊക്കെ നക്കാൻ തുടങ്ങി.

പക്ഷേ പെട്ടെന്ന് എന്തോ മനസ്സിലായിട്ടെന്ന പോലെ കോകോ റേയയിൽ നിന്നുമൊന്നകന്നു മാറി നിന്നു.

"അവന് മനസ്സിലായി കാണുമോ താൻ നീരയല്ലെന്ന്?" ശരത് സംശയത്തോടെ ചോദിച്ചു.

"ആ അറിയില്ല."

* * * * *

വണ്ടി നീരയുടെ അപാർട്ട്മെന്റനു മുന്നിലെത്തി.

ശരത്തും, റേയയും കോകോയും നീരയുടെ ഫ്ലാറ്റിന്റെ മുൻവാതിൽ തുറന്ന് വീടിന്റെ ഉള്ളിലെത്തി.

കോകോ തന്റെ വീട്ടിൽ തിരിച്ചെത്തിയ സന്തോഷത്തിൽ അവിടെയാകെ ഓടി നടന്നു.

"പുതിയ താഴാണ് കേട്ടോ. ഇതാ അതിന്റെ താക്കോൽ."

കാര്യം മനസ്സിലാക്കാതെ റേയ നിന്നു.

"എടോ നീര എന്തോ ഒരു നിമിഷത്തെ തോന്നലിൽ ഈ വീടിന്റെ ബാൽക്കണിയിൽ നിന്നും താഴേക്ക് എടുത്ത് ചാടുകയായിരുന്നു. പിന്നെ പോലിസ് എത്തി മുൻവാതിൽ ചവിട്ടി തുറന്ന് അകത്തു കയറുകയായിരുന്നു. ആ വാതിലിന്റെയാ ഈ പുതിയ താക്കോൽ."

"മം... മനസ്സിലായി."

"നീരയുടെ ഫോൺ ഇതാ. ഇത് ഇത്രയും നാൾ പോലിസ് സ്റ്റേഷനിൽ ആയിരുന്നു. അത്യാവശ്യ ചാർജ് ഉണ്ടെന്ന് തോന്നുന്നു." അയാൾ മൊബൈൽ എടുത്ത് റേയക്ക് നേരെ നീട്ടി. "ഇതാ എന്റെ നമ്പർ. എന്തെങ്കിലും ആവശ്യം തോന്നിയാൽ ഏതു പാതിരാത്രി വേണേലും താൻ എന്നെ ഇതിൽ വിളിച്ചോ."

"മം."

"ശരി എന്നാൽ, തല്ക്കാലം ഞാൻ ഇറങ്ങുന്നു. വൈകുന്നേരം വരാം. അതുവരെ താൻ ഇവിടമൊക്കെ ഒന്ന് അടുത്തറിയു."

ശരത് മെല്ലെ യാത്രയായി.

റേയ വീടു മൊത്തത്തിലൊന്ന് നിരീക്ഷിച്ചു.

പിന്നെ എന്തൊക്കെയോ നേടിയത് പോലെ അവൾ സ്വയം കണ്ണാടിയിൽ നോക്കിയൊന്ന് ചിരിച്ചു.

പെട്ടെന്ന് നീരയുടെ വീടിന്റെ മുന്നിലെ കാളിങ് ബെല്ലിൽ ആരുടെയോ വിരൽ അമർന്നു.

12

ഗ്ലോബെക്കേ തേപ്പി

കാളിങ് ബെൽ കേട്ടതും, റേയ പോയി മുന്നിലെ വാതിൽ തുറന്നു.

അവിടെ അവൾക്ക് അപരിചിതനായ ഒരാൾ നിൽക്കുന്നു. അതു മാറ്റാരുമായിരുന്നില്ല ജോർജ് ആയിരുന്നു. ജോർജ് നീരയുടെ കൂട്ടുകാരൻ ആയിരുന്നേലും അവര് തമ്മിലുള്ള ലൈംഗിക ബന്ധം അവരുടെ മാത്രം രഹസ്യമായിരുന്നല്ലോ. അതിനാൽ തന്നെ ശരത്തിന് പോലും ഇവരുടെ ഈ ബന്ധത്തെ പറ്റി അറിയില്ലായിരുന്നു

"നീര ഐ മിസ്സ്ഡ് യു. എത്രനാളായി നിന്നെയൊന്ന്..." ഇതും പറഞ്ഞു ജോർജ് റേയയുടെ ശരീരത്തിൽ പതിവുപോലെ കയറി പിടിക്കാൻ തുടങ്ങി.

"ഹേയ്! നിങ്ങൾ എന്താണീ കാണിക്കുന്നത്. മാറി നിൽക്കു."

റേയ അവളുടെ ശരീരത്തിൽ നിന്നും ജോർജിനെ തള്ളി മാറ്റി.

"എന്താടോ താൻ ഇങ്ങനെ?" ജോർജ് നിരാശയോടെ ചോദിച്ചു.

"നിങ്ങൾ ആരാണ്? എനിക്ക് പഴയ കാര്യങ്ങൾ പലതും ഓർമ്മയില്ല."

"നീര... ഞാൻ ജോർജ്. എന്നെ നിനക്ക് അറിയില്ലേ? ചുമ്മാ നാടകം കളിക്കാതെ."

അവൾ വീണ്ടും അവനിൽ നിന്നും അകലം പാലിച്ചു. "നമ്മൾ തമ്മിൽ ഇങ്ങനെയൊരു ബന്ധം ഉണ്ടായിരുന്നു. നീയത്

മറന്നോ?" അയാൾ വീണ്ടും അവളിലേക്ക് ചേർന്നു നിൽക്കാൻ ശ്രമിച്ചു കൊണ്ട് ചോദിച്ചു.

"ഉണ്ടായിരുന്നിരിക്കാം, പക്ഷേ ഇപ്പോൾ എനിക്കതിൽ താല്പര്യമില്ല. നിങ്ങൾ ഇവിടെ നിന്നും പോകണം." റേയ തറപ്പിച്ചു പറഞ്ഞു.

"നീര, എങ്കിൽ നമുക്ക് കുറച്ചു നേരം മിണ്ടിയെങ്കിലും..."

"വേണ്ട, താല്പര്യമില്ല. നിങ്ങളിപ്പോൾ ഇവിടെ നിന്നും പോകണം."

ജോർജ് പിന്നെ കൂടുതലായിട്ടൊന്നും പറയാൻ നിൽക്കാതെ അവിടെ നിന്നും മടങ്ങി.

റേയ അയാൾ പോയതിനു പിന്നാലെ മുൻവാതിൽ നന്നായി അകത്തു നിന്നും കുറ്റിയിട്ടു.

അവൾ നീരയുടെ വീട് മുഴുവനും നിരീക്ഷിച്ചു. ഭിത്തിയിൽ സ്ഥാപിച്ചിരുന്ന മിഷയുടെ പടമവൾ കണ്ടു. പ്രത്യേകിച്ചു യാതൊരു വികാരവും അവളുടെ മനസ്സിലുണ്ടായില്ല. പിന്നെ നീര വായിച്ചു പഠിച്ചിരുന്ന പുസ്തകങ്ങൾ അവൾ കണ്ടു. അതു കണ്ടപ്പോൾ സത്യത്തിൽ റേയ പുഞ്ചിരിക്കുകയായിരുന്നു. വല്ലാത്തൊരു ആനന്ദം അവളിൽ വന്നു ചേർന്ന പോലെ.

അവൾ പിന്നെ അവിടെ ഇരുന്നു. ആ പുസ്തകങ്ങൾ മെല്ലെ മറിച്ചു നോക്കാൻ തുടങ്ങി. ഭൂമിയിലെ മനുഷ്യർ പരിമിഡുകളെ പറ്റി മനസ്സിലാക്കി വച്ചിരുന്നത് അറിയാനായിരുന്നു റേയയുടെ ശ്രമങ്ങൾ കൂടുതലും. ഇതിനിടയിൽ കോകോ വന്ന് അവന്റെ കൂടെ കളിക്കാൻ റേയയെ പലതവണ വിളിച്ചു. കുറേ ആയപ്പോൾ ദേഷ്യം വന്ന റേയ അവനെ സ്റ്റോർ റൂമിലാക്കി പൂട്ടിയിട്ടു. അവൾ പിന്നെയും വായനയിലേക്ക് തിരിഞ്ഞു. റേയ ആ പുസ്തകങ്ങളിലുള്ള നിഗൂഢതകൾ തേടി പിന്നെയും വായന തുടർന്നു. നേരം വൈകുന്നത് പോലും റേയ അറിഞ്ഞിരുന്നില്ല.

അവളുടെ വായന ചെന്ന് എത്തി നിന്നത് തുർക്കിയിലുള്ള 'ഗ്ലോബെക്കേ തേപ്പി' യിലാണ് (Gobekli Tepe). മനുഷ്യൻ വേട്ടയാടി നടന്നിരുന്ന കാലത്ത് നിർമ്മിതമായ ഒരു ഇടമാണ് ഗ്ലോബെക്കേ തേപ്പി. മനുഷ്യൻ ചക്രങ്ങൾ പോലും കണ്ടുപിടിക്കുന്നതിനു മുൻപേ തന്നെ ഇങ്ങനെയൊരു ശിലാ ക്ഷേത്രം എങ്ങനെ നിമ്മിച്ചുവെന്ന് ഗവേഷകർക്കിടയിൽ ഇന്നുമൊരു

ചോദ്യചിഹ്നമാണ്. ഇരുപതടി പൊക്കമുള്ള തൂണുകൾ, അവയ്ക്ക് ഓരോന്നിനും പത്തു ടണ്ണിലതിധികം ഭാരവുമുണ്ട്. വൃത്താകൃതിയിൽ സ്ഥാപിക്കപ്പെട്ട ഈ തൂണുകളിൽ പന്നിയുടെയും, പക്ഷിയുടെയുമൊക്കെ രൂപങ്ങൾ കൊത്തി വച്ചിട്ടുണ്ട്. ഒന്നില്ലേ ഇവയൊരു ബലിത്തറ ആയിരുന്നു അല്ലേൽ ഇവ മറ്റെന്തിനെയോ ലക്ഷ്യമാക്കി നിർമ്മിക്കപ്പെട്ടവയാണ്. Ancient aliens തിയറി അനുസരിച്ചു, (sirius) സിറിയസെന്ന നക്ഷത്രത്തിൽ നിന്നും ഭൂമിയിലേക്ക് അന്യഗ്രഹ ജീവികൾ വന്നെന്നും, അവർ ഇന്നു കാണുന്ന മനുഷ്യ വംശത്തെ കുരങ്ങൻ മാരിൽ നിന്നും ഇണ ചേർന്നു സൃഷ്ടിച്ചതാവാം, എന്നുമൊരു നിഗമനമുണ്ട്. മനുഷ്യന്റെയൊപ്പം പരിണാമ ചക്രത്തിൽ മുൻപോട്ട് നീങ്ങിയവരാണ് ചിമ്പാൻസികൾ. എന്നാൽ കാലഘ ട്ടത്തിന്റെ മാറ്റമനുസരിച്ചു മനുഷ്യൻ ഇന്നീ കാണുന്ന നിലയിൽ പുരോഗമിച്ചേലും, ചിമ്പാൻസികൾ ഇന്നും വലിയ മാറ്റങ്ങളൊ ന്നുമില്ലാതെ കുരങ്ങന്മാരായി തന്നെ തുടരുന്നു. സിറിയസ്സിൽ നിന്നും വന്ന അന്യഗൃഹ ജീവികളുടെ DNA മനുഷ്യന്റെ കോശങ്ങളിൽ എത്തപ്പെട്ടതു കൊണ്ടു മാത്രമാണ് മനുഷ്യൻ ശാസ്ത്രീയമായി ഇത്രയും മുന്നിലെത്തിയതെന്നു കരുതുന്ന കൂട്ടരാണ് ഈ 'Ancient aliens' തിയറിയിൽ വിശ്വസിക്കു ന്നവർ. ഇതെല്ലാം സത്യമാണെന്ന് സൂചിപ്പിക്കുന്ന രീതിയിലാണ് ഗ്ലോബെക്കേ തേപ്പി സിറിയസ്സ് നക്ഷത്രത്തെ നോക്കി ഇപ്പോഴും തുർക്കിയിൽ സ്ഥിതി ചെയ്യുന്നത്.

റേയ ഇത്രയും കാര്യങ്ങൾ നീരയുടെ ഡയറി നോക്കി വായിച്ചു മനസ്സിലാക്കി. അവൾ കുട്ടികളെ പഠിപ്പിക്കാൻ എഴുതി വച്ച കുറിപ്പുകളിൽ ഒന്നായിരുന്നുവത്.

റേയ പയ്യനെ എന്തോ ഓർത്തെടുത്തു, തന്റെ ഗൃഹത്തിൽ ഗ്ലോബെക്കേ തേപ്പി 'ശുബോ തമ്പാ'എന്നാണ് അറിയപ്പെടു ന്നത്. അവിടുത്തെ പഠനങ്ങൾ അനുസരിച്ചു ശുബോ തമ്പാ, ഹാറുദോ ദേവന്റെ അമ്പലം മാത്രമാണത്.

ഇങ്ങനെയുള്ള ചിന്തകളിൽ മുഴുകിയിരുന്ന റേയയെ വീണ്ടും ഉണർത്തിയത്, മുൻവാതിലിലെ കാളിങ് ബെല്ലായിരുന്നു.

“ഇതിനി ഏതു ശല്യമാണോ?”

റേയ വാതിൽ തുറന്നു. ശരത്തായിരുന്നത്.

അയാളുടെ കൈയിൽ കുറച്ചു ഭക്ഷണ പൊതികളും ഉണ്ടായിരുന്നു.

“വിശക്കുന്നുണ്ടോ?” ശരത് തിരക്കി.

അവൾ മറുപടിയായി ഒന്ന് ചിരിച്ചു.

“കോകോ എവിടെ?”

പെട്ടെന്നാണ് അവൾ സ്റ്റോർ റൂമിൽ പൂട്ടി ഇട്ടിരുന്ന കോകോയുടെ കാര്യം ഓർത്തെടുത്തത്.

അവൾ ശരത്തിന്റെ ശ്രദ്ധയിൽ പെടാതെ, കോകോയെ സ്റ്റോർ റൂമിൽ നിന്നും തുറന്നു വിട്ടു.

കോകോ ആകെ പരിഭവത്തിലായിരുന്നു. അവൻ മുറിയുടെ വാതിൽ തുറന്നിട്ടും, ആദ്യം മുറിക്ക് പുറത്തിറങ്ങാൻ കൂട്ടാക്കിയില്ല. പിന്നെ ശരത്തിന്റെ കൈയിലെ ആഹാര പൊതിയുടെ മണം അടിച്ചപ്പോൾ അവൻ പിണക്കം മറന്ന് അവിടേക്ക് ഓടിചെന്നു.

ആഹാര പൊതി തുറന്ന് അവർ എല്ലാവരും കഴിക്കാൻ തുടങ്ങി.

“തനിക്ക് സ്വന്തമായിയൊരു ബേക്കറി ഉണ്ടെന്ന് നീര പറഞ്ഞിരുന്നു.”

“മ്മം.” കഴിച്ചോണ്ട് ഇരിക്കുന്നതിന്റെ ഇടയിൽ അവൾ മൂളി.

“കുക്കിംഗ് ഒരുപാട് ഇഷ്ട്ടമാണോ?”

“ആണ്.”

“നീര ഇവിടെ അധ്യാപിക ആയിരുന്നു.”

“ആ അറിയാം. ശരത് നേരത്തെ തന്നെയത് എന്നോട് പറഞ്ഞിരുന്നു.”

“മം. ഇനി എന്ത്? അതാണെന്റെയും തന്റെയും ചോദ്യം?”

“മം.”

അവർ ഇരുവരും ആഹാരം കഴിച്ചു തീരുന്നത് വരെ കാര്യമായിട്ടൊന്നും പിന്നെ മിണ്ടിയില്ല.

കോകോ ഇതിനിടയിൽ, വയറു നിറഞ്ഞു കഴിഞ്ഞപ്പോൾ അവന്റെ സ്ഥിരം സ്ഥലത്തു പോയി മൂത്രവും ഒഴിച്ചു, അപ്പിയുമിട്ടു വച്ചു.

റേയ്ക്കത് വൃത്തിയാക്കാൻ വലിയ താല്പര്യമില്ലാത്ത പോലെ ശരത്തിന് തോന്നി.

ഒടുവിൽ ശരത് തന്നെ അതിനു മുൻകൈ എടുത്തു.

എല്ലാം വീണ്ടുമൊന്ന് ഒതുങ്ങിയപ്പോൾ കോകോ മെല്ലെ ഉറക്കമായി.

ശരത്തും റേയയും അവനെ നോക്കി സോഫയിൽ ഇരുന്നു.

"പറയൂ.. തനിക്ക് മിഷയേയും ചേർത്ത് നാലു കുട്ടികൾ അല്ലെ?"

"മം." റേയ പതിയെ മൂളി.

"അതിൽ മിഷയെ മിസ്സിംഗ് ആണല്ലേ?"

അവൾ മറുപടിയൊന്നും പറഞ്ഞില്ല.

"വിഷമിക്കേണ്ട നീര മിഷയെ അവിടെ തേടുന്നുണ്ട്."

അവൾ അപ്പോഴും ഒന്നും മിണ്ടിയില്ല.

"തനിക്ക് ഇതേപറ്റി വല്ലതും പറയാനുണ്ടോ?"

"അവളെ രാഖിൽ കടത്തിയതാണ്."

"രാഖിൽ! അയാൾ മിഷയുടെ അച്ഛനല്ലേ? അയാൾ എന്തിനത് ചെയ്യണം?"

"അയാൾ ഒരു pediphile ലാണ്. കൊച്ചു കുട്ടികളെ ലൈംഗീകമായി അയാൾ ഉപദ്രവിക്കും. മിഷയെ അങ്ങനെ ഉപദ്രവിക്കുന്നത് കണ്ടപ്പോഴാണ് ഞാൻ അയാളിൽ നിന്നും എന്റെ കുഞ്ഞിനേയും രക്ഷപ്പെടുത്തി കൊണ്ടു ഡിവോഴ്സ് വാങ്ങുന്നത്. അതിന്റെ പ്രതികാരമെന്നോണം അയാൾ മിഷയെ ഒളിവിൽ എവിടെയോ പാർപ്പിച്ചിരിക്കുകയാണ്." റേയുടെ കണ്ണുകളിൽ വെറുപ്പും ദേഷ്യവും ഇടകലർന്നയൊരു വികാരം കണ്ടു തുടങ്ങി.

ശരത് ഇങ്ങനെയൊരു രീതിയിൽ മിഷ അകപ്പെട്ടു കാണുമെന്നു ഒരിക്കലും ചിന്തിച്ചിരുന്നില്ല. ഈ കാര്യം എത്രയും പെട്ടെന്ന് നീരയുടെ ശ്രദ്ധയിൽ പെടുത്തണം. ശരത് അപ്പോൾ തന്നെ മനസ്സിൽ കരുതി.

"ഞാനെങ്ങനെയും മിഷയെ കണ്ടെത്തുന്ന വാക്കോളാമെത്തിയതായിരുന്നു. അപ്പോഴാണ് ആരോ എന്റെ പിന്നിൽ നിന്നും അടിച്ചിട്ട പോലെ ഞാൻ നിലത്തേയ്ക്ക് വീഴുന്നതും, പിന്നെ എന്റെ ബോധം മറയുന്നതും, ഒടുവിൽ ഞാൻ ഇങ്ങനെ... ഇവിടെ... നീരയുടെ ശരീരത്തിൽ എത്തി ചേരുന്നതും." റേയ പറഞ്ഞു നിറുത്തി.

കുറച്ചു നേരത്തെ മൗനത്തിനു ശേഷം ശരത് ചോദിച്ചു "മിഷയെ കണ്ടെത്തുന്ന വക്കോളാമെത്തിയിരുന്നുവെന്ന് റേയ പറഞ്ഞുവല്ലോ, അത് എവിടെയാണെന്ന് ഒന്ന് ഓർത്തെടുക്കാമോ?"

"എനിക്ക് തോന്നുന്നു രാഖിലിന്റെ കോട്ടേജിന്റെ അരികിൽ എവിടെയോ, അയാളൊരു രഹസ്യയറ പണിതിട്ടുണ്ട്. അതിനുള്ളിലാവും എന്റെ മിഷ. അവളിപ്പോഴും ജീവനോടെ ഉണ്ടാകുമോ ആവോ?... അയാൾ അവളെ കൊന്നു കാണും." റേയയുടെ കണ്ണുകൾ നിറഞ്ഞു തുടങ്ങി.

"എന്നാലും ഒരച്ഛനിങ്ങനെ സ്വന്തം മകളോട് ചെയ്യുവാൻ കഴിയുമോ?" ശരത്തിന് അതുൾകൊള്ളാൻ മടിയുള്ളത് പോലെ.

അതേ പറ്റിയുള്ള സംസാരം ശരത് പിന്നെ നടത്തിയില്ല.

"നിങ്ങൾക്ക് എങ്ങനെ നീരയുമായി ഭൂമിയിലിരുന്നുകൊണ്ട് സംസാരിക്കാൻ സാധിക്കുന്നു? നിങ്ങൾ സിദ്ധനാണോ?"

"ഇതിന്റെ പിന്നിലെ ശാസ്ത്രീയ വശമൊന്നും എനിക്ക് അറിയില്ല. പക്ഷേ നമ്മുടെ ചിന്തകൾക്ക് അപാര കഴിവുകളുണ്ടെന്ന് എനിക്കറിയാം. ശരീരം കൊണ്ട് നമുക്ക് എത്തിപ്പെടാൻ കഴിയാത്ത സ്ഥലങ്ങളിൽ ഒരാൾക്ക് മനസ്സുകൊണ്ട് എത്തിചേരുവാൻ സാധിക്കും. ഒരുപക്ഷേ നമ്മൾ അതിനെ ഭാവനയെന്നോ, സ്വപ്നങ്ങളെന്നോ വിളിച്ചേക്കാം. എല്ലാം തരംഗങ്ങൾ ആണെന്നല്ലേ string തിയറി പറയുന്നത്. അങ്ങനെ നോക്കിയാൽ നമ്മുടെ ചിന്തകളും ഒരുതരം തരംഗങ്ങളല്ലേ? ഒരുപോലെ ചിന്തിക്കുന്നവരുടെ ചിന്തകൾ ചിലപ്പോൾ പ്രപഞ്ചത്തിന്റെ ഏതെങ്കിലും തലങ്ങളിൽ വച്ചു കൂട്ടി മുട്ടിയേക്കാം. അങ്ങനെയാവാം മറ്റൊരു ലോകത്തുള്ള നീരയുടെ ചിന്തകളെ ഞാൻ കണ്ടെത്തിയതും. റേയയെ പറ്റി ഞാൻ പലതും മനസ്സിലാക്കിയതും."

"എനിക്ക് നിങ്ങൾ പറയുന്നത് പലതും മനസ്സിലാവുന്നില്ല. എങ്കിലും എനിക്ക് നിങ്ങൾ മാത്രമേ ഈ ഭൂമിയിൽ ഇപ്പോൾ സുഹൃത്തായി ഉള്ളു."

"ഞാനെപ്പോഴും ഉണ്ടാവും." ശരത് ഒരു പുഞ്ചിരിയോടെ പറഞ്ഞു.

"അതേ, എനിക്കൊരു കാര്യം അറിയാൻ ഉണ്ടായിരുന്നു."

"ചോദിച്ചോ?"

"ആരാണ് ഈ ജോർജ്. അയാൾ എന്നെ... സോറി നീരയെ കാണാൻ ഇവിടെ വന്നിരുന്നു. അവരു തമ്മിൽ സൗഹൃദത്തിനു മപ്പുറം ബന്ധമുണ്ടെന്ന് എനിക്ക് മനസ്സിലായി."

"ജോർജ് നീരയുടെ സുഹൃത്താണ്. പക്ഷേ അയാൾ വിവാഹിതനും മൂന്നു കുട്ടികളുടെ അച്ഛനുമാണ്. നീരയുമായി വഴിവിട്ട ബന്ധമുണ്ടെന്ന് എനിക്ക് തോന്നുന്നില്ല."

റേയ ഇന്ന് തനിക്കും ജോർജിനുമിടയിൽ നടന്ന സംഭവത്തെ പറ്റി കൂടുതലായ് ഒന്നും ശരത്തിനോട് വിസ്തരിക്കാൻ നിന്നില്ല. അവളുടെ മനസ്സിൽ മറ്റു പല ചിന്തകളും അപ്പോഴേക്കും ഉണർന്നു കഴിഞ്ഞിരുന്നു.

ജോർജിന്റെ മൂന്നു കുട്ടികൾ അതായിരുന്നു റേയയുടെ മനസ്സിൽ മുഴുവനും.

ശരത് പോയതിനു പിന്നാലെ, റേയ നീരയുടെ മൊബൈൽ ഫോൺ എടുത്തു.

അവളതിൽ ജോർജുമായിട്ടുള്ള ചാറ്റ് കണ്ടെത്തി.

"സോറി." അവൾ അതിൽ മെസ്സേജ് ടൈപ്പ് ചെയ്യത് ജോർജിനയച്ചു.

"എന്തിന്?" അൽപ്പം കഴിഞ്ഞപ്പോൾ ജോർജിന്റെ മറുപടി അവളെ തേടി വന്നു.

"ഞാനങ്ങനെ പെരുമാറാൻ പാടില്ലായിരുന്നു."

"ഇപ്പോൾ എന്തുപറ്റി, അങ്ങനെ തോന്നാൻ?"

"എനിക്ക് ഇപ്പോഴാ പഴയത് പലതും ഓർമ്മ വരുന്നത്. ക്ഷമിക്കണം."

"😍." അയാൾ ഇങ്ങനെയൊരു ഇമോജി അവൾക്കയച്ചു.

"ഈ രാത്രി ഇനി ഇങ്ങോട്ട് വരുമോ?"

"എൽസ... ഇവിടുണ്ട്. നാളെ രാവിലെ എത്താം."

"മക്കൾ എവിടെ?"

"😢"

"എന്തെ?"

"എന്റെ കുട്ടികളെ പറ്റി, ഇങ്ങനെയൊരു അന്വേഷണം തനിക്ക് പതിവില്ലാത്തതയാണല്ലോ 😁"

"ചുമ്മാ... വെറുതെ. ശരി നമുക്ക് നാളെ കാണാം."

"ം."

അതിനുള്ള മറുപടി റേയ കൊടുക്കാൻ നിന്നില്ല.

ജോർജിന്റെ മക്കൾ. അതായിരുന്നു അപ്പോഴും റേയയുടെ ചിന്തകളിൽ.

സമയം ഏതാണ്ട് രാത്രി പന്ത്രണ്ടിനോട് അടുത്തിരുന്നു. അവൾ എഴുന്നേറ്റു കണ്ണാടിയുടെ മുന്നിൽ പോയി നിന്നു.

നീരയുടെ രൂപം അതിൽ കണ്ടപ്പോൾ അവളെ എന്തോ നേടിയത് പോലെ ഉള്ളിൽ ചിരിച്ചു.

"ശരത്തിന്റെ ചിന്തകൾ കൊള്ളാം." റേയ മനസ്സിൽ പറഞ്ഞു. "വായു, വെള്ളം, മണ്ണ്, ആകാശം ഇതെല്ലാം എല്ലാ ജീവികൾക്കും ഒരുപോലെ ഉപയോഗിക്കാം. എന്നാൽ എല്ലാവരുടെയും ചിന്തകളും ഒന്നായാൽ, എല്ലാവരുടെയും ചിന്തകളും മറ്റുള്ളവർക്ക് വായിച്ചെടുക്കുവാൻ സാധിച്ചാൽ, അവിടെ എല്ലാവരും ഒന്നായി തീരും. ഒരു മരത്തിന്റെ വിവിധ ചില്ലകൾ പോലെ ഒന്നായി, ഒരു മരമായി, ഒരൊറ്റ വേരുമായി. ഹഹഹ." റേയ കണ്ണാടിയിൽ നോക്കി ഒരു ഭ്രാന്തിയെ പോലെ ചിരിച്ചു.

* * * * *

പിറ്റേന്ന് നേരം പുലർന്നു.

കോകോ അവന്റെ ആഹാരത്തിനായി റേയയുടെ പിന്നാലെ ചെന്നു. റേയ പക്ഷേ മറ്റൊരു അവസ്ഥയിൽ ആയിരുന്നു.

അവൾ നീരയുടെ കപ്ബോർഡിൽ നിന്നും, ഏറ്റവും മനോഹരമെന്ന് തോന്നിപ്പിക്കുന്ന ഒരു വസ്ത്രം തിരഞ്ഞെടുത്തു.

ചുണ്ടുകളിൽ ചുവന്ന ചായം തേച്ച്, ചന്ദന തൈലം മാറിലും, അരക്കെട്ടുകളിലും, തുടയിലും തേച്ചു പിടിപ്പിച്ച ശേഷം അവൾ ജോർജിനായി കാത്തിരുന്നു.

പറഞ്ഞത് പോലെ ജോർജ് എത്തി. നീര ഇത്രയും സുന്ദരിയായി ഒരുങ്ങി നിൽക്കുന്നത് ജോർജ് ഇതുവരെ കണ്ടിട്ടില്ല.

"എന്താടോ ഇത്? തന്നെ കണ്ടിട്ട് തന്നെയെന്റെ കണ്ട്രോൾ പോകുന്നു."

"ആഹാ... വാ... വന്നെന്നെ..."

പിന്നീട് നടന്നത് പറഞ്ഞു മനസ്സിലാക്കാൻ പറ്റാത്തയത്ര കാമകേളികൾ ആയിരുന്നു.

ജോർജ്ജ് ആദ്യമായിട്ടാണ് ഇങ്ങനെ നീരയുടെ ശരീരം അറിയുന്നത്.

അവന്റെ ആവേശമൊന്ന് കെട്ടടങ്ങിയപ്പോൾ അവൾ പറഞ്ഞു.

"ജോർജ്ജ് എനിക്ക് നിങ്ങളുടെ മക്കളെ ഒന്ന് കാണാൻ പറ്റുമോ?"

13

പെയ്ഗൺ

പിറ്റേന്ന് ഐസ്ക്രീം ഷോപ്പിൽ ജോർജ് തന്റെ മൂന്നു കുട്ടികളുമായി വന്നു, അവിടെ അവരെ കാണാൻ റേയ കാത്തിരിപ്പുണ്ടായിരുന്നു. ജോർജിന്റെ മൂന്നു കുട്ടികൾക്കും, കോസ്സോ, ജീമോ, തമീര എന്നിവരുടെ പ്രായവും ഏകദേശമതേ രൂപവും. റേയക്ക് കാര്യം മനസ്സിലായി.

"ജോർജ് - എൽസ ദമ്പതികൾ തന്റെ ലോകത്തെ ഇരീവാഫിതാന ദമ്പതികളാവുന്നു. ഇനി തനിക്ക് കണ്ടെത്തേണ്ടത് ഈ ലോകത്തെ താഷയേയും, വിവാനെയുമാണ്." അവൾ പിന്നെ ജോർജിനൊപ്പം കുട്ടികളുമായി ഐസ്ക്രീം തിന്നുന്ന തിരക്കിലായി.

* * * * *

അന്ന് കോളേജ് കഴിഞ്ഞപ്പോൾ, ആര്യനെ കാത്ത് വരാന്തയിൽ റേയ നിൽപ്പുണ്ടായിരുന്നു.

അവളെ കണ്ടതും ആര്യൻ അതീവ സന്തോഷവാനായി.

"ഹലോ മാം. മാം എന്താ ഇവിടെ? മാം തിരിച്ചു ജോലിക്ക് കയറിയോ?"

"ഇല്ല. ഉടനെ തന്നെ ജോയിൻ ചെയ്യും."

"മാം ഇപ്പോൾ ഓക്കേ ആണോ?" ആര്യൻ ആകാംഷയോടെ തിരക്കി.

"ചില കാര്യങ്ങളിൽ കുറച്ചു ഓർമ്മ കുറവുള്ളതൊഴിച്ചാൽ എനിക്ക് മറ്റു പ്രശ്നങ്ങളില്ല."

"എന്നാ വാ. നമുക്ക് പോയി ഓരോ കോഫീയും പുകയും ആവാം."

റേയക്ക് കാര്യം മനസ്സിലാവാതെ അവൾ കുറച്ചു നേരം പകച്ചു നിന്നു.

"മാം മറന്നോ, നമ്മുടെ കാന്റീനിൽ പോക്ക്?"

"ഓ അങ്ങനെ. വാ നമുക്ക് അങ്ങോട്ട് പോകാം."

പോകുന്ന വഴി ആര്യൻ സംസാരിച്ചു കൊണ്ടിരുന്നു.

"മാംമിന് അറിയാമോ ഞങ്ങൾ എത്രമാത്രം മാംമിന്റെ ക്ലാസ്സുകൾ മിസ്സ് ചെയ്തെന്ന്. ഞങ്ങൾ മാംമിനെ പറ്റി സംസാരിക്കാത്ത ദിവസങ്ങളില്ല. റിയലി മിസ്സ്ഡ് യു."

അവൻ വാതോരാതെ പിന്നെയും എന്തെല്ലാമോ റേയയോട് പറഞ്ഞു കൊണ്ടിരുന്നു. അവന്റെ വാക്കുകളിൽ നിന്നും റേയ ഈ ലോകത്തെ നീരയുടെ ജീവിതം കുറച്ചു കൂടി ആഴത്തിൽ മനസ്സിലാക്കുക ആയിരുന്നു.

പതിവുപോലെ കോഫിയും സിഗററ്റുമായി അവർ ക്യാന്റീനിന്റെ പുറത്ത് ആളൊഴിഞ്ഞയൊരു കോണിൽ നിന്നു.

"മാം ഒരു കാര്യം ചോദിച്ചോട്ടെ?"

"മം." ഒരു പഫ് ഉള്ളിലേക്ക് എടുത്തുകൊണ്ടു അവൾ മൂളി.

"മാം ശരിക്കും ചാടിയത് ആണോ അതോ ആരേലും മാംമിനെ മുകളിൽ നിന്നും താഴേക്ക് തള്ളി ഇട്ടതാണോ?"

"ഞാൻ ഉദ്ദേശിച്ചു, ആര്യന്റെ ചോദ്യം ഇതായിരിക്കുമെന്ന്."

അവൻ ഒന്ന് ചിരിച്ചു.

"ഒരു തമാശ പറയാം. തനിക്കത് മനസ്സിലാക്കാൻ പറ്റുമെങ്കിൽ മനസ്സിലാക്കി എടുത്തോ."

"ആ... പറ. നോക്കട്ടെ."

"നമ്മൾ ഇടയ്ക്കു തുമ്മുമ്പോഴോ, ഇക്കിൾ എടുക്കുമ്പോഴോ, മണ്ടയിൽ കയറുമ്പോഴോ ഒക്കെ നമ്മൾ പറയാറില്ലേ, ആരോ നമ്മളെ പറ്റി ഓർക്കുന്നുണ്ടാവും അല്ലെ സംസാരിക്കുന്നുണ്ടാവുമെന്ന്."

"ഞാനിതെന്റെ അമ്മൂമ്മ പറഞ്ഞു കേട്ടിട്ടുണ്ട്. പക്ഷേ അതൊക്കെ എങ്ങനെ നേരാവും."

ആര്യന് സംശയമായി.

"അതാ ഞാൻ തുടക്കം തന്നെ പറഞ്ഞേ, ഇതൊരു തമാശ

ആയിട്ട് എടുക്കണെമെന്ന്."

അവൾ ചിരിച്ചു കൊണ്ട് പറഞ്ഞു.

"ആ ഓക്കേ. മാം ബാക്കി പറ."

"അതുപോലെ നമ്മളും ആരേലും പറ്റി ചിന്തിക്കുമ്പോൾ, ചിലപ്പോൾ അയാളും നമ്മളെ പറ്റി അതേ സമയം തന്നെ ചിന്തിക്കാറില്ലേ?"

"അതൊക്കെ coincidence അല്ലേ? ആകസ്മികം. അതും മാംമിന്റെ മുകളിൽ നിന്നുള്ള ചാട്ടവും തമ്മിലെന്ത് ബന്ധം?"

"ഞാൻ പറയാൻ വരുന്നത് ആര്യനു മനസ്സിലാവണമെന്നില്ല, എങ്കിലും പറയാം. ആരോ, എവിടെയോ ഇരുന്നുകൊണ്ട്, എന്നെ കൊണ്ട് ആ ആറാമത്തെ നിലയിൽ നിന്നും ചാടുവാൻ തോന്നിപ്പിച്ചത് ആണെങ്കിലോ?"

"എന്നുവച്ചാൽ ഒരു ഉൾവിളി?"

"അങ്ങനെയല്ല, ആരോ എവിടെയോ ഇരുന്നുകൊണ്ട് എന്റെ ചിന്തകൾ നിയന്ത്രിച്ചതാണേലോ?"

"ആര്? എനിക്ക് ആകെ വട്ടാവുന്നു. Do you mean blackmagic? "

"ഹഹഹ.. അങ്ങനെയും പറയാം."

"മാം എന്നെ കളിയാക്കുക ആണോ?" ആര്യൻ അൽപ്പം നീരസത്തോടെ ചോദിച്ചു.

"എടോ ദേഷ്യപ്പെടാതെ. ഒരു നിമിഷത്തെ, എന്തോ ഒരു തോന്നലിൽ ഞാൻ ആത്മഹത്യ ചെയ്യുക ആയിരുന്നു.. അല്ല മുകളിൽ നിന്നും താഴേക്ക് എടുത്തു ചാടുക ആയിരുന്നു. അന്നേരം എന്റെ മനസ്സ് എന്റെ നിയന്ത്രണത്തിൽ ആയിരുന്നില്ല എന്ന് തോന്നുന്നു." റേയ പറഞ്ഞു നിറുത്തി.

"ആഹ്! " എന്തോ മനസ്സിലാക്കിയ പോലെ ആര്യൻ പ്രതികരിച്ചു. "അല്ല മാംമിന് ഇനിയും അങ്ങനെ തോന്നാൻ ഇടയുണ്ടോ?"

"ഹഹഹ... എന്റെ പൊന്നോ ഇല്ല. താൻ പേടിക്കണ്ട, ഞാനിനി അങ്ങനെയൊന്നും ചെയ്യില്ല."

"എന്നാൽ കൊള്ളാം. Because I love you. And I really care about you."

അവൾ സ്നേഹത്തോടെ ചിരിച്ചു.

"ആര്യൻ എന്നേലും എന്റെ വീട്ടിൽ വന്നിട്ടുണ്ടോ?"

"ഇല്ല. മാം ക്ഷണിച്ചിട്ടില്ല. എങ്കിൽ ഞാൻ എപ്പോഴേ വന്നേനെ."

"എന്നാൽ ഞാൻ ഇപ്പോൾ തന്നെ അങ്ങോട്ട് ക്ഷണിച്ചിരിക്കുന്നു. ഒഴിവുള്ളപ്പോൾ വാ, എനിക്ക് തന്നോട് ചില കാര്യങ്ങൾ ചർച്ച ചെയ്യാനുണ്ട്."

"ആയിക്കോട്ടെ ഞാൻ നാളെ വൈകുന്നേരം അങ്ങോട്ട് വരാം."

"ആയിക്കോട്ടെ."

അന്നവർ കാപ്പി കുടിച്ചു പിരിഞ്ഞപ്പോൾ, എന്തോ നേടിയ ലാഘവത്തോടെയാണ് റേയ അവിടെ നിന്നും നടന്നകന്നത്.

* * * * *

അന്നു രാത്രിയിൽ റേയക്ക് ഉറക്കം ഉണ്ടായിരുന്നില്ല. അവൾ തന്റെ ഓർമ്മയിൽ നിന്നും, എന്തോ ഒരു വലിയ വെള്ള പേപ്പറിൽ വരയ്ക്കുക ആയിരുന്നു.

പിരമിഡു പോലത്തെ ഒരു ചില്ല് ഗോപുരം. അതിനടിയിലെ നിലത്തുകൂടെയൊരു കുഞ്ഞരുവി ഒഴുകുന്നതായി കാണാം. നീരയുടെ സ്വപ്നത്തിൽ, അവൾ മിഷയെ കണ്ടത് ഇങ്ങനെയൊരു സ്ഥലത്തായിരുന്നു.

പിന്നീടവൾ ശിലകളാൽ തീർത്തൊരു ക്ഷേത്രം വരച്ചു. അതിന്റെ തൂണുകളിൽ ഗ്ലോബെക്കേ തേപ്പിയിലെതു പോലുള്ള മൃഗങ്ങളുടെ ചിത്രങ്ങൾ അവൾ വരച്ചു ചേർത്തു.

"ഇനി ഈ സ്ഥലം ഭൂമിയിൽ എവിടെയാണെന്ന് കണ്ടു പിടിക്കണം. എന്നാലേ കാര്യങ്ങൾ നടക്കു." അവൾ സ്വയം മനസ്സിൽ പറഞ്ഞു.

"ഇനി കണ്ടു പിടിക്കേണ്ടത് താഷയെ ആണ്. അവർ ഈ ലോകത്ത് ഏതു രൂപത്തിൽ ആവുമോ? എന്തായാലും അവർ തന്നെ തേടി വരാതെയിരിക്കില്ല."റേയ മനസ്സിൽ ഉറപ്പിച്ചു.

കോകോ ഇതെല്ലാം കണ്ടു കൊണ്ട് ഊണു മേശയുടെ അടിയിൽ ഒളിച്ചിരിപ്പുണ്ടായിരുന്നു.

അവന് മനസ്സിലായി, അവന്റെ മുന്നിൽ ഉള്ളത് നീരയല്ല, ആ രൂപത്തിലുള്ള മറ്റാരോ ആണെന്ന്.

* * * * *

നേരം പുലരാൻ ഇനിയും ഒരുപാട് നേരം ബാക്കി. കിഴക്ക് നിന്നും തണുത്ത കാറ്റ് മുറിക്കുള്ളിലേക്ക് വീശി അടിക്കുന്നു ണ്ടായിരുന്നു.

റേയ തണുത്ത വെള്ളത്തിൽ തന്റെ ദേഹം കഴുകി, മുടി ഉണ്ടാക്കാതെ തന്നെ നഗ്നയായവൾ വീടിന്റെ നടുമുറിയിലേക്ക് വന്നു. അവിടെയവൾ വെളുത്ത പൊടി കൊണ്ടൊരു നക്ഷത്രം, വലിയൊരു വൃത്തത്തിനുള്ളിൽ വരച്ചിട്ടിരിക്കുന്നതായി കാണാം. അവളാ നക്ഷത്രത്തിനു മദ്ധ്യ, ചമ്പ്രംപടിഞ്ഞിരുന്നു. മെല്ലെ കണ്ണുകൾ പൂട്ടി ധ്യാനിച്ചു തുടങ്ങി. മുറിയിലെ ലൈറ്റുകൾ താനെ അണഞ്ഞു.

റേയക്ക് ചുറ്റും മാത്രമായൊരു പ്രകാശ വലയം കണ്ടു തുടങ്ങി. കോകോ ഈ കാഴ്ച്ച കണ്ടു പേടിച്ചു. അവൻ വീണ്ടും തീൻമേശയുടെ അടിയിൽ പോയി ഒളിച്ചു.

റേയ ധ്യാനത്തിലായിരുന്നു. അവൾക്ക് ചുറ്റും പ്രകൃതിയിൽ നിന്നുമുള്ള ഊർജ്ജം പ്രവഹിക്കുന്നതായി തോന്നി. അൽപ്പ നേരം കഴിഞ്ഞപ്പോൾ അവൾ ഇരുന്നിരുന്ന നക്ഷത്ര വലയത്തിന്റെ അഞ്ച് കോണും മെല്ലെ പ്രകാശിക്കുവാൻ തുടങ്ങി.

“ഹ്മം!... വരൂ.” റേയ തന്റെ കണ്ണുകൾ അടച്ചുപിടിച്ചുകൊണ്ട് ആരോടെന്നില്ലാതെ ആജ്ഞാപിച്ചു. തറയിൽ വരച്ചിട്ടിരുന്ന നക്ഷത്രം മെല്ലെ റേയയെയും കൊണ്ടു മുകളിലേക്ക് ഉയർന്നു. തറയിലും മേൽക്കൂരയിലും തൊടാതെ അവൾ മുറിയുടെ ഒത്ത നടുവിലായി ഒഴുകി നിന്നു.

പൊടുന്നനെ നക്ഷത്രത്തിന്റെ അഞ്ചു കോണിൽ നിന്നും അഞ്ചു സന്യാസിനികൾ ഉയർന്നു വന്നു. മായ, ഹിമ, ദയ, ഇഷ, സായ.

നീരയുടെ സ്വപ്നത്തിൽ പ്രത്യക്ഷപ്പെടാറുള്ള അതേ അഞ്ചു സുന്ദരികൾ. കടും ചുവപ്പ് നിറത്തിലുള്ള വസ്ത്രങ്ങൾ അവർ ഇപ്പോഴും അണിഞ്ഞിരുന്നു.

റേയ തന്റെ കണ്ണുകൾ തുറന്നു. അവരെ നോക്കി. പഞ്ചഭൂതങ്ങൾ, അവളുടെ കൈപ്പിടിയിൽ ഒതുങ്ങുന്ന പഞ്ചരത്നങ്ങൾ.

റേയ മെല്ലെ മന്ദഹസിച്ചു.

* * * * *

മറ്റൊരു ലോകത്ത് നീര ഇപ്പോഴും റേയയുടെ രൂപത്തിൽ തന്റെ മകളെ തേടുകയാണ്.

മിഷയെ ജീവനോടെ ഒരിക്കൽ കൂടി കാണാൻ സാധിച്ചിരുന്നേൽ. അതു മാത്രമാണ് അവളുടെ ഏക ആഗ്രഹം. അവൾ അതിനുള്ള അന്വേഷണത്തിലായിരുന്നു.

അവൾ മിഷക്കായുള്ള അന്വേഷണങ്ങളിൽ ഇറങ്ങുമ്പോൾ കുട്ടികളെ നോക്കാൻ വിവാന്റെ അമ്മയായ താഷയുള്ളത് വളരെ അനുഗ്രഹമാണ്.

വിവാനിപ്പോഴും നീര മിഷയെ തേടി നടക്കുന്നതിൽ സംതൃപ്തനല്ല.

“എടി, അതു പോലീസുകാരുടെ ജോലിയാണ്. നീ ഇപ്പോൾ ആശുപത്രിയിൽ നിന്നും ഡിസ്ചാർജ് ആയി വന്നതേയുള്ളൂ. നമുക്ക് മിഷയെ കൂടാതെ മൂന്നു മക്കൾ വേറെയുമുണ്ട്. നീ അവരെ പറ്റി ഓർക്കണം. അവർക്ക് നിന്റെ ശ്രദ്ധ കൂടുതലായി വേണ്ട പ്രായമാണിത്.” വിവാന്റെ നയം മിഷയുടെ കാര്യത്തിൽ എപ്പോഴും ഇങ്ങനെ ആയിരുന്നു.

അപ്പോഴെല്ലാം അവൾക്ക് കൂട്ടായി നിന്നത് താഷയായിരുന്നു.

“കുട്ടികൾ നാല് ആയാലും, ഒന്നായാലും, അവരെല്ലാം ഏതൊരമ്മയ്ക്കും ഒരുപോലെയാണ്. നീ മിഷയെ തേടിക്കോ, വിവാൻ ഈ കാര്യം അറിയാതെ ഇരിക്കാൻ ഞാൻ പരമാവധി നോക്കാം.”

താഷയുടെ ഈ ഉറപ്പിന്റെ ബലത്തിൽ നീര മിഷയെ തേടി നടന്നു.

അതിനായി അവൾക്ക് റേയയുടെയും രാഖിലിന്റെയും കുടുംബ ജീവിതം തകരാൻ കാരണമെന്താണെന്ന് കണ്ടെത്തിയെ മതിയാവൂ.

അവൾ വീടു മുഴുവനും രാഖിലും റേയയും തമ്മിലുള്ള ഡിവോഴ്സ് പേപ്പറുകൾക്കായി പരതി. ഒടുവിലവളത് കണ്ടെത്തി.

“മിഷയെ ലൈംഗികമായി പീഡിപ്പിക്കാൻ സ്വന്തം അച്ഛനായ രാഖിൽ ശ്രമിച്ചു. ഈയൊരു കാരണത്താൽ സ്വന്തം മകളെ കാണാനോ അവളുടെ അടുത്തു പോകാനോ രാഖിലിന് അനുവാദം ഉണ്ടായിരുന്നില്ല.”

ഇതു വായിച്ചതും നീര ഉറപ്പിച്ചു, മിഷയെ രാഖിൽ തന്നെ കടത്തി വച്ചിരിക്കുകയാണെന്ന്.

അവളാ ഫയലുകൾ ധിറുതിയിൽ തിരിച്ചു വച്ച്, അവിടെ നിന്നും പോകാൻ തുടങ്ങുമ്പോൾ നീരയുടെ മുന്നിൽ മറ്റൊരു ന്യൂസ് പേപ്പറിന്റെ കഷ്ണം പറന്ന് വീണു.

അതിൽ മൂന്നു കുട്ടികളെ അനാഥരാക്കി കൊണ്ട്, ഇരീവാ-ഫിതാന ദമ്പതികൾ കാർ അപകടത്തിൽ മരണപ്പെട്ടുവെന്ന വാർത്തയാണ്.

നീരയ്ക്കാ ദമ്പതികളെ മുൻപ് എവിടെയോ കണ്ടു പരിച യമുള്ളത് പോലെ തോന്നി. ആ വാർത്തയിൽ പക്ഷേ അവരുടെ കുട്ടികളുടെ മുഖമില്ല. നീരയുടെ മനസ്സിൽ മറ്റു പല ചിന്തകളും ഉണർന്നു തുടങ്ങി. അവൾ കമ്പ്യൂട്ടർ തുറന്ന് ആ വാർത്തയെ പറ്റിയുള്ള കൂടുതൽ വിവരങ്ങൾക്കായുള്ള അന്വേഷണം തുടങ്ങി. അവളുടെ മുന്നിൽ ഇരീവാ- ഫിതാന ദമ്പതികളുടെ മൂന്നു മക്കളുടെ ചിത്രം തെളിഞ്ഞു വന്നു.

“അതേ... ഇവർ തന്നെ കേസ്സ്ലോ, ജീമോ, തമീര. ഇവരെങ്ങനെ വിവാന്റെയും റേയയുടെയും മക്കളായി?”

നീര ആകെ ആശയ കുഴപ്പത്തിലായി. അവൾ വീണ്ടും അവിടെ ഉണ്ടായിരുന്ന പല ഫയലുകളും തപ്പി നോക്കി. ഉപയോഗമുള്ള കടലാസുകളൊന്നും കണ്ടെത്തിയില്ല.

പക്ഷേ ഫയലുകൾ ഇരുന്നിരുന്ന മേശയുടെ അരികിലായി അടുക്കി വച്ചിരുന്ന പുസ്തകങ്ങൾ അപ്പോഴാണ് നീരയുടെ ശ്രദ്ധയിൽ പ്പെടുന്നത്

“പരകായ പ്രവേശം.”

“A book on paranormal activity.”

“Time traveller.”

“Books on tantric rituals.”

ഇതെല്ലാം ഈ ലോകത്തെ ആളുകളുടെ ചിന്തകളും കണ്ടു പിടുത്തങ്ങളുമാണ്. ഇതൊക്കെ കൃഷിയും, ബേക്കറിയുമായി ജീവിക്കുന്ന വിവാന്റെയും റേയയുടെയും വായനയിൽ എങ്ങനെ പെടും.

അപ്പോഴാണ് ഒരു വലിയ വൃത്തതിന്റെ ഉള്ളിൽ വരച്ചു വച്ച, അഞ്ചു കോണുകളുള്ള നക്ഷത്രത്തിന്റെ ചിഹ്നമുള്ളയൊരു

പുസ്തകം നീരയുടെ കണ്ണുകളിൽ പെടുന്നത്.

ആ ചിഹ്നന്നതിനു ഹിന്ദു mythology അനുസരിച്ചു ലക്ഷ്മി നാരായണ യന്ത്രമെന്നും, എന്നാൽ ഭൂമിയിലുള്ള മറ്റു മതങ്ങൾ പൊതുവായി പറഞ്ഞിരുന്നത് 'pentagram' എന്നുമാണ്. അവൾ ഓർത്തെടുത്തു.

(Pagan) പെയ്ഗൺ മതാചാരങ്ങളെ പറ്റി താൻ പണ്ട് നടത്തിയ പഠനങ്ങളെ പറ്റി നീര ഓർത്തെടുത്തു. ഭൂമിയിൽ ജൂത മതം, ക്രിസ്ത്യാനികൾ പിന്നെ ഇസ്ലാം മത വിശ്വാസികളൊക്കെ ഉണ്ടാകുന്നതിനു മുന്നേ മനുഷ്യരുടെ ഇടയിൽ പ്രചരിച്ചിരുന്ന വിശ്വാസങ്ങളെയാണ് പൊതുവായി 'പെയ്ഗൺ' മത വിശ്വാസമായി കരുതി പോന്നിരുന്നത്.

അവർ കൂടുതലും പ്രകൃതിയെ ദൈവമായി കണ്ടിരുന്നു, പഞ്ചഭൂതങ്ങളെ ആരാധിച്ചിരുന്നു. മനുഷ്യരെ മൃഗങ്ങൾക്കും, കല്ലുകൾക്കും, മരങ്ങൾക്കുമെല്ലാം തുല്യമായി മാത്രമായിട്ടാണ് കണ്ടിരുന്നത്, അവിടെ മനുഷ്യനു മാത്രമായൊരു ഉയർന്ന സ്ഥാനം ഇല്ലായിരുന്നു. ഒന്നിൽ കൂടുതൽ ദൈവങ്ങളെ അവർ ആരാധിച്ചു പോന്നിരുന്നു. ആൺ ദൈവങ്ങളെക്കാൾ, പെൺ ദേവതകളെയായിരുന്നു അവർ കൂടുതലും ആരാധിച്ചു പോന്നിരുന്നത്. വേദങ്ങളുടെ കാലഘട്ടത്തിലുള്ള ഹിന്ദു വിശ്വാസങ്ങളും ഒരുതരത്തിൽ പെയ്ഗൺ മതമായി ഒരു കൂട്ടർ കരുതി പോരുന്നു.

പ്രകൃതി പവിത്രമാണെന്നും, അതിൽ എന്തിന്റെയും, ഏതിന്റെയും ജനനം, വളർച്ച പിന്നെ മരണം, എല്ലാത്തിനുമൊരു ആത്മീയതയുണ്ടെന്നും കരുതി പോരുന്നു. എല്ലാം സ്വാഭാവികമായ പ്രകൃതി ശക്തികളാൽ ജീവിതത്തിൽ സംഭവിച്ചു കൊണ്ടിരിക്കുന്നു എന്ന ചിന്തയുള്ള മത വിശ്വാസികൾ. ആ പ്രകൃതി ശക്തികളെ, മനുഷ്യന്റെ ഇഷ്ടങ്ങൾക്ക് അനുസൃതമായി മന്ത്രങ്ങളും, തന്ത്രങ്ങളും, ചില വസ്തുക്കളും ഉപയോഗിച്ച്, വശത്താക്കി ജീവിതത്തിന്റെ ഗതി തന്നെ മാറ്റുവാൻ കഴിയുമെന്നും, ഈ കൂട്ടരിൽ ചിലർ വിശ്വസിച്ചു പോയിരുന്നു. അവരാണെൽ ദുർമന്ത്രവാദങ്ങൾ പോലുള്ള പല ആചാരങ്ങളും പിൻതുടർന്ന് പോന്നിരുന്നു. ആ കൂട്ടത്തിൽ ഒന്ന് മാത്രമാണ് നരബലികളും.

14

മാന്ത്രികം

നീരയുടെ മനസ്സിൽ പുതിയ സംശയങ്ങൾ നാമ്പിട്ട് തുടങ്ങി.

Witch craft അഥവാ മന്ത്രവാദങ്ങളെ സൂചിപ്പിക്കുന്ന പുസ്തകങ്ങൾ, പിന്നെ അനാഥരായ മൂന്നു കുട്ടികൾ, അവരെങ്ങനെ റേയയുടെയും, വിവാന്റെയും അടുത്ത് എത്തി.

നീര ആ മൂന്നു കുട്ടികളുടെ മാതാപിതാക്കളായ ഇരീവാ-ഫിതാന ദമ്പതികളുടെ മുഖത്തേക്കൊന്ന് സൂക്ഷിച്ചു നോക്കി. അതേ... അത് അവർ തന്നെ. ജോർജ് -എൽസ ദമ്പതികൾ. ഈ ലോകത്ത് ജോർജും എൽസയും ഇരീവായും ഫിതാനയുമാകുന്നു. ഇതിൽ എന്തോ പന്തികേട് ഉണ്ടല്ലോ? നീര ചിന്തിച്ചു തുടങ്ങി. അവളാ വീട് മുഴുവനും ഒന്ന് തിരഞ്ഞു നോക്കുവാൻ തീരുമാനിച്ചു.

അവളന്ന് പകൽ മുഴുവനും, വിവാന്റെ ഫാം മുഴുവനും നടന്നു നോക്കി.

“എന്തെ നീ ഇവിടെ?” ഇടയ്ക്ക് എപ്പോഴോ നീരയെ അവിടെ കണ്ടപ്പോൾ വിവാൻ തിരക്കി.

“ചുമ്മാ...” അവളൊരു കുസൃതി ചിരിയോടെ പറഞ്ഞു.

അവൻ അവളുടെ ചുണ്ടുകളിൽ സന്തോഷത്തോടെ ചുംബിച്ചു. നീര അവിടെ നിന്നും വിവാനോട് യാത്ര പറഞ്ഞു പയ്യെ മുന്നോട്ട് നടന്നു. ഒടുവിൽ നീര ചെന്നു നിന്നത് റേയയുടെ അടച്ചിട്ട ബേക്കറിയുടെ മുന്നിലായിരുന്നു. ഫാമിൽ നിന്നും അധികം അകലെയല്ലാതെ ആയിരുന്നു ബേക്കറിയുടെ കെട്ടിടം നില കൊണ്ടിരുന്നത്. അവൾ അതിനുള്ളിൽ കയറാൻ നോക്കി.

പക്ഷെ മുൻവാതിൽ പൂട്ടി ഇട്ടിരിക്കുക ആയിരുന്നു. അവളാ കെട്ടിടത്തിന് ചുറ്റുമായി ഒന്ന് നടന്നു നോക്കി. പുറകിലെ വാതിലും അകത്തു നിന്നും പൂട്ടി ഇട്ടിരിക്കുന്നു.

നീര അൽപ്പം നിരാശയോടെ തിരികെ നടക്കുവാൻ തുടങ്ങിയപ്പോൾ പെട്ടെന്നാണ് അവളുടെ ശ്രദ്ധ മറ്റൊന്നിലേക്ക് തിരയുന്നത്. ആ കെട്ടിടത്തിനു തൊട്ട് അരികിലൂടെയായി ഒഴുകുന്ന ഒരു നീർ ചാല്.

അതിന്റെഒരുകൈവരിയാകെട്ടിടത്തിന്റെഅടിയിലേക്കായി ഒഴുകുന്നത് നീര കണ്ടു.

അവൾ പിന്നെയൊന്നും നോക്കിയില്ല, എങ്ങനെയുമാ കെട്ടിടത്തിന്റെ ഉള്ളിൽ എത്താനുള്ള ശ്രമം തുടങ്ങി.

അവിടെ മുഴുവനും പരതി നോക്കിയപ്പോൾ ഒരു ജനൽ പാളി അൽപ്പം തുറന്നു കിടക്കുന്നതായി നീര കണ്ടു. അവൾ അതുവഴി ബേക്കറിക്കുള്ളിലേക്ക് കടക്കുവാനുള്ള ശ്രമം തുടങ്ങി. അഴികൾ തടി കൊണ്ടു നിർമ്മിതമാണ്. അവളത് അവിടെ കണ്ട ഒരു വെട്ടു കത്തി കൊണ്ട് മുറിച്ചു മാറ്റി.

ഒടുവിൽ എങ്ങാനോ ഉള്ളിൽ കടന്നു.

ബേക്കറി എന്ന പേര് മാത്രമേ ആ സ്ഥാപനത്തിനു ഉണ്ടായിരുന്നുള്ളു. ഉള്ളിൽ പലഹാരങ്ങൾ നിരത്തി വയ്ക്കാൻ ചില്ലിട്ട രണ്ട് അലമാരികൾ ഉണ്ടെന്നതൊഴിച്ചാൽ, പിന്നെ അവിടം ശൂന്യം. നീര ഇതിനു മുൻപൊരിക്കൽ വിവാന്റെ കൂടെ ഇതിനുള്ളിൽ വന്നിട്ടുണ്ട്, പക്ഷേ അന്നൊന്നും അവിടം ഇത്രയും ശൂന്യമായിരുന്നത് നീര ശ്രദ്ധിച്ചിരുന്നില്ല. മുറിയുടെ തറ, പലകകൾ കൊണ്ടു നിർമ്മിതമാണ്. അവൾ അവിടെ മുഴുവനും പരിശോധിച്ചു. ഉള്ളിൽ ജനൽ വഴി അൽപ്പം വെളിച്ചം കടന്ന് വരുന്നതല്ലാതെ, ഉള്ളറകൾ ഇരുണ്ടു കിടക്കുകയായിരുന്നു.

മുറിയുടെ ഒരു കോണിൽ എത്തിയപ്പോൾ, അടിയിലെ പലകകൾക്ക് ഒരു ഇളക്കമുള്ളത് പോലെ. അതൊരു ചെറിയ വാതിൽ ആയിരുന്നു. നീര ആ പലകകൾ മെല്ലെ കൈകൊണ്ട് ഉയർത്തി. അതിന്റെ അടിയിൽ താഴേക്ക് പോകുന്ന ഒരു ഏണി കണ്ടു. അവൾ തന്റെ മൊബൈലിന്റെ ടോർച്ച് മെല്ലെ തെളിച്ചു, എന്നിട്ട് സാവധാനം ഏണി പടികൾ ഇറങ്ങി. അതു ചെന്നു നിന്നതൊരു ഭൂഗർഭയറയിലായിരുന്നു.

മൊബൈലിന്റെ വെളിച്ചത്തിൽ, ആ അറയുടെ ഒത്ത നടുക്ക് എന്തോ തിളങ്ങുന്ന പോലെ നീരയ്ക്ക് തോന്നി. അവൾ വെളിച്ചത്തിനായി അവിടെ മൊത്തം പരതി. എവിടെ നിന്നോ ഒരു മെഴുകുതിരി അവളുടെ കൈയിൽ തടഞ്ഞു. ഇനിയൊരു തീപ്പെട്ടി കൂടി കിട്ടിയിരുന്നേൽ?" എന്നു ചിന്തിച്ചു നിൽക്കുമ്പോൾ, ആരോ അവളെ പിന്തുടർന്ന് അങ്ങോട്ട് എത്തുന്ന പോലെ നീരയ്ക്ക് തോന്നി. അവൾ മൊബൈലിന്റെ വെളിച്ചം കെടുത്തി. നീര എവിടെ ഒളിക്കുമെന്ന് ആദ്യം ചിന്തിച്ചു. പക്ഷേ ആരുടെയോ കാൽപാദങ്ങൾ അവളുടെ അടുത്തേക്ക് തിടുക്കത്തിൽ അവളെ തേടി വരുന്നത് പോലെ നീരയ്ക്ക് തോന്നി. ഒന്ന് അനങ്ങിയാൽ വല്ലയിടത്തും തട്ടി തടഞ്ഞു വീണു ശബ്ദം ഉണ്ടാക്കിയാലോ എന്ന പേടിയിൽ, ഒരു ശ്വാസം പോലും എടുക്കാതെ അവൾ ശബ്ദമുണ്ടാക്കാതെ നിന്നു.

ആരുടെയോ നിഴൽ അവളെ കടന്നു പോകുന്നത് പോലെ അവൾക്ക് തോന്നി. നിമിഷങ്ങൾ കഴിഞ്ഞു, എങ്ങും നിശബ്ദത വീണ്ടും പടർന്നു. അവൾ മാത്രമാ മുറിയിലായത് പോലെ അവൾക്ക് വീണ്ടും തോന്നി തുടങ്ങി. നീര മെല്ലെ കാലുകൾ മുൻപോട്ട് വച്ചു. അവളുടെ പാദങ്ങൾ നനയുന്ന പോലെ. നിലത്ത് കൂടി നീരൊഴുകുന്നു.

"മിഷ, ഇവിടെവിടോ ഉണ്ട്." അവളുടെ മനസ്സ് മന്ത്രിച്ചു.

അവൾ പിന്നെയൊന്നും ആലോചിച്ചില്ല

"മിഷ... മിഷ... മോളെ..." അവൾ ഉറക്കെ വിളിച്ചു.

ചില്ലിൽ തട്ടി ശബ്ദം പ്രതിധ്വനിക്കുന്നത് പോലെ.

"മിഷ... മോളെ.."

പൊടുന്നനെ അവളുടെ തൊട്ടു പിന്നിൽ ആരോ നിൽക്കുന്നത് പോലെ അവൾക്ക് തോന്നി. നീര തന്റെ മൊബൈലിന്റെ വെളിച്ചം ഓൺ ആക്കി, അവൾ മെല്ലെ തിരിഞ്ഞു.

പുറകിലതാ ഒരു പെൺകുട്ടി, മുടി അഴിച്ചിട്ട് പേടിപ്പെടുത്തുന്ന രൂപത്തിൽ നിൽക്കുന്നു. അവളിട്ടിരുന്ന വെളുത്ത ഉടുപ്പിൽ യോനിയുടെ ഭാഗത്തായി രക്തം പറ്റി പിടിച്ചു കിടക്കുന്നു.

ഉള്ളിൽ ഭയം തോന്നിയേലും അവളാ പെൺകുട്ടിയെ

സൂക്ഷിച്ചു നോക്കി.

"മിഷ... മോളെ..."

അവളാ രൂപത്തിനു നേരെ നടന്നടുത്തു.

അടുക്കും തോറും, ആ പെൺകുട്ടിയുടെ മുഖത്തേ രൗദ്ര ഭാവം കൂടി കൂടി വന്നു.

നീരയൊന്നു ഭയന്നു. എങ്കിലും അവളുടെ ഉള്ളിലെ അമ്മ... മകളെ ഒരിക്കൽ കൂടി കാണാൻ കഴിഞ്ഞതിന്റെ ആവേശത്തിലാണ്.

അതു പ്രേതമാണെന്നോ, പിശാച് ആയിരിക്കുമെന്നോ, എന്നൊന്നും അവളുടെ മനസ്സിൽ ചിന്ത പോയില്ല.

പെട്ടെന്ന് പെൺകുട്ടിയുടെ ഭാവം മാറി, അവൾ സന്തോഷം കൊണ്ടു മെല്ലെ ചിരിച്ചു തുടങ്ങി.

"മമ്മ.. മമ്മ..." അവൾ വിളിച്ചു.

"മോളെ..." നീര പിന്നൊന്നും ആലോചിച്ചില്ല അവളാ പെൺകുട്ടിയെ ഗാഢമായി അശ്ലേഷിച്ചു. പെൺകുട്ടിയും നീരയുടെ കഴുത്തിനു ചുറ്റുമായി, കൈയിട്ട് അവളെ കെട്ടിപിടിച്ചു.

അവളുടെ കണ്ണുകൾ ചുവന്നു തുടങ്ങിയത് നീര അറിഞ്ഞില്ല.

എന്നാൽ നീരയോ, അവൾക്ക് നഷ്ടമായ മകളെ ഒന്ന് വാരി പുണരാനായതിന്റെ ലഹരിയിലുമായിരുന്നു.

"എന്റെ കുഞ്ഞേ, നീ ഇല്ലാതെ എനിക്ക് പറ്റുന്നില്ല മോളെ." നീര ഒരാവേശത്തിൽ പറഞ്ഞു തുടങ്ങി. "നീ ഈ ലോകത്തല്ല, മറ്റൊരു ലോകത്തിലാണേൽ പോലും, മോള് അമ്മയെയും കൂടി അങ്ങോട്ട് കൊണ്ടു പോ. ഞാനും നിന്റെയൊപ്പം മരിക്കാൻ തയ്യാറാണ്. നിന്നെയിനി പിരിയാൻ വയ്യ മോളെ." അവളാ പെൺകുട്ടിയെ കെട്ടിപിടിച്ചുകൊണ്ട് പിന്നെയും പലതും പുലമ്പി കൊണ്ടിരുന്നു.

നീര മെല്ലെ തല ഉയർത്തി, ആ പെൺകുട്ടിയുടെ മുഖത്തേക്ക് നോക്കി. അവളുടെ മുഖമിപ്പോൾ കണ്ടാൽ ആരുമൊന്നു പേടിക്കും.

എന്നാൽ നീര അങ്ങനെ ഭയപ്പെട്ടില്ല

"മോളെ നിനക്ക് കോകോയെ കാണണ്ടേ? അവന്റെ കൂടെ കളിക്കണ്ടേ? മമ്മെടെ ചക്കര മുത്തിന് ഉമ്മ." നീര ആ കുട്ടിയെ

തെരുതെരെ ചുംബിച്ചു.

നീരയുടെ മനസ്സ് മുഴുവനും, മിഷയുടെ ശവശരീരം, അവൾ ആദ്യമായി മോർച്ചറിയിൽ പോയി കാണുന്ന രംഗമായിരുന്നു.

ജീവനില്ലാതെ കിടന്നിരുന്ന മിഷയെ കണ്ടിട്ട്, അവൾ ചങ്ക് പൊടിഞ്ഞ വേദനയിൽ ഉറക്കെ കരഞ്ഞു പോയിരുന്നു. ഒന്നൂടെ ഒന്ന് ജീവനോടെ കാണാൻ കഴിഞ്ഞിരുന്നെങ്കിലെന്നവളന്ന് ആശിച്ചിരുന്നു.

“എന്റെ പൊന്നു മോളെ... ഒന്ന് കണ്ണ് തുറക്ക്.” എന്നു പറഞ്ഞു വാ വിട്ടു നിലവിളിച്ച നീരയെ അന്ന് മിഷയുടെ ശവശരീരത്തിൽ നിന്നും പിടിച്ചു വലിച്ചു, ഡോക്ടറുടെ സഹായത്തോടെ മയക്കി കിടത്തിയത് സൂരജ് ആയിരുന്നു.

ഇന്ന് നീരയുടെ മുന്നിൽ നിൽക്കുന്ന മിഷയെ കണ്ടിട്ട്, അവൾക്ക് എന്തെന്നില്ലാത്ത സന്തോഷം തോന്നി.

എന്നാലാ സന്തോഷത്തിന് അധികം ആയുസ്സ് ഉണ്ടായില്ല, നീരയുടെ പിന്നിൽ നിന്നും ആരോ അവളെ എന്തോ ഒരു മരുന്നിൽ മുക്കിയ തുണി കൊണ്ട് അവളുടെ മൂക്ക് മൂടി പിടിച്ചു. നീര ചെറുങ്ങനെ ശ്വാസത്തിനായ്യ് ഒന്ന് പിടഞ്ഞു. വൈകാതെ തന്നെ നീരയുടെ ബോധം മറഞ്ഞു. അവൾ നിലത്തേക്ക് പതിച്ചു. അപ്പോൾ അവളുടെ മുന്നിൽ നിന്നുമാ പെൺകുട്ടി അപ്രത്യക്ഷമാവുക കൂടി ചെയ്തു.

എങ്ങും ഇരുൾ മാത്രം.

മുറിയുടെയൊരു കോണിൽ ഒരു മെഴുകുതിരി വെളിച്ചം കണ്ടു തുടങ്ങി. പിന്നീട് മുറിയുടെ പല കോണുകളിൽ വെളിച്ചം കണ്ടു തുടങ്ങി. എല്ലാം കത്തിച്ചിരുന്നത് ഒരു വൃദ്ധയായിരുന്നു.

അവർ മറ്റാരുമായിരുന്നില്ല വിവാന്റെ അമ്മയായി നീര മനസ്സിലാക്കി വച്ചിരുന്ന താഷയായിരുന്നു.

പ്രകാശം പരന്നപ്പോൾ ഭൂഗർഭയറയുടെ രൂപം മെല്ലെ കാഴ്ച്ചയിൽ തെളിഞ്ഞു വന്നു.

മുറിയുടെ ഒത്ത നടുവിൽ ചില്ലുകൊണ്ടൊരു മുറി തീർത്തിട്ടുണ്ട്, അതിനൊരു പിരമിഡിന്റെ ആകാരമായിരുന്നു. ആ ചില്ലു കൂടിന്റെ മധ്യത്തിലായി കാലുകൾ ചങ്ങലകളുമായി ബന്ധിപ്പിച്ച അവസ്ഥയിൽ ബോധ രഹിതയായി നീര കിടപ്പുണ്ട്. അവൾക്കരികിലായി നിലത്തുകൂടി ഒരു ചെറിയ അരുവിയും ഒഴുകുന്നുണ്ട്.

മുറിയിൽ പല ഇടത്തായി കുറേ കാട്ടു ചെടികളുടെ ഇലകളും, അവയുടെ ശിഖരങ്ങളും കാണാം. മൃഗങ്ങളുടെ ശരീര ഭാഗങ്ങളും, ജീവനോടെ കൂട്ടിലിട്ടിരിക്കുന്ന പാമ്പുകളെയും, വിഷ തീണ്ടുന്ന മറ്റു ജന്തുക്കളായ തേളുകളും, ചിലന്തികളെ പോലുള്ള ജീവികളെയും കാണാം.

മൊത്തത്തിലവിടമൊരു ആഭിചാര ക്രിയകൾ നടക്കുന്ന ഇടം പോലെ കാണപ്പെട്ടു.

താഷ നീര കിടന്നിരുന്ന ഗോപുരത്തിന് ചുറ്റിനുമായി അഞ്ചു കൈകളുള്ള ഒരു നക്ഷത്രം ചുവന്ന നിറത്തിലുള്ള ചായം കൊണ്ടു വരച്ചു ചേർത്തു. എന്നിട്ടവരാ നക്ഷത്രത്തിനു ചുറ്റിനുമായി ഒരു വലിയ വൃത്തം കൂടി വരച്ചു വച്ചു. താഷ പിന്നീടൊരു ചെറിയ പാത്രത്തിൽ തീ കൂട്ടിയതിൽ എന്തെല്ലാ മോയിട്ടു പുകച്ചു. മുറി മുഴുവനുമൊരു പ്രത്യേക ഗന്ധം പടർന്നു. താഷയുടെ വേഷം ഇപ്പോൾ ഒരു വെളുത്ത നീണ്ട ഗൗൺ മാത്ര മായിരുന്നു.

അവർ നക്ഷത്രത്തിന്റെ അഞ്ചു മൂലകളിലായി അഞ്ചു സ്ത്രീ രൂപങ്ങളെ സ്ഥാപിച്ചു. വായു, ഭൂമി, അഗ്നി, ജലം,ആകാശം. പഞ്ചഭൂതങ്ങൾ. പ്രകൃതിയിലുള്ള എല്ലാം തീർത്തിരിക്കുന്നത് ഈ പഞ്ചഭൂതങ്ങളാലാണെന്ന് കരുതപ്പെടുന്നു.

താഷ പിന്നെയും പല മന്ത്രങ്ങളും ഉറക്കെ ഉച്ചരിച്ചു. ഒടുവിൽ ഓരോ മെഴുകുതിരികളായി അവർ മെല്ലെ ഊതി കെടുത്തി തുടങ്ങി.

മുറിയിൽ വീണ്ടും ഇരുട്ട് പടർന്നു കയറി. താഷ തന്റെ വെള്ള വസ്ത്രം അഴിച്ചു വച്ചു, അവരുടെ സ്ഥിരം വേഷത്തിലേക്ക് മാറി. മുറിയുടെ നിലത്തായി അവർ വരച്ചിട്ട കളങ്ങളെ സ്പർശിക്കാതെ താഷയാ നിലവറയിൽ നിന്നും മുകളിലേക്ക് നടന്നകന്നു. പോകുന്ന വഴി, അവർ നിലവറയിലേക്കുള്ള പലകകൾ കൊണ്ട് ഉണ്ടാക്കിയ വാതിലും മെല്ലെ പൂട്ടി, അതിനു മുകളിലായി ഭാരമേറിയ ഒരു മേശയും വലിച്ചിട്ടു.

മറ്റേതോ ലോകത്തിൽ ദുർമന്ത്രവാദ കളത്തിലകപ്പെട്ട നീര. അവൾ ഇരുളിൽ മെല്ലെ മുരണ്ടു. അവളുടെ ചിന്തകൾ മെല്ലെ ഉണർന്നു.

"പ്രകൃതിയിലെ ഊർജ്ജം വലിച്ചെടുക്കുക, അല്ലെങ്കിൽ

ആവാഹിച്ചെടുക്കുക എന്നു പറയുന്നത് ഒരു മിഥ്യ ധാരണയല്ല, മറിച്ചതൊരു സത്യം മാത്രമാണ്. ചെടികൾ സൂര്യന്റെ ഊർജ്ജം വലിച്ചെടുക്കുന്നു, അവ പിന്നെ ഭക്ഷ്യശൃംഗല വഴി മറ്റു ജീവജാലങ്ങളിലേക്ക് പ്രവഹിക്കുന്നു. ആ ജീവികൾ പിന്നെ പുനരുൽപാദനം വഴി അവയുടെ ജീനുകൾ വഴി മുൻപോട്ട്, കാലത്തിനെയും മറികടന്ന് മുൻപോട്ട് പോകുന്നു. ഒരുതരത്തിൽ പറഞ്ഞാൽ നമ്മളെല്ലാം തന്നെ സോളാർ ബാറ്ററികൾ ആവുന്നു. നമ്മളിൽ സൂര്യന്റെ ഊർജ്ജം നിറഞ്ഞിരിക്കുന്നു. നമ്മുടെ ഇന്ധനം സൂര്യന്റെ രശ്മികൾ ആവുന്നു. സൂര്യൻ നിലച്ചു പോയാൽ നമ്മളും തവിടു പൊടി. അതുകൊണ്ട് ഈ പ്രപഞ്ച ശക്തികളെ ജീവനില്ലെന്ന് കരുതി ആരാധിക്കാതെ ഇരിക്കു ന്നതിൽ എന്തെങ്കിലും ന്യായമുണ്ടോ? പ്രപഞ്ച ശക്തികളാണ് ശരിയായ ദൈവങ്ങൾ. They are the real Gods." നീര ഇതു പറഞ്ഞപ്പോൾ അവൾക്ക് മുന്നിലിരുന്ന കുട്ടികൾ പുഞ്ചിരിച്ചു.

അവൾ സ്വപ്നം കാണുകയായിരുന്നു. അവളാ ഇരുട്ടറയിൽ കിടന്നു കൊണ്ട് കഴിഞ്ഞു പോയ തന്റെ കാലത്തെ സ്വപ്നത്തിൽ കാണുകയായിരുന്നു.

കണ്ണുകൾ തുറക്കാൻ നീര നന്നേ പാടുപെട്ടു.

ചുറ്റുമുള്ള ഇരുളുമായി പൊരുത്തപ്പെടാൻ അവൾ അൽപ്പം സമയമെടുത്തു.

അവൾക്ക് വല്ലാത്ത ദാഹം തോന്നി. അവളുടെ അരികിലൂടെ ഒഴുകുന്ന വെള്ളം, അവൾ മെല്ലെ കൈകുമ്പിളിൽ കോരിയെടുത്തു കുടിച്ചു. വെള്ളത്തിന് നല്ല തണുപ്പായിരുന്നു.

നീര അവൾക്ക് ചുറ്റുമുള്ള പിരമിഡിന്റെ ആകൃതിയിലുള്ള ചില്ല് കൂട് തിരിച്ചറിഞ്ഞു. അവളുടെ ഇരു കാലുകളെയും ബന്ധ നത്തിലാക്കിയ ഇരുമ്പ് ചങ്ങലയേയും അവൾ അറിഞ്ഞു തുടങ്ങി.

"ഞാൻ ആരുടെയോ തടങ്കിൽ ആകപ്പെട്ടിരിക്കുന്നു." അവളൊന്ന് പരിഭ്രമിച്ചു.

"വിവാൻ... വിവാൻ..." അവൻ ഉറക്കെ വിളിച്ചു നോക്കി. പക്ഷേ ഫലമുണ്ടായില്ല.

എങ്ങും ഇരുൾ മാത്രം.

"നീര... ശാന്തമാകു." അവൾ സ്വയം പലവട്ടം അവളുടെ

തന്നെ മനസ്സിനെ പറഞ്ഞു മനസ്സിലാക്കി.

"ഈ അവസ്ഥയിൽ ശരത്തിന് തന്നെ സഹായിക്കാൻ സാധിക്കുമോ?... ഏയ്യ് മണ്ടത്തരം. എന്റെ മിഷയെ ഇവിടെ പൂട്ടി ഇട്ടവർ തന്നെ ആവും എന്നെയും ഇവിടെ..." നിര ഒരു നിമിഷമൊന്ന് മൗനിയായി. എന്നിട്ട് എന്തോ മനസ്സിലായ പോലെ അവൾ പറഞ്ഞു "അതേ വിവാൻ തന്നെ. അയാൾ ആവും ഇതിന്റെ പിന്നിൽ."ഒരു ഭ്രാന്തിയെ പോലെ നീര പിന്നെയും എന്തെല്ലാമോ ചിന്തിച്ചും പറഞ്ഞുമാ ചില്ലുകൂട്ടിലിരുന്നു.

കുറച്ചു മാറിയായി, ഇരുളിന്റെ മറവിൽ, ഒരു രൂപം നീരയെ തന്നെ നോക്കി നിൽപ്പുണ്ടായിരുന്നു. അതു മാറ്റാരുമല്ല നേരത്തെ നീര മിഷയായി കണ്ട പെൺകുട്ടിയായിരുന്നത്.

15

Love spell

ആര്യൻ റേയയുടെ ക്ഷണമനുസരിച്ചു നീരയുടെ വീട്ടിലെത്തി.

വീടിന്റെവാതിൽതുറന്നതും,റേയയെ കണ്ടതുംആര്യനൊന്ന് ഞെട്ടി. റേയ, നീരയുടെ രൂപത്തിൽ പതിവിലും സുന്ദരിയായി അവന്റെ മുന്നിൽ അണിഞ്ഞൊരുങ്ങി നിൽക്കുന്നു. വെള്ള നിറത്തിലുള്ള പട്ടിന്റെ നീളൻ കുപ്പായമായിരുന്നു റേയയുടെ വേഷം. ഒന്ന് സൂക്ഷിച്ചു നോക്കിയാൽ റേയയുടെ മാറിടങ്ങളും, അരക്കെട്ടുകളും തുടയുമെല്ലാം അവളുടെയാ വെളുത്ത വസ്ത്ര ത്തിനുള്ളിലൂടെ ആര്യനു കാണാം.

ആര്യനു കാമുകിയായി ടാനിയ ഉണ്ട്, മാത്രവുമല്ല അവന്റെ മനസ്സിൽ നീര ഒരു നല്ല അധ്യാപിക മാത്രമാണ്. മറ്റൊരു രീതിയിൽ നീരയെ നോക്കുകയെന്ന കാര്യം അവന്റെ ചിന്തകളിൽ പോലും ഉണ്ടായിരുന്നില്ല. എന്നാൽ ഇന്ന് അവന്റെ മുന്നിൽ നിന്നിരുന്ന നീരയെ കണ്ടിട്ട് അവനിലെ പൗരുഷം ചെറുങ്ങനെ ഒന്ന് ഇളക്കം തട്ടി.

“വാടോ... വാ അകത്തേക്ക് വാ.”

ആര്യൻ അപ്പാർട്ട്മെന്റിന്റെ ഉള്ളിലേക്കു കടന്നു. അവിടെ ഡ്രോയിങ് മുറിയിൽ കണ്ട കാഴ്ച്ച അവനെ അതിശയിപ്പിച്ചു.

മുറിയുടെ ഒത്ത നടുവിൽ, തറയിലായി അഞ്ചു കരങ്ങളുള്ള നക്ഷത്രവും, അതിനു ചുറ്റിനുമായൊരു വലിയ വൃത്തവും വരച്ചി ട്ടിരിക്കുന്നു.

“ഇതു pentagram അല്ലെ?” ആര്യൻ ആശ്ചര്യത്തോടെ

ചോദിച്ചു.

"അതേ." റേയ ചിരിച്ചു കൊണ്ട് മറുപടി പറഞ്ഞു. കൊക്കോ ആര്യന്റെ ശബ്ദം കേട്ടപ്പോൾ അകത്തു നിന്നും ഉറക്കെ കുറച്ചു.

"മാം... മാമിന്റെ പട്ടിയാണോ?... കൊക്കോ." അവൻ നീര പണ്ടെങ്ങോ അവനോട് പറഞ്ഞ കഥകളിൽ നിന്നും കൊക്കോയുടെ പേര് ഓർത്തെടുത്തു.

"അതേ."

"അവൻ എവിടെ? കുര മാത്രമേ കേൾക്കുന്നുള്ളല്ലോ?"

"സ്റ്റോർ റൂമിൽ പൂട്ടി ഇട്ടിരിക്കുന്നു. വിരുന്നുകാരെ കണ്ടാൽ അവൻ ഒരേ ബഹളമാണ്... അതാ..." റേയ ചിരിച്ചു കൊണ്ടു പറഞ്ഞു.

"അല്ല മാം... മാം ഇപ്പോൾ മന്ത്രവാദമൊക്കെ തുടങ്ങിയോ?" തറയിൽ വരച്ചിട്ടിരിക്കുന്ന കോലം കണ്ടിട്ട് ആര്യൻ തിരക്കി.

"ഹഹഹ... ആ തുടങ്ങി." അവളും ഒരു തമാശ രൂപത്തിൽ പറഞ്ഞു.

"ഇതു സത്യത്തിൽ എന്താണ് മാം?" ആര്യന് ജിജ്ഞാസയായി.

"എടോ ഞാനിപ്പോൾ വിദേശികളുടെ ആഭിചാര ക്രിയ അഥവാ മന്ത്രവാദത്തെ പറ്റി പഠിച്ചോണ്ടിരിക്കുകയാണ്. അതിന്റെ ഭാഗമാണ് ഇതെല്ലാം."

"ആഹാ! കൊള്ളാലോ."

"വാ താൻ ഇരിക്ക്." അവൾ അവനെ സോഫയിലേക്ക് ക്ഷണിച്ചിരുത്തി.

അവൻ ഇരുന്നു.

"ഒരു പെഗ്ഗ് ഒഴിക്കട്ടെ? " റേയ തിരക്കി

"വോഡ്ക ആണോ?" റേയയുടെ കൈയിൽ ഇരുന്നിരുന്ന കുപ്പി കണ്ടവൻ ചോദിച്ചു.

"മം."

"എങ്കിൽ ഓക്കേ." അവനും ചിരിച്ചു കൊണ്ട് സമ്മതം പറഞ്ഞു.

ഇരുവരും ഒരു ഗ്ലാസ്സിന്റെ പാതി വോഡ്ഡാകയും, ഒരു ചെറിയ മുറി നാരങ്ങയുമായി സോഫയിൽ ഇരുന്നു.

അവൾ ഇരുന്നിരുന്ന രീതി തന്നെ ലൈംഗികമായി

അവനെ ഉണർത്താൻ പാകത്തിനായിരുന്നു. അവന്റെ ശ്രദ്ധ അങ്ങനെയൊരു ചിന്തയിലേക് വഴുതി വീഴാതെ ഇരിക്കുവാൻ ആര്യന്റെ മനസ്സ് നന്നേ പണിപ്പെടുന്നുണ്ടായിരുന്നു.

"പറ മാം. എന്താണീ മന്ത്രവാദത്തിനു പിന്നിൽ?"

"എടോ നമ്മൾ ഇതിനെ ഈ കൂടോത്രം എന്നൊക്കെ പറയും. എന്നാൽ വിദേശികൾ ഇതിനെ casting spells, witch craft എന്നൊക്കെ വിളിക്കും. അത്ര തന്നെ വ്യത്യാസം."

"ആഹാ കൂടുതൽ പറയൂ." അവൻ വോഡ്കയിൽ നിന്നുമൊരു സിപ് എടുത്ത ശേഷം പറഞ്ഞു.

"ഈ witch craft, witches, മന്ത്രവാദികൾ ഇവരൊക്കെ പണ്ടു മുതൽക്കേയുള്ള സങ്കൽപ്പങ്ങളാണ്. എന്നാൽ ഇന്നവരെ പുരോഹിതൻമാർ എന്നൊക്കെ പരിഷകൃത സമൂഹം വിളിക്കുന്നു."

"പക്ഷേ പൂജാരികൾ അവർ നല്ലതിന് വേണ്ടിയുള്ള പൂജകളല്ലേ ചെയ്യുന്നേ?"

"എടോ നമ്മൾ പേരും നാളും പറഞ്ഞു, എവിടേലും ഒരു പൂജ നടത്തുമ്പോൾ, നമ്മുടെ ശത്രു ദോഷം, ശനി ദോഷം, തടസ്സങ്ങൾ, ഇതൊക്കെ മന്ത്രങ്ങളിലൂടെ പൂജാരികൾ മാറ്റി തരും എന്നല്ലേ വിശ്വാസം. ജോലി കിട്ടാൻ, വിവാഹം നടക്കാൻ, ആഗ്രഹിച്ച പുരുഷനെ കിട്ടാൻ, ആയുസ്സ് നീണ്ടു കിട്ടാൻ, സമ്പത്ത്, ഐശ്വര്യം, ആരോഗ്യം.. ഇങ്ങനെ എന്തിനെല്ലാം നമ്മൾ ഇപ്പോഴും പൂജ ചെയ്യുന്നു, കുറേ എണ്ണയും, പൂവും,നെയ്യുമൊക്കെ കോരി തീയിൽ ഒഴിച്ച് മന്ത്രങ്ങൾ പറയുന്നു. എന്തെ ഇതെല്ലാം പഴയ കാലത്ത് നിന്നിരുന്ന വിശ്വാസ പ്രമാണങ്ങളുടെ പിന്തുടർച്ചകളല്ലേ?"

"എന്നു ചോദിച്ചാൽ... ആണ്?"

"പശുവിനെ, ആനയെ ഒക്കെ നടക്കിരുത്തുക, പഞ്ചാര കൊണ്ട് തുലാഭാരം നടത്തുക, കോഴിയെ കുരുതി കൊടുക്കുക, പുതിയ വണ്ടി പൂജിക്കുക, പുതിയ വീടു വെഞ്ചരിക്കുക, ഇതൊക്കെ ഒരുതരം മന്ത്രവാദമാടോ."

"പക്ഷേ അതൊന്നും ദുർമന്ത്രവാദങ്ങളായി കണക്കാക്കപ്പെടുന്നില്ലല്ലോ?"

"നമ്മുടെ മാത്രം നേട്ടങ്ങൾക്കും, ഐശ്വര്യങ്ങൾക്കുമൊ

ക്കെ നടത്തുന്ന ഹോമങ്ങൾ സത്യത്തിൽ സ്വാർത്ഥതയല്ലേ? മറ്റുള്ളവർക്ക് എന്ത് നേട്ടം?"

"എങ്കിൽ അങ്ങനെ അല്ലാത്ത പൂജകളും ഉണ്ടല്ലോ?"

"ഉണ്ടാവാം. അല്ല ഉണ്ട്. ശത്രു സംഹാര പൂജ സത്യത്തിൽ നമ്മുടെ ഉള്ളിലെ അഹങ്കാരം തിന്മ ഇതൊക്കെ മാറി നമ്മളിലെ നന്മയെ ഉണർത്താനുള്ള മന്ത്രങ്ങളാണ്, എന്നാൽ അതു പോലെ തന്നെ നമ്മുടെ ഐശ്വര്യങ്ങളും, ഉയർച്ചകളും, നേട്ടങ്ങളുമൊക്കെ, ചിലപ്പോൾ മാറ്റാർക്കോ ലഭിക്കേണ്ടിയിരുന്ന സത്വങ്ങളാണ് എപ്പോഴെങ്കിലുമൊരു ചിന്ത നിന്റെ മനസ്സിലൂടെ പോയിട്ടുണ്ടോ? ഒന്ന് ചത്തു ചീഞ്ഞു വളമായാലേ, ചിലപ്പോൾ മറ്റൊന്നിനു നേട്ടങ്ങൾ ഉണ്ടാവു."

"അമ്പോ, ഫിലോസഫി കൂടി പോകുന്നു. നമുക്കീ ഡാകിനി, കുട്ടൂസൻ തുടങ്ങിയ മന്ത്രവാദികളെ അറിയൂ. ഹഹഹ." ഇതും പറഞ്ഞു ആര്യൻ ഉറക്കെ ചിരിച്ചു. ആര്യന്റെ ശിരകളിൽ മദ്യത്തിന്റെ ലഹരി പതിവിലും കൂടുതലായി അവനിൽ പടർന്നു പന്തലിച്ചു. റേയ അവനിലെ മാറ്റങ്ങൾ അറിയുന്നുണ്ടായിരുന്നു.

"മാം... ഞാനി മുട്ടയിൽ കൂടോത്രം, തകിട് കുഴിച്ചിടൽ, പൂച്ച ത്തലയിൽ മന്ത്രവാദം, ഇതൊക്കെ സിനിമയിലെ കേട്ടിട്ടുള്ളു. സത്യത്തിൽ ഇതൊക്കെ എങ്ങനെ?"

"ഞാൻ നമ്മുടെ വിദേശികളുടെ spell casting എങ്ങനെ ആണെന്ന് വേണേൽ ഒരു sample പറഞ്ഞു തരാം. നാടൻ പരിപാടി അത്രപോരാ."

"ആ പോരട്ടെ." അവനൊരു മയക്കത്തിലെന്ന പോലെ സോഫയിലേക്ക് ചാരി കിടന്നു കൊണ്ട് പറഞ്ഞു.

"Love spell തന്നെ പറഞ്ഞു തരാം."

"ആ... അതു പോരട്ടെ."

"ഒരു വൃത്തിയുള്ള കണ്ണാടി കുപ്പി എടുക്കുക. അതിനെ ചന്ദനത്തിരിയുടെ പുക കാണിച്ച് ശുചീകരിക്കുക, അതിലേക്ക് bay ലീഫ്, crystals, പിങ്ക് സാൾട്ട്, moon water, പിന്നെ പ്രണയിക്കാൻ ആഗ്രഹിക്കുന്ന ആളുടെ തലമുടി, ഒടുവിലായി പുലിയുടെ കണ്ണ്. ഇത്രയും നിക്ഷേപിക്കുക. എന്നിട്ടാ കുപ്പി നല്ലോണം പൂട്ടി, മെഴുക് കൊണ്ട് സീൽ ചെയ്യുക. അതോടെ നിങ്ങൾ ആഗ്രഹിക്കുന്ന വ്യക്തിയുടെ പ്രണയം നിങ്ങളെ തേടി

വന്നിരിക്കും."

"മാങ്ങാത്തൊലി. പുലിയുടെ കണ്ണൊക്കെ എങ്ങനെ മാം?" അവൻ ഉറക്കെ ചിരിച്ചു.

"നമുക്ക് അതൊന്ന് പരീക്ഷിച്ചു നോക്കിയാലോ?" റേയയുടെ സ്വരം മെല്ലെ മാറി തുടങ്ങി.

"അതെങ്ങനെ?" ആര്യനും ആകാംഷയായി.

റേയ ഒരു കണ്ണാടി കുപ്പി എടുത്തു, അതിൽ ചന്ദനത്തിരിയുടെ പുക കൊണ്ട് ശുചീകരിച്ചു, എന്നിട്ട് നേരത്തെ പറഞ്ഞ സാധനങ്ങൾ ഓരോന്നായി ഇടാൻ തുടങ്ങി. ഇലകൾ, ക്രിസ്റ്റലുകൾ, പിങ്ക് നിറത്തിലുള്ള ഉപ്പ്,വെള്ളം.

"ഇതെന്നാ വെള്ളമോ?"

"ഇതാടോ moon water."

"എന്നുവെച്ചാൽ?"

"പൗർണമി രാവിൽ ഒരു ചില്ലു പാത്രത്തിൽ വെള്ളമെടുത്തു നിലാവിൽ ഒരു രാത്രി മുഴുവനായി വയ്ക്കുക. ചന്ദ്രന്റെ രശ്മികൾ പതിയുന്ന വെള്ളം moon water ആയി മാറും."

"കോപ്പ്. ഇതൊക്കെ ആന മണ്ടത്തരങ്ങൾ മാത്രം."

"ആവാം."

"ഇനി പുലിയുടെ കണ്ണിന് എവിടെ പോകും?"

റേയ ഒരു വെള്ളി തകിട് എടുത്തു, ആര്യനെ കാണിച്ചു. അതിൽ ഒരു കണ്ണിന്റെ രൂപം കൊത്തി വച്ചിരിക്കുന്നത് കാണാമായിരുന്നു.

"ഓ! ഇതാണോ പുലി കണ്ണ്. ഹഹഹ." അവൻ വീണ്ടും ചിരിച്ചു.

"എല്ലാം വെറും സങ്കല്പങ്ങളല്ലെ?"

"എന്നാ ഇനി ആരുടെ തലമുടി ഇടും." ആര്യൻ എന്തോ പ്രതീക്ഷിക്കുന്ന മട്ടിൽ ചോദിച്ചു.

"നിന്നെ ഞാൻ വശീകട്ടെ." അവൾ അൽപ്പം ശൃംഗാര രസത്തിൽ ചോദിച്ചു.

"ആയിക്കോ." അവന്റെ ഉള്ളിലും ലഹരി പടർന്നു രതിയായി മാറി തുടങ്ങിയിരുന്നു.

റേയ ആര്യന്റെ തലമുടി കൂടിയാ കുപ്പിയിൽ ഇട്ട ശേഷം, കുപ്പിയുടെ അടപ്പ് മെഴുക് ഉരുക്കി ഒഴിച്ച് ചേർത്ത് അടച്ചു വച്ചു.

"ഇനി എന്ത്?" ആര്യൻ ചോദിച്ചു.

"നമുക്ക് കാത്തിരിക്കാം." ഇതും പറഞ്ഞ് അവളാ കുപ്പി തറയിൽ വരച്ചിട്ടിരുന്ന നക്ഷത്രത്തിനു നടുവിലായി വച്ചു.

റേയ നിലത്തേക്ക് കുനിഞ്ഞു ഇരുന്നപ്പോൾ, അവളുടെ നിതംബങ്ങൾ മുഴച്ചു നിന്നു. ആര്യനിൽ ആ കാഴ്ച്ച വികാരങ്ങൾ ഉണർത്തി.

പിന്നീടവൾ നക്ഷത്രത്തിന്റെ അഞ്ചു കോണിലായി മെഴുകുതിരി കത്തിച്ചു വച്ചു.

നേരം സന്ധ്യ കഴിഞ്ഞിരുന്നു. പുറത്ത് നിന്ന് തണുത്ത കാറ്റ് ബാൽക്കണിയിലൂടെ അകത്തേക്ക് വീശി അടിക്കുന്നുണ്ടായിരുന്നു.

"നമുക്കീ വെളിച്ചം കൂടി അണച്ചാലോ?" മുറിയിൽ കത്തി നിന്നിരുന്ന ഇലക്ട്രിക് വിളക്കുകളെ നോക്കി റേയ പറഞ്ഞു.

"അതു നല്ലതാ. വേറൊരു മൂഡ് തന്നെ സെറ്റാവും."

വിളക്കുകൾ അണഞ്ഞു. മെഴുകുതിരി വെളിച്ചത്തിൽ മുറിയിലാകെ പ്രകാശം നിറഞ്ഞു.

"അൽപ്പം വോഡ്ക കൂടി ആയാലോ?" റേയ തിരക്കി.

"മാം. ഒരു ജോയിന്റ് കൂടി വലിക്കുന്നോ. നമുക്ക് ഈ നിമിഷമങ്ങു ആഘോഷിക്കാം."

"ആവാം."

ആര്യൻ പോക്കറ്റിൽ നിന്നും ഒരു കുഞ്ഞു പേപ്പർ എടുത്തു. കൈ വെള്ളയിൽ കുറച്ചു കഞ്ചാവിന്റെ ഇലകൾ വച്ചു തിരുമി, പൊടിയാക്കി, ആ പേപ്പറിനുള്ളിൽ വച്ചു ചുരുട്ടി, സിഗരറ്റ് പോലെയാക്കി, തീ കൊളുത്തി.

മദ്യത്തിനൊപ്പം പുകയും. അവർക്ക് ചുറ്റുമുള്ള ലോകം മറ്റൊന്നാവാൻ തുടങ്ങി.

പുക വലിച്ച് ഉള്ളിൽ കയറ്റുന്നതിന്റെ ഇടയിൽ ആര്യൻ പറഞ്ഞു.

"മാം പണ്ട് Egypt ലെ ഗ്രേറ്റ് പിരമിഡിനെ പറ്റി പറഞ്ഞു തന്നത് ഓർമ്മിക്കുന്നുണ്ടോ?"

"എന്ത്?"

"നാല് വശങ്ങളുള്ളയാ പിരമിഡിനെ ആകാശത്തു നിന്ന് നോക്കിയാൽ അഞ്ചു വശങ്ങൾ ഉള്ളതായി ചിലപ്പോഴൊക്കെ

കാണാമെന്ന്."

"മം. അതിനിപ്പോൾ എന്താ ഇവിടെ പ്രസക്തി."റേയക്ക് സംശയമായി.

"ദേ... മാം ഒന്നാ നിലത്തേക്ക് നോക്കിയേ ആ വരച്ചിട്ട് നക്ഷത്രത്തിന്റെ അഞ്ചു കൈകളും മുകളിലേക്ക് ഉയർന്ന്, അതൊരു cone പോലെ.. അല്ല പിരമിഡ് പോലെ മാറുന്നില്ലേ?"

"നിനക്ക് തലയ്ക്ക് പിടിച്ചു തുടങ്ങി ആര്യൻ."

സത്യത്തിൽ ആര്യൻ പറയുന്നത് വാസ്തവമായിരുന്നു. തറയിൽ വരച്ചിരുന്ന നക്ഷത്രമിപ്പോൾ ഒരു പിരമിഡ് കണക്കെ, അതിന്റെ കൂർത്ത ഭാഗങ്ങൾ കൂടി ചേർന്ന്,അന്തരീക്ഷത്തിൽ ഉയർന്ന് നിന്നു.

അതിന്റെ ഒത്ത നടുവിലായി ആര്യനെ വശീകരിക്കാൻ റേയ ഒരുക്കിയ കുപ്പിയും ഒഴുകി നിന്നു.

"ആര്യൻ..." റേയ അവനെ പതിയെ വിളിച്ചു.

"നിനക്ക് ഇപ്പോൾ എന്നോട് എന്ത് തോന്നുന്നു?"

"എനിക്ക് നിന്നെ ചുംബിക്കാൻ തോന്നുന്നു?"

അവൻ അവന്റെ കൈ റേയയുടെ നേരെ നീട്ടി. റേയ അവളുടെ കൈകൾ അതിനുള്ളിലേക്ക് മെല്ലെ വച്ചു കൊടുത്തു. അവൻ അവളുടെ വിരലുകൾ മെല്ലെ ചുംബിച്ചു തുടങ്ങി.

റേയ സോഫയിലേക്ക് മെല്ലെ കിടന്നു കൊടുത്തു. അവളുടെ മാറിടങ്ങൾ അവനായി അവൾ തുറന്നു കൊടുത്തു. ആര്യൻ അവയെ മെല്ലെ അവന്റെ ചുണ്ടുകൾ കൊണ്ട് മാറി മാറി നുണയാൻ തുടങ്ങി. അവന്റെ ഉദ്ധരിച്ചു നിന്ന ലിംഗം അവളിലേക്ക് ആഴ്ന്നിറങ്ങി.

അവൻ മറ്റെല്ലാം മറന്നു കഴിഞ്ഞിരുന്നു.

നീരയുടെ ശരീരത്തിൽ കുടിയിരുന്ന റേയ, ഈ ലോകത്തിലെ അവളുടെ വിവാനേ സ്വന്തമാക്കിയതിന്റെ നിർവൃതിയിലായിരുന്നു.

"ഇനി വേണ്ടത് ജോർജ് എൽസ ദമ്പിതകളുടെ മൂന്നു മകളെയാണ്." റേയ മനസ്സിൽ പറഞ്ഞു.

* * * * *

മറ്റൊരിടത്തു ശരത് ഇതൊന്നും അറിയാതെ, മറ്റൊരു

ലോകത്തുള്ള നീരയുമായി എങ്ങനേലും ബന്ധപ്പെടാനുള്ള തത്ര പാടിലായിരുന്നു. റേയ പറഞ്ഞതനുസരിച്ച്, മിഷയെ കടത്തി കൊണ്ട് തടവിൽ താമസിപ്പിച്ചിരിക്കുന്നത്, മിഷയുടെ സ്വന്തം പിതാവായ രാഖിൽ ആണെന്നാണ്.

അയാൾ കുട്ടികളെ ലൈംഗീകമായി പീഡിപ്പിക്കുന്ന പിതാവാണ്. "ഇത് എത്രയും പെട്ടെന്ന് നീരയോട് പറയണം. മിഷയെ രക്ഷിക്കണം."

ശരത് കഠിനമായ ധ്യാനാവസ്ഥയിലുള്ള ഇരിപ്പ് തുടങ്ങിയിട്ട് രണ്ടു ദിവസമായി. നീരയുടെ സാനിധ്യം അയാൾ എത്ര ശ്രമിച്ചിട്ടും അയാൾക്ക് കിട്ടുന്നില്ലായിരുന്നു. ഒടുവിൽ മൂന്നാം ദിവസം, അയാൾ നീരയെ തന്റെ ചിന്തകളിൽ കണ്ടെത്തി.

ആ ചിന്തകൾ ഒരു സ്വപ്നം പോലെയായിരുന്നു. എങ്ങും പച്ചിലകളാൽ തിങ്ങി വിങ്ങി നിൽക്കുന്ന ഒരു വന പ്രദേശം. പോരാത്തതിന് തൊട്ട് മുന്നിൽ നിൽക്കുന്ന വസ്തുക്കളെ പോലും കാണാൻ പറ്റാത്തയത്രയും ഘനത്തിലുള്ള മൂടൽ മഞ്ഞും.

"നീര... നീര..." ശരത് അവളെ വിളിച്ചു കൊണ്ടെയിരുന്നു.

എവിടെ നിന്നോ ഒരു മൂളലും ഞരക്കവും അയാൾ കേട്ടു.

"നീര... നീര..." ശരത് അവളെ വീണ്ടും വിളിച്ചു.

"മം..." ഒരു ചെറിയ മൂളൽ അയാൾ വീണ്ടും കേട്ടു.

"എടോ താൻ എവിടെയാണ്?"

ശരത് നിന്നിരുന്നയിടത്തു നിന്നും മഞ്ഞിന്റെ മറ മെല്ലെ മാറി. അയാളാ കാഴ്ച്ച കണ്ടു. ചങ്ങലകളാൽ ഇരു കാലുകളും ബന്ധനസ്ഥയായി മണ്ണിൽ പാതി മയക്കത്തിൽ കിടക്കുന്ന നീര.

"നീര... തനിക്കിത് എന്തുപറ്റി?"

അയാൾ അവളെ തട്ടി വിളിച്ചുണർത്തി കൊണ്ടു ചോദിച്ചു.

"ശരത്... ഇതു താൻ ആണോ?"

അവൾ മെല്ലെ കണ്ണ് തുറന്നു കൊണ്ടു ചോദിച്ചു.

"അതേ. ഇതു ഞാൻ തന്നെ. തനിക്കിത് എന്ത് പറ്റി. ആ രാഖിൽ ആണോ തന്നെ ഇങ്ങനെ..."

"അല്ല, ഞാനൊരു തടവറക്കുള്ളിൽ എങ്ങനോ അകപ്പെട്ടു പോയിരിക്കുന്നു. പക്ഷേ ഞാനെന്റെ മകളെയിവിടെ കണ്ടു."

"അവളവിടെ ജീവനോടെ ഉണ്ടോ നീര?"

ആ ചോദ്യത്തിനുള്ള ഉത്തരം അവൾക്ക് അപ്പോഴും അറിയില്ലായിരുന്നു.

16

ഭൂമിയുടെ പുനർജ്ജന്മം

"മന്ത്രവാദങ്ങളും ആഭിചാര ക്രിയകളുമുള്ളൊരു ലോകത്തിലാണ് ഞാനെത്തി നിൽക്കുന്നതെന്ന് തോന്നുന്നു ശരത്." നീര ശരത്തിന്റെ മടിയിൽ തല ചായ്ച്ചു വച്ചു കൊണ്ടു പറഞ്ഞു.

അവൾ റേയയുടെയും, വിവാന്റെയും ഫാം ഹൗസിൽ കണ്ട മന്ത്രവാദ പുസ്തകങ്ങളെ പറ്റി ശരത്തിനോട് പറഞ്ഞു കേൾപ്പിച്ചു.

"പക്ഷേ അതൊക്കെ എങ്ങനെ ശാസ്ത്രീയമായ സത്യങ്ങളാവും നീര? ഇതൊക്കെ മനുഷ്യന്റെ ഭാവനകളല്ലേ? അന്ധ വിശ്വാസങ്ങളല്ലേ?"

"മനുഷ്യന്റെ കണ്ടുപിടുത്തങ്ങളായ വിമാനങ്ങൾ, റോക്കറ്റുകൾ ഇതൊക്കെ ആദ്യമായ ഏതോ ഒരു മനുഷ്യന്റെ തലയിൽ ഉണർന്ന ഭാവനകളല്ലേ? പിന്നീടല്ലേ അവ ശാസ്ത്ര സത്യങ്ങളായി പരിണമിച്ചത്?"

"മം. അതും ശരിയാണ്. എന്നാലും ഈ witch ക്രാഫ്റ്റ് ഒക്കെ വെള്ളം തൊടാതെ അംഗീകരിക്കാനൊരു മടി."

"എടോ ഇമ്മാതിരി സംഭവങ്ങൾക്കായി ഒരു യൂട്യൂബ് ചാനൽ തന്നെ നടത്തുന്ന താൻ തന്നെയാണോ ഇങ്ങനെ പറയുന്നേ?" നീര അയാളുടെ മടിയിൽ നിന്നും മെല്ലെ എഴുന്നേറ്റിരുന്നു കൊണ്ടു ചോദിച്ചു.

"അതൊക്കെ... ചുമ്മാ ഞാൻ.." ശരത് അൽപ്പം

ജാള്യതയോടെ പറഞ്ഞു.

"ഇനിയും ഒരു സത്യം കൂടി ഞാൻ മനസ്സിലാക്കിയിട്ടു ണ്ട്. വിവാന്റെയും റേയയുടെയുമെന്ന് പറയപ്പെടുന്ന മൂന്നു കുട്ടികൾ, അവർ ശരിക്കും ഈ ലോകത്തെ ജോർജ് എൽസ ദമ്പതികളുടെ മക്കളാണ്. ഈ ലോകത്ത് ജോർജും എൽസയും ഒരു വാഹനാപകടത്തിൽ കൊല്ലപ്പെട്ടു, അവരുടെ മക്കളെ ഇവർ പിന്നെ എടുത്തു വളർത്തുകയായിരുന്നു."

"എന്തിന്?" ശരത്തിനും സംശയമായി.

"അറിയില്ല. എനിക്കീ കുടുംബം മൊത്തത്തിലൊരു തട്ടി കൂട്ട് കുടുംബമായിട്ടാണ് തോന്നുന്നത്. വിവാൻ റേയ ദമ്പതികൾ. അവരുടെ മൂന്നു മക്കൾ, പിന്നെ വിവാന്റെ അമ്മ താഷ. എല്ലാവരും ചേർന്ന് ഒരു വലിയ നാടകം കളിക്കുന്നത് പോലെ."

"അപ്പോഴും ഒരു ചോദ്യം ബാക്കി നിൽക്കുന്നു നീര. എന്തിന്? എന്തിന് ഇങ്ങനെയൊരു നാടകം?"

"റേയയുടെ ബേക്കറി പോലും ഒരു മറയാണ്. ഞാനെതോ ദുസ്വപ്നത്തിലകപ്പെട്ടപോലെ." നീര നിരാശയോടെ പറഞ്ഞു.

"സ്വപ്നമെന്ന് കരുതാൻ വരട്ടെ നീര, കാരണം റേയ എന്ന വ്യക്തി ഇപ്പോൾ ഭൂമിയിൽ നിന്റെ രൂപത്തിലിരിപ്പുണ്ട്. അതുകൊണ്ട് നീ അനുഭവിക്കുന്നയെല്ലാം സത്യമാണ്. സ്വപ്ന ങ്ങളല്ല."

"ശരത്, താൻ 'travellers' അഥവാ സഞ്ചാരികളെ പറ്റി കേട്ടിട്ടുണ്ടോ?" നീര ചോദിച്ചു.

"Travellers എന്നാൽ യാത്രക്കാർ എന്നല്ലേ അർത്ഥമുള്ളു?"

"അല്ല. ഇത് മറ്റൊരു തരത്തിലുള്ള സഞ്ചാരികളാണ്. ഞാനവരെ പറ്റി എവിടോ വായിച്ചിട്ടുണ്ട്. ഉദാഹരണം പറഞ്ഞാൽ നമ്മുടെ മുനികൾ, ബുദ്ധ സന്യാസികൾ ഇവരൊക്കെ ധ്യാനാ വസ്ഥയിൽ ഇരിക്കുമ്പോൾ അവരുടെ ചിന്തകളിലൂടെ മറ്റു ലോകത്തേക്ക് യാത്ര ചെയ്യുന്ന സന്യാസികളാണ്. അതീന്ദ്രീയ ജ്ഞാനമൊക്കെ അവർ അങ്ങനെ നേടി എടുക്കുന്നവ രാണ്. സ്വന്തം ശരീരത്തിൽ നിന്നുമൊക്കെ പുറത്തിറങ്ങി സഞ്ചിരിക്കാൻ കഴിയുന്നയിവർക്ക് എപ്പോൾ വേണേലും ശരീരത്തിൽ നിന്നും ശരീരത്തിലേക്ക് അകത്തോട്ടും പുറത്തോ ട്ടുമൊക്കെ കടക്കാം."

“പരകായ പ്രവേശമാണോ നീര ഉദ്ദേശിക്കുന്നത്. You mean astral പ്രോജെക്ഷൻ?”

“അതേ. ഏതാണ്ട് അതുപോലെ ഒന്ന്.”

“പക്ഷേ ശരീരത്തിന് പുറത്തേക്ക് ഇറങ്ങി, പല കാഴ്ച്ചകൾ കണ്ടു മടങ്ങി വരുന്ന ബോധം അഥവാ consciousness, സ്വന്തം ശരീരത്തിൽ തന്നെ തിരിച്ചു കയറി വരുമ്പോൾ ഭ്രാന്തുപിടിച്ചു പോകാറുണ്ട്.”

“ആ... ഓർമ്മയുണ്ട് അങ്ങനെയൊരു കൊലപാതകത്തെ പറ്റി. വിദേശത്ത് പഠിച്ചോണ്ടിരുന്ന യുവാവ്, തമാശയ്ക്ക് അസ്ട്രൽ പ്രോജെക്ഷൻ പരീക്ഷിച്ചു തുടങ്ങി. ഒടുവിലവൻ സ്വന്തം ശരീരത്തിൽ തിരിച്ചു പ്രവേശിച്ചപ്പോൾ പ്രാന്തായി, അച്ഛൻ അമ്മ, അനിയത്തി, പിന്നൊരു ബന്ധുവായ സ്ത്രീയെ കൂടി കൊന്നു കൂട്ടിയ കഥ.”

“ഇതുപക്ഷേ, ഒരു ശരീരം വിട്ട് മറ്റൊരു ശരീരത്തിൽ കൂട് കൂട്ടിയ അവസ്ഥയല്ലേ?”

“അതാണ് ഈ കൂട്ടരേ ബാക്കിയുള്ള സഞ്ചാരികളിൽ നിന്നും വ്യത്യസ്തമാക്കുന്നത്.

ഇവർ കൂട് മാറുന്നത് ഒരു ശരീരത്തിൽ നിന്നും മറ്റൊരു ശരീരത്തിലേക്ക് മാത്രമല്ല, പ്രപഞ്ചത്തിന്റെ മറ്റൊരു കോണിലുള്ള ഗ്രഹത്തിൽ നിന്നും മറ്റൊരു ഗ്രഹത്തിലാണ്. 'Aztec codes' എന്നൊരു പുസ്തകത്തിലാണ് ഞാൻ ഇവരെ പറ്റി വായിച്ചിട്ടു ള്ളതെന്ന് തോന്നുന്നു.”

“Aztec?”

“സ്പാനിഷുകാർ മെക്സിക്കോ കീഴടക്കുന്നതിനു മുന്നേ അവിടെ ഭരിച്ചിരുന്നയൊരു ഗോത്ര വർഗ്ഗമാണു aztec ക്കുകൾ. അവിടെ ദൈവ പ്രീതിക്കായി നരബലികൾ പോലും നടത്തി...”

പെട്ടെന്ന് നീര മൗനത്തിലായി.

“എന്തുപറ്റി.”

“ശരത്... നരബലി... ഇവർ സഞ്ചാരികളെങ്കിൽ ആരുടെയോയെല്ലാം ജീവൻ അപകടത്തിലാണ്.” നീര ഉദേശിച്ചത് എന്താണെന്നു ശരത്തിനു മനസ്സിലായി.

ശരത്തിന്റെ ചിന്തകളിൽ നിന്നും നീര പെട്ടെന്ന് മറഞ്ഞു. ശരത് ധ്യാനാവസ്ഥയിൽ നിന്നും പെട്ടെന്ന് ഉണർന്നു.

“റേയ അപകടകാരിയാണ്.” ശരത്തിന്റെ മനസ്സിൽ അങ്ങനൊരു വെളിപാടുണ്ടായി.

“Aztec Codes.” അങ്ങനെയൊരു പുസ്തകമുണ്ടേലത് എത്രയും പെട്ടെന്ന് വായിക്കണം. സഞ്ചാരികളെ പറ്റി കൂടുതൽ മനസ്സിലാക്കണം.” ശരത് മനസ്സിലുറപ്പിച്ചു.

നേരം പുലർന്നിരുന്നു. ഇതിനിടയിൽ റേയയെ പറ്റി ശരത് ചിന്തിക്കാതിരുന്നില്ല.

“മനുഷ്യ മനസ്സുകളുടെ സാമാന്യ ബുദ്ധിക്ക് നിരക്കാത്ത എന്തോയൊന്ന് റേയക്ക് പിന്നിലുണ്ട്.” ശരത്തിന് അത്രയും ഉറപ്പുണ്ട്.

അയാൾ “Aztec Codes” എന്ന പുസ്തകത്തിനു പിന്നാലെയുള്ള യാത്ര തുടങ്ങി. ഒരുമാതിരിപ്പെട്ട ലൈബ്രറികളിലും, ഓൺലൈൻ സ്റ്റോറുകളിലും അങ്ങനെയൊരു പുസ്തകം ശരത്തിനു കണ്ടെത്താൻ കഴിഞ്ഞിരുന്നില്ല. “ഒരുപക്ഷേ നീരയുടെ വീട്ടിൽ അങ്ങനെയൊരു പുസ്തകം കണ്ടേക്കാം.” ശരത് അങ്ങനെ ചിന്തിച്ചു തുടങ്ങി.

ശരത് പിന്നെ നീരയുടെ വീട്ടിലേക്ക് യാത്ര തിരിച്ചു.

കതക് തുറന്നപ്പോൾ റേയ ശരത്തിനെ നോക്കി പുഞ്ചിരിച്ചു.

“എനിക്കറിയാമായിരുന്നു താങ്കൾ എന്നെ കാണാൻ ഇന്നിവിടെ വരുമെന്ന്.”

“ആഹാ!അങ്ങനെയോ.” ശരത് അൽപ്പം നാടകീയമായി റേയയുടെ മുന്നിൽ പെരുമാറി. റേയ ഒരു ദുർമന്ത്രവാദിനി ആയേക്കാമെന്ന ചിന്ത ശരത്തിന്റെ ചിന്തകളിൽ ഉടലെടുത്തിരുന്നു.

“വാ... വന്നിരിക്ക്.”

മുറിക്കുള്ളിൽ പ്രവേശിച്ചപ്പോൾ അവിടെ ചന്ദനത്തിരിയുടെയും മറ്റു സുഗന്ധദ്രവ്യങ്ങളുടെയും വല്ലാത്തൊരു മാസ്മരിക ഗന്ധമുണ്ടായിരുന്നു. ഡ്രോായിങ് മുറിയിലെ തറയിൽ, റേയ വരച്ചിട്ടിരുന്ന താന്ത്രിക വിധിപ്രകാരമുള്ള കളമപ്പോൾ അവിടെ ഉണ്ടായിരുന്നില്ല.

“എന്താ... താനിവിടെ പൂജ വല്ലതും ചെയ്യുന്നുണ്ടോ? ചന്ദനത്തിരിയുടെയും കുന്തിരിക്കത്തിന്റെയുമൊക്കെ ഗന്ധം.”

“ആ.. ഉണ്ടെന്ന് കൂട്ടിക്കോ.”

അവൾ കൂടുതലായി ആ വിഷയത്തിലേക്ക് കടക്കാതെ ഒഴിഞ്ഞു മാറി.

"പിന്നെയെന്തെല്ലാം, ഉഷാറാല്ലെ?" അയാൾ ഔപചാരികത കൈ വിടാതെ ചോദിച്ചു.

"ശരത്... എനിക്ക് എങ്ങനേലും തിരികെ എന്റെ ശരീരത്തിൽ കയറണം. എനിക്കെന്റെ മക്കളെ കാണണം."

"വിചിത്രമായ ആഗ്രഹം." ശരത് മനസ്സിൽ പറഞ്ഞു.

"അല്ലാ... അതെങ്ങനെ സാധിക്കും?"

"ഞാനൊരു പടം കാണിക്കാം, ഭൂമിയിൽ ഈ സ്ഥലം എവിടെയുണ്ടെന്ന് നമുക്ക് കണ്ടെത്താൻ ആവുമോ? എങ്കിൽ..."

"എങ്കിൽ... ഒരുപക്ഷേ നീര നീരയായി തന്നെ മടങ്ങി വരും. ഞാനെന്റെ ശരീരത്തിലും എത്തി ചേരും."

"മം." ശരത്തൊന്ന് മൂളി." അയാൾ ആ പടത്തിലേക്ക് നോക്കി, കാട്ടിനുള്ളിലേ ഒരു ശിലാക്ഷേത്രം. അതിലെ തൂണുകളിൽ മൃഗങ്ങളുടെ ചിത്രങ്ങൾ കൊത്തി വച്ചിരിക്കുന്നു. ശരത്തിന്റെ ഓർമ്മകളിൽ അങ്ങനെയൊരു ശിലാക്ഷേത്രം അയാൾക്ക് പരിചിതമായിട്ടുണ്ട്. അഗസ്ത്യാർകൂടം മല നിരക്കുകളിൽ പണ്ട് ട്രെക്കിങ്ങിനു പോയപ്പോൾ ശരത് അങ്ങനെയൊരു ശിലാക്ഷേത്രം അയാൾ അവിടെ കണ്ടിട്ടുണ്ട്. പക്ഷേ ഈ വിവരം ശരത് റേയയോട് പറഞ്ഞില്ല.

"നമുക്ക് നോക്കാം." ശരത് അത്രമാത്രം പറഞ്ഞു.

റേയ പിന്നെ തന്റെ മക്കളായ കോസ്റ്റോ, ജീമോ, തമീര എന്നിവരെ പറ്റി വാതോരാതെ ശരത്തിനോട് പറഞ്ഞു കൊണ്ടിരുന്നു.

"എനിക്ക് എങ്ങനെയും അവർക്കരികിൽ തീരികെ എത്തണം ശരത്. എങ്ങനെയും."

ശരത് റേയയിലെ അഭിനയത്രിയെ കാണുകയായിരുന്നു.

ഇതിനിടയിൽ ആരോടും അനുവാദം ചോദിക്കാതെ ആര്യൻ അവർക്കിടയിലേക്ക് മുന്നിലെ വാതിൽ തുറന്ന് അകത്തേക്ക് കടന്നു വന്നു. അവന്റെ കൈയിൽ ഒരു വലിയ ബാഗ് ഉണ്ടായിരുന്നു.

"ഇത്??"

"അതേ ആര്യൻ. എന്റെ സ്റ്റുഡന്റ്. അവൻ കുറച്ചു നാൾ

എന്റെ കൂടെ താമസിക്കാൻ പോകുന്നു." റേയ നിസ്സാരമായി പറഞ്ഞു.

"എനിക്ക് മാമിന്റെ കൂടെ ഒരു പ്രൊജക്റ്റ് ചെയ്യാനുണ്ടായിരുന്നു."

"വരൂ, ഞാൻ നിന്റെ മുറി കാണിച്ചു തരാം." റേയ ആര്യനുമായി അകത്തേക്ക് പോയി. സ്റ്റോർ റൂമിനുള്ളിൽ നിന്നും കോകോ അപ്പോഴും പതുങ്ങിയ സ്വരത്തിൽ കുരയ്ക്കുന്നുണ്ടായിരുന്നു.

കുടിക്കാൻ പോലും വെള്ളം നൽകാതെ പാതി അവശനായ നിലയിലായിരുന്നു കോകോ അപ്പോൾ ഉണ്ടായിരുന്നത്.

അവർ അകത്തേക്ക് പോയ നേരം നോക്കി ശരത് നീരയുടെ പുസ്തക ഷെൽഫ് ഒന്ന് പരതി. അതാ 'Aztec code ' എന്ന പുസ്തകം.

അയാളാ പുസ്തകമെടുത്ത് എത്രയും പെട്ടെന്ന് ജാക്കറ്റിനുള്ളിൽ ഒളിപ്പിച്ചു.

റേയ മുറിക്കുള്ളിൽ എത്തിയതും ആര്യനെ കടന്ന് പിടിച്ചു അവന്റെ ചുണ്ടുകളിൽ ഗാഢമായി ചുംബനങ്ങൾ നൽകി.

"ശരി ഞാൻ ഇറങ്ങുന്നു. പിന്നെ വരാം." ഇത്രയും ഉറക്കെ വിളിച്ചു പറഞ്ഞു കൊണ്ട് ശരത് അവിടെ നിന്നും പുസ്തകവുമായി യാത്രയായി.

ശരത് പുസ്തകം കിട്ടിയതും വായന തുടങ്ങി.

'Aztec ക്കുകളുടെ വിശ്വാസം അനുസരിച്ചു മനുഷ്യൻ താമസിക്കുന്ന ഇടം ഭൂമിയും, അതിന്റെ മുകളിൽ പതിനാറു തട്ടുകളിലായി സ്വർഗ്ഗവും ഉണ്ടെന്നാണ്. ഭൂമിയുടെ താഴെയായി ഒൻപത് അധോലോകങ്ങൾ ഉണ്ടെന്നുമാണ്. ഭൂമിക്ക് ജനനം മരണം പിന്നെ അഞ്ചു പുനർജ്ജന്മങ്ങളുമുണ്ടെന്നുമാണ് വിശ്വാസം. അഞ്ചാമത്തെ തവണ ഭൂമി നശിക്കുന്നത് അതിന്റെ ചലനത്തിന് മാറ്റം സംഭവിക്കുമ്പോഴുമാണെന്നാണ് സങ്കൽപ്പം. ഈ അഞ്ചു ജന്മങ്ങളിലും ആദ്യം ജനിക്കുക സൂര്യനാണ്. പിന്നീട് ഭൂമിയും മറ്റു ഗ്രഹങ്ങളും. ഓരോ തവണയും സൂര്യനു പുനർജ്ജനിക്കാനായി മനുഷ്യന്റെ രക്തം അനിവാര്യമാണ്. അതുകൊണ്ട് തന്നെ നരബലികളും അവരുടെ സംസ്കാരത്തിന്റെ ഇടയിൽ കൂടുതലാണ്. ഇനിയുള്ളത് 'സഞ്ചാരികൾ'. ഭൂമിയുടെ പുനർ

ജ്ജന്മമനുസരിച്ച് ഓരോ ലോകത്തിൽ നിന്നും പുനർജനിച്ച ലോകത്തിലേക്ക് നരബലികൾ വഴി മുൻപോട്ട് സഞ്ചരിക്കുന്ന ആത്മാക്കളെയാണ് സഞ്ചാരികളായി കണക്കാക്കപ്പെടുന്നത്. അവർക്ക് സത്യത്തിൽ ദൈവീക പരിവേഷമാണ് മതം അനുശാസിക്കുന്നത്.'

ശരത് വായനയൊന്ന് നിറുത്തി.

"Parallel universe അല്ലെ multiple universe എന്നൊക്കെ പറഞ്ഞാൽ, ഒരേ സമയം ഒന്നിൽ കൂടുതൽ, ഒരുപോലുള്ള പ്രപഞ്ചങ്ങളെന്നല്ലേ അർത്ഥമാക്കുന്നേ? ഇതിപ്പോൾ പല പല timeline ഉകളിൽ അല്ലെ സമയങ്ങളിൽ, മുൻപോട്ടും പുറകോട്ടുമായുള്ള സഞ്ചാരമാണ് നടന്നിരിക്കുന്നത്. നീര aztec ക്കുകളുടെ കണക്കനുസരിച്ചു പിന്നിലോട്ട് സഞ്ചരിച്ചു പഴയയൊരു ഭൂമിയിൽ എത്തപ്പെട്ടിരിക്കുന്നു. റേയ പുനർജ്ജന്മമെടുത്ത ഭൂമിയിലും." ശരത്തിനാകെ സമനില തെറ്റിയൊരു മാനസികാവസ്ഥയായി.

മനുഷ്യന്റെ സാമാന്യ ബുദ്ധിക്ക് നിരക്കാത്ത എന്തെല്ലാമോ തന്റെ മുന്നിലൂടെ പായുന്നു. ഇതു ശാസ്ത്രവുമല്ല, സങ്കല്പവുമല്ല. സത്യങ്ങൾ മാത്രം.

* * * * *

നീര തന്റെ ചില്ലു കൂട്ടിനുള്ളിൽ കണ്ണ് തുറന്ന് ചുറ്റിനുമുള്ള ഇരുട്ടിലേക്ക് നോക്കി ഇരുന്നു.

"സഞ്ചാരികൾ... ഒരു ലോകത്ത് നിന്നും മറ്റൊരു ലോകത്തേക്ക് സഞ്ചരിക്കാൻ കഴിവുള്ള ആത്മാക്കൾ."

അവൾക്ക് ദാഹം തോന്നി. നിലത്തു കൂടി ഒഴുകുന്ന കുഞ്ഞ് അരുവിയിൽ നിന്നും അവൾ അൽപ്പം വെള്ളം മൊത്തി കുടിച്ചു. ദാഹമൊന്ന് അടങ്ങിയപ്പോൾ അവൾ നിവർന്നിരുന്നു. അതാ അവളുടെ മുന്നിൽ ഒരു രൂപം. അത് മിഷയായിരുന്നു.

രക്തം വാർന്ന് വാർന്നു വിളറി വെളുത്തയാ മുഖം ആ ഇരുളിലും നീരയ്ക്ക് വ്യക്തമായിരുന്നു.

"മോളെ... നിനക്കെന്ത് പറ്റി?" നീര അവളുടെ മുഖം തന്റെ കൈകുമ്പിളിൽ പൊതിഞ്ഞു പിടിച്ചുകൊണ്ടു ചോദിച്ചു.

മിഷ മെല്ലെ അവളുടെ കൈകൾ ഉയർത്തി, നീരയുടെ

നെറ്റിയിൽ തൊട്ടു. പൊടുന്നനെ അവർക്ക് ചുറ്റിനുമുള്ള ഇരുളിന്റെ മറ നീങ്ങുന്നതായി നീര കണ്ടു. അവർ ഇരുന്നിരുന്ന പിരമിഡിന്റെ ആകൃതിയിലുള്ള ചില്ല് കൂട് ഇപ്പോൾ ദൃശ്യമാണ്. പിന്നീട് അതിനു ചുറ്റിനുമായി വരച്ചിരുന്ന അഞ്ചു കൈകളുള്ള നക്ഷത്രവും അതിന് ചുറ്റിനുമുള്ള വൃത്തവും നീര കണ്ടു. അവൾ പിന്നെ കാണുന്നത് കൈ കാലുകൾ നാലു വശങ്ങളിലായി ബന്ധിച്ചുകൊണ്ടാ ചില്ല് പിരമിഡിന്റെ തറയിൽ കിടന്ന് പേടിച്ചു കരയുന്ന മിഷയേയാണ്.

അവളുടെ മുന്നിൽ കത്തിയുമായി റേയ, നീളത്തിലുള്ള വെളുത്ത വസ്ത്രമണിഞ്ഞ് ഒരു പുരോഹിതയെ പോലെ നിൽപ്പുണ്ട്.

“മമ്മാ.. മമ്മാ...” എന്ന് മിഷ വിളിക്കുന്നുമുണ്ട്.

റേയ മെല്ലെ കുനിഞ്ഞിരുന്ന്, മിഷയുടെ തുടകൾ അകത്തി പിടിച്ചു. മിഷ അവളെ എതിർക്കാൻ നോക്കുന്നുണ്ടായിരുന്നു. എന്നാൽ അവളുടെ ഇടത്തെ തുട താഷയും, വലത്തെ തുട വിവാനും വലിച്ചു പിടിച്ചതോടെ മിഷക്ക് പിന്നെ കൂടുതലായ്യ് ഒന്നും ചെയ്യുവാൻ കഴിയുമായിരുന്നില്ല.

റേയ മൂർച്ചയേറിയ കത്തിയുടെ വശം കുഞ്ഞിന്റെ യോനിയിൽ കുത്തിയിറക്കി. മിഷ പ്രാണനു വേണ്ടി ഉറക്കെ നിലവിളിച്ചു. രക്തം വാർന്നു വാർന്നവൾ മരണത്തോടടുത്തു.

റേയയാ കുഞ്ഞിന്റെ യോനിയിൽ നിന്നും വാർന്നു വന്നിരുന്ന രക്തം തന്റെ കൈകുമ്പിളിലാക്കി കുടിച്ചു. അൽപ്പ നേരത്തിനു ശേഷം റേയയുടെ ബോധം മറഞ്ഞു. അവൾ പിന്നെ കണ്ണു തുറക്കുന്നത് ഭൂമിയിൽ നീരയായിട്ടായിരുന്നു.

ഇതിൽ പറഞ്ഞിരിക്കുന്നതൊന്നും സത്യമല്ല.

17

തൻമാത്രകൾ

“മരണം... അതിന്റെ മറ്റൊരു പേരാണ് റേയ, താഷ പിന്നെ വിവാൻ.” എന്ന് നീര മനസ്സിലാക്കി.

അവൾ തന്റെ മുന്നിൽ നിന്നിരുന്ന മിഷയെ, അവളുടെ നെഞ്ചോട് ചേർത്ത് പിടിച്ചു വച്ചു.

“ഒരമ്മയും... സ്വന്തം മകളോട് ഇങ്ങനെയൊന്നും ചെയ്യില്ല മോളെ. എന്റെ കുഞ്ഞ് എന്തുമാത്രം വേദന അനുഭവിച്ചു കാണും.” നീരയ്ക്ക് സങ്കടം സഹിക്കാൻ കഴിഞ്ഞില്ല. അവൾ വീണ്ടും വീണ്ടും മിഷയെ അവളുടെ മാറോട് ചേർത്ത് പിടിച്ചു എന്തെല്ലാമോ പറഞ്ഞു വിതുമ്പി കൊണ്ടിരുന്നു.

“മമ്മ.” മിഷ വിളിച്ചു.

നീര മെല്ലെ കണ്ണു തുറന്നു. പക്ഷേ ചുറ്റും കണ്ട കാഴ്ച്ചയിൽ അവൾ ഞെട്ടി. അവൾ ഇപ്പോൾ ഇരുന്നിരുന്നിരുന്നത് ശൂന്യാകാശത്തിനു സാമാനമായ ഒരിടത്തായിരുന്നു. അവളുടെ മുന്നിൽ അപ്പോൾ നിന്നിരുന്നത് മിഷയല്ല, പകരം വെളുത്ത പുക പടലങ്ങളുടെ രൂപത്തിലെന്തോ ഒന്നാണ്.

“മിഷ...” നീരയാ രൂപത്തിനെ നോക്കി വിളിച്ചു.

“അതേ... ഞാനവളുടെ ബോധമാണ്... അല്ലേൽ ബോധ മനസ്സാണ്.”

“മനസ്സിലായില്ല?”

“ആത്മാവ് എന്ന് കരുതിക്കോ.”

നീരയ്ക്ക് എന്ത് പറയണമെന്ന് അറിയാതെയായി.

“പേടിയുണ്ടോ?” നീര അപ്പോഴും മൗനം പാലിച്ചു. “എന്നെ

നിങ്ങളുടെ മകളായി തന്നെ കണ്ടോ. അപ്പോൾ ഭയക്കില്ല."

"മ്മം." നീരയൊന്ന് മൂളി.

"എല്ലാം പ്രാണനും ഇത്രയുമേയുള്ളൂ. മരണ ശേഷം ബാക്കിയാവുന്ന കുറേ ഓർമ്മകൾ മാത്രം."

നീര അവൾക്ക് ചുറ്റും നോക്കി. നക്ഷത്രങ്ങളാൽ വലയപ്പെട്ട ആകാശഗംഗയുടെ നടുവിലകപ്പെട്ട അവസ്ഥ.

"ജീവനുള്ള ചെടികൾ മുതൽ മനുഷ്യൻ വരെ, ജീവനില്ലായെന്ന് കരുതപ്പെടുന്ന ഉപ്പ് മുതൽ വെള്ളം വരെ നക്ഷത്രധൂളിയിൽ നിന്നുമാണ് ഉണ്ടായി വന്നിട്ടുള്ളത്. നമുക്ക് ചുറ്റിനുമുള്ള അവസ്ഥകളോട് പ്രതികരിക്കാൻ ജീവനുള്ളവയ്ക്കു മാത്രമല്ല ജീവനില്ല എന്ന് കരുതപ്പെടുന്ന എല്ലാത്തിനും കഴിവുണ്ട്."

"അതെങ്ങനെ? ജീവനില്ലാത്ത വസ്തുക്കൾ എങ്ങനെ പ്രകൃതിയോടോ അല്ലെങ്കിൽ മറ്റെന്തിനോടുമൊക്കെ പ്രതികരിക്കും?അങ്ങനെ അവ ചെയ്യുന്നുണ്ടേൽ അവയ്ക്കും ജീവനുള്ളതായി കരുതേണ്ടെ?"

"വെള്ളം അതിനൊരു ഉദാഹരണം മാത്രമാണ്. ചൂട് തണുപ്പ് എന്നിവയോട് മഞ്ഞായും, നീരാവിയായുമൊക്കെ മാറി ജലം പ്രതികരിക്കുന്ന പോലെ, സ്നേഹം, നന്ദി, സങ്കടം തുടങ്ങിയ വികാരങ്ങളോടും ജലത്തിന്റെ കണികകൾ പ്രതികരിക്കാറുണ്ട്."

"ആണോ?"

"സ്നേഹം, നന്ദി, ദയ തുടങ്ങിയ വികാരങ്ങൾ ജലത്തിനടുത്തേക്ക് വരുമ്പോൾ വെള്ളത്തിന്റെ തന്മാത്രാ ഘടന, മനോഹരമായ crystal ലുകളുടെ രൂപത്തിൽ കാണപ്പെടും. എന്നാൽ ദേഷ്യം, സങ്കടം, ഭീതി ഇതൊക്കെ ഉണ്ടാകുമ്പോൾ തന്മാത്രാ ഘടന ഭീകരമായി മാറുകയും ചെയ്യും."

എന്തോ മനസ്സിലായ പോലെ നീരയിരുന്നു.

"എല്ലാത്തിനും ജീവനുണ്ട്, ആത്മാവുണ്ട്, ബോധമുണ്ട്. പക്ഷേ നമ്മളത് തിരിച്ചറിയുന്നില്ലയെന്ന് മാത്രം."

"മ്മം."

"ഒന്നിനും നിത്യമായ മരണമില്ല, അവ ഒരു രൂപത്തിൽ നിന്നും മറ്റൊന്നിലേക്ക് മാറുന്നുവെന്ന് മാത്രം. ഒന്ന് മരണപ്പെട്ടുവെന്നു കരുതുമ്പോൾ അയാളുടെ ബോധ മനസ്സ് പിന്നെയും

യാത്ര തുടരുന്നു അല്ലെങ്കിൽ മറ്റൊരു ജന്മമായി പുനർജനിക്കുന്നു. ആ പുനർജ്ജജന്മം മണ്ണാവാം, മലയാവാം, മരമാവാം. അതുകൊണ്ട് നാം ഒന്നിനെയും ഭയപ്പെടേണ്ട, ഒന്നും നഷ്ടമായെന്ന് കരുതുകയും വേണ്ട. എല്ലാം പ്രപഞ്ചത്തിൽ എവിടേലും മറ്റൊരു രൂപത്തിൽ തന്നെ എന്നും കാണും."

നീരയ്ക്ക് ഈ സാഹിത്യമൊന്നും മനസ്സിലാവുന്നുണ്ടായിരുന്നില്ല. അവളുടെ മനസ്സ് അതു മനസ്സിലാക്കുവാനുള്ള മാനസികമായ അവസ്ഥയിലുമായിരുന്നില്ല.

"നമ്മൾ ഇപ്പോൾ എവിടാണ്?" നീര തിരക്കി.

"നിന്റെ ഉള്ളിൽ തന്നെയുള്ള മറ്റൊരു ലോകത്താണ് നമ്മൾ."

വീണ്ടും നീരയ്ക്ക് കാര്യം മനസ്സിലായില്ല.

"റേയ, വിവാൻ, താഷ ഇവരൊക്കെ എന്തിന് ഇങ്ങനെ ചെയ്യുന്നു?"

"പ്രപഞ്ചോൽപ്പത്തി നടന്നിരുന്ന സമയത്തു ഇതുപോലെയൊരു സൂര്യനും, അതിന് ചുറ്റിനുമായി കറങ്ങിയിരുന്ന ആറു ഗ്രഹങ്ങളുമുണ്ടായിരുന്നു. അതിലൊരു ഗ്രഹത്തിൽ മനുഷ്യനെ പോലുള്ള ജന്മങ്ങളും ഉണ്ടായിരുന്നു. അവിടെ ദൈവങ്ങൾ എന്ന സങ്കൽപ്പമില്ലായിരുന്നു, കാരണം അവർ എല്ലാവരും ദൈവങ്ങളായിരുന്നു. സൂര്യനിൽ നിന്നും നേരിട്ട് ഊർജ്ജം സ്വീകരിച്ച്, ഭാഷകൾ ഇല്ലാതെ, ചിന്തകളിലൂടെയും, സ്പർശങ്ങളുടെയും, പരസ്പരം ബന്ധപ്പെട്ടും, മനസ്സിലാക്കിയും. ചെടികളും, മണ്ണും, മലയും,മൃഗങ്ങളും വായുവുമായെല്ലാം ഒന്നായി ജീവിച്ചിരുന്നയൊരു ലോകം. 'ദൈവങ്ങളുടെ ലോകം. ' അവർ പലതും സൃഷ്ടിച്ചും, നശിപ്പിച്ചും, വീണ്ടും പുനർസൃഷ്ടിച്ചും പല നാളുകളങ്ങനെ മുൻപോട്ട് പോയി. ശതകോടി വർഷങ്ങൾ കഴിഞ്ഞപ്പോൾ ആ ഗ്രഹം നശിക്കുമെന്ന ഘട്ടം വന്നു. അവിടെയുണ്ടായിരുന്ന ദൈവങ്ങൾക്ക് പ്രപഞ്ചത്തിന്റെ പല ദിക്കുകളിലേക്ക് പാലായനം ചെയ്യാതെ നിവർത്തിയില്ലാതെയായി. അവരിൽ ചിലർ പിരമിഡുകൾ നിർമ്മിച്ചു. ബാക്കിയുള്ളവർ ബഹിരകാശ പേടകങ്ങൾ നിർമ്മിച്ചു. പേടകങ്ങൾക്ക് ഇന്ധനമായി നമ്മൾ ഇന്നറിയപ്പെടുന്ന സ്വർണ്ണം, വജ്രം, പ്ലൂട്ടോണിയമൊക്കെയായിരുന്നു. എന്നാൽ ആത്മീയമായി മുൻപോട്ട്

സഞ്ചരിക്കാൻ തീരുമാനിച്ച ദൈവങ്ങൾ ഓരോ ചിന്തകളായി മാറി, ശരീരമില്ലാതെ പിരമിഡിന്റെ ഉള്ളിലൂടെ മറ്റു പല നക്ഷത്ര സമൂഹങ്ങളിലേക്കും യാത്രയായി. കാലത്തിന്റെ മുൻപോട്ടും, പിന്നിലോട്ടും സഞ്ചരിക്കുവാൻ ഈ കൂട്ടർക്കു കഴിയുമായിരുന്നു."

"പിരമിഡുകൾ അപ്പോൾ ശരീരമില്ലാത്ത ആത്മാകൾക്ക്,സഞ്ചരിക്കുവാനുള്ള പേടകങ്ങളാണോ?"

"അതേ. ഇവിടെ ആത്മാക്കൾക്ക് സഞ്ചരിക്കുവാനുള്ള ഇന്ധനമാകുന്നത്, ജീവ ത്യാഗങ്ങളാണ്."

"അതായത് ബലികളാണോ?"

"അതേ. ഇതൊക്കെ നീരയ്ക്ക് മനസ്സിലാക്കാൻ പറ്റുന്നതിലുമപ്പുറമുള്ള ചിന്തകളാണ്."

"അതായത് സാമാന്യ മനുഷ്യന്റെ യുക്തിക്കും ബുദ്ധിക്കും നിരക്കാത്തതയൊന്ന്."

"അതേ."

"എങ്കിൽ ഒന്ന് മാത്രമൊന്ന് പറഞ്ഞു തരാമോ, റേയ, വിവാൻ താഷ ഇവരൊക്കെ ആരാണ് ? എന്താണ് അവരുടെ ഉദ്ദേശം?"

"ഇതിൽ താഷ ദൈവങ്ങളുടെ ലോകത്ത് നിന്നു വന്ന സഞ്ചാരിയാണ്, ബാക്കി രണ്ടാളും അവരുടെ അനുയായികളും. ഭൗമിക നാശത്തിന്റെ വക്കിലാണ്, അതു മുൻകൂട്ടി അറിയാവുന്നയിവർ ഈ ലോകത്ത് നിന്നും മറ്റൊരു ലോകത്തേക്ക് കൂടു മാറുവാനുള്ള വഴി ഒരുക്കുന്നുവെന്ന് മാത്രം."

"എങ്കിലും മിഷയെ കൊന്നിട്ട് വേണോ, മറ്റൊരു ലോകത്ത് മറ്റൊരു ജീവിതം?"

"ഇതുപോലെയുള്ള വികാരങ്ങൾക്ക് സത്യത്തിൽ എന്ത് സ്ഥാനമാണ് ഉള്ളത്. അവ അൽപ്പായുസ്സുള്ള ചിന്തകൾ മാത്രമല്ലേ?"

"എന്നാലും നരകയാഥന അനുഭവിച്ച ശേഷമല്ലേ എന്റെ കുട്ടി മരിച്ചത്."

"മിഷ അല്ലേലും മരിക്കില്ലേ?"

"നരബലി തെറ്റല്ലേ?"

"ഒന്ന് ചീയാതെ മറ്റൊന്നിനു എങ്ങനെ വളമാകും?"

"ഇല്ല. ഈ ചിന്ത തെറ്റാണ്." നീര അസ്വസ്ഥതയായി തുടങ്ങി. തന്റെ മുന്നിൽ നിൽക്കുന്നത് സത്യത്തിൽ എന്താണെന്ന് നീര ചിന്തിച്ചു തുടങ്ങി.

"കഴിക്കാൻ വേണ്ടിയാണേലും നമ്മൾ ചെടികളെയും, മൃഗങ്ങളെയുമെല്ലാം കൊന്നു തിന്നുന്നു? അതും ബലി അല്ലേ? അവർക്കും വേദനയില്ലേ?അവർക്കും ആത്മാവ് ഇല്ലേ?പിന്നെ മനുഷ്യർക്ക് മാത്രം എന്താണിത്ര മേന്മ? നെല്ല് ചെടിയുടെ വിത്തുകളിൽ അതിന്റെ കുഞ്ഞുങ്ങൾ ഒളിഞ്ഞിരുപ്പില്ലേ?അതിനെ തീയിൽ പുഴുങ്ങി, ചോറാക്കി തിന്നുന്നതിൽ തെറ്റില്ലേ?" നീരയുടെ മുന്നിൽ നിന്ന രൂപം അൽപ്പം അതിശയയോക്തി കലർന്ന സ്വരത്തിൽ ചോദിച്ചു.

"എങ്കിലും മനുഷ്യൻ മനുഷ്യനെ കൊല്ലാമോ?"

"യുദ്ധങ്ങളിൽ ശത്രുവിനെ കൊല്ലുന്നില്ലേ? അവിടെയും ചത്തു വീഴുന്നത് മനുഷ്യരല്ലേ? ഇതൊക്കെ കാഴ്ച്ചപ്പാടുകളുടെ കുഴപ്പമല്ലേ? എന്നായാലും മരിക്കുമെന്ന് ഉറപ്പുള്ള മനുഷ്യൻ എങ്ങനെ മരിച്ചാൽ എന്താ?"

"ഇല്ല... ഇതു ശരിയല്ല... മനുഷ്യന്റെ ജീവനു വിലയുണ്ട്." നീര ഉറക്കെ ബഹളം വച്ചു. അവൾക്ക് ചുറ്റുമുള്ള ലോകം പെട്ടെന്ന് മാറിമറിയാൻ തുടങ്ങി. പൊടുന്നനെ എങ്ങും ഇരുൾ മാത്രമായി.

"മിഷ... മിഷ..." നീര അടക്കി പിടിച്ച സ്വരത്തിൽ വിളിച്ചു.

അവളുടെ പാദങ്ങൾ വീണ്ടും അരുവിയിലെ തണുത്ത വെള്ളത്തിനാൽ നനയുവാൻ തുടങ്ങി. അവൾ വീണ്ടും തന്റെ തടവറയിൽ എത്തിപ്പെട്ടെന്ന് നീരയ്ക്കു ബോധ്യമായി.

മുറിയിൽ പതിയെ മെഴുകുതിരി വെളിച്ചത്തിന്റെ പ്രകാശം പരന്നു. അവൾക്ക് മുന്നിൽ രണ്ടു രൂപങ്ങൾ പുരോഹിതൻമാരെ പോലെ നീണ്ട വെളുത്ത വസ്ത്രം ധരിച്ച് നീരയുടെ മുന്നിൽ നിന്നു.

നീരയുടെ ശ്രദ്ധയിൽ അപ്പോഴാണത് പെട്ടത്... കുഞ്ഞു തമീരയെ ഒരു മന്ത്രവാദ കളം വരച്ച്, അതിന്റെ ഒത്തനടുവിലായി ഉറക്കി കിടത്തിയിരിക്കുന്നു.

നീര അവൾ കിടന്നിരുന്ന, ചില്ല് കൂട്ടിന്റ ഭിത്തിയിൽ ഉറക്കെ കൈകൾ കൊണ്ടടിച്ചു ശബ്ദമുണ്ടാക്കാൻ തുടങ്ങി.

"അവളെ കൊല്ലരുത്... അതു കുഞ്ഞാണ്. നിങ്ങളിതെന്ത്

പ്രാന്താണീ കാണിക്കുന്നത്. നിറുത്ത്."

താഷ മെല്ലെ നീരയുടെ അടുത്ത് എത്തി."പേടിക്കണ്ട, ഈ കുഞ്ഞിനെ ഞങ്ങളല്ല കൊല്ലുക, നീ തന്നെ കൊല്ലും. അതും ഇവിടെ വച്ചല്ല. ഭൂമിയിൽ."

"ഞാനോ? ഞാൻ ഒരിക്കലും അങ്ങനെ ചെയ്യില്ല. നരബലി മണ്ണാങ്കട്ട."

"നീയല്ല, നിന്റെ ഉള്ളിൽ കുടിയിരിക്കുന്ന റേയയത് ചെയ്തോളും."

നീര ആകെ പ്രാന്ത് പിടിച്ച അവസ്ഥയിലായി.

"ദൈവമേ..." എന്നൊന്ന് ഉറക്കെ നിലവിളിച്ചാൽ, അതിനി ഏതു ദൈവം കേൾക്കാൻ? അല്ലേലും ഇത്രയും വലിയ പ്രപഞ്ചം ഏതു ദൈവമാണ് ഒറ്റയ്ക്ക് കുത്തിയിരുന്ന് ഉണ്ടാക്കുക? "

* * * * *

ആര്യൻ വീട്ടിൽ താമസമാക്കിയത്, ജോർജിനത്ര ഇഷ്ട്ടമായിരുന്നില്ല.

അവിടെയും റേയക്ക് ജോർജിനോട് കൂടുതൽ കഥകൾ ഉണ്ടാക്കി പറയേണ്ടി വന്നു.

"ഹാ... പിണങ്ങല്ലേ മുത്തേ. നീ ഇല്ലാതെ എനിക്ക് പറ്റില്ല." റേയ ജോർജിന്റെ നെഞ്ചിൽ ചുംബിച്ചുകൊണ്ടു പറഞ്ഞു.

"എന്നാലുമൊരു ചെറുപ്പക്കാരനെ വിളിച്ചു നീ എന്തുകാരണം പറഞ്ഞാലും വീട്ടിൽ താമസിപ്പിച്ചത് ശരിയായില്ല."

"അവന് വേറെ കാമുകി ഉണ്ടെടാ, ടാനിയ. അവളും ചിലപ്പോൾ അവന്റെയൊപ്പം എന്റെ ഫ്ലാറ്റിൽ താമസിക്കാറുണ്ട്. പിന്നെയെന്താ ചക്കരെ?"

ഇരുവരും ഹോട്ടൽ മുറിയിലെ കിടക്കമേൽ ആയിരുന്നു. പോരാത്തതിന് പൂർണ്ണ നഗ്നരും. ജോർജിനു വേണ്ടതെല്ലാം റേയ നീരയുടെ ശരീരത്തിലൂടെ കൊടുത്തു കൊണ്ടിരുന്നു. ജോർജിന്റെ ആവേശമൊന്നടങ്ങിയപ്പോൾ റേയ പറഞ്ഞു തുടങ്ങി.

"നീയും എൽസയും മാത്രമായി, ഒരുമിച്ചൊരു റൊമാന്റിക് ഡിന്നറിനു പോയിട്ട് എത്രനാളായി കാണും."

"എന്തെ നിനക്ക് അങ്ങനെയിപ്പോൾ തോന്നാൻ?"

"അവൾക്ക് ഒരു സന്തോഷമാവട്ടെ എന്നൊരു ചിന്ത." റേയ പറഞ്ഞു.

"കുട്ടികളെ എന്തു ചെയ്യും?"

"അവരെ എന്റെ വീട്ടിലാക്കിയിട്ട് പൊയ്ക്കൂടേ?"

"അതു നിനക്ക് ബുദ്ധിമുട്ട് ആവില്ലേ?"

"എന്തു ബുദ്ധിമുട്ട്, അതൊരു രസമല്ലേ?" റേയ പതിവിൽ കൂടുതൽ സന്തോഷം പ്രകടിപ്പിച്ചു കൊണ്ടു പറഞ്ഞു.

"സത്യം പറ മോളെ, നിനക്കിത് എന്തുപറ്റി?"

"എന്ത്?'

"നീ പണ്ട് ഇങ്ങനെ ആയിരുന്നില്ലല്ലോ? ഇത്രയും friendly, ഇത്രയും sexy, നിന്നെ ചെയ്തിട്ടും ചെയ്തിട്ടും എനിക്ക് മതിയാവുന്നുമില്ല. നമുക്ക് ഒരു റൗണ്ട് കൂടി പോകാം?" ജോർജ് ആവേശത്തോടെ പറഞ്ഞു.

* * * * *

അന്നു വൈകുന്നേരം തന്റെ മൂന്നു മക്കളെയും നീരയുടെ കൈയിൽ ഏൽപ്പിച്ച ശേഷം ജോർജും, എൽസയും നേരത്തെ റേയ സൂചിപ്പിച്ചയാ റൊമാന്റിക് ഡിന്നറിനു യാത്രയായി.

അവർ ഇരുവരും നഗരത്തിലുള്ള ഒരു മുന്തിയ restaurant ലേക്ക് യാത്രയായി. എന്നാൽ അവിടെക്ക് പോകും വഴി, ഒരു വിജനമായ തെരുവിൽ എത്തിയപ്പോൾ, അവർ സഞ്ചരിച്ചിരുന്ന കാർ തനിയെ നിന്നു പോയി.

"എന്തുപറ്റി ജോർജ്?" എൽസ ചോദിച്ചു.

"അറിയില്ലെടോ." ഞാനൊന്ന് പുറത്തേക്ക് ഇറങ്ങി നോക്കട്ടെ."

അയാൾ ഡോർ തുറന്ന് പുറത്തേക്ക് ഇറങ്ങാൻ നോക്കിയതും, തെരുവിലെ വഴി വിളക്കുകളെല്ലാം പൊടുന്നനെ അണഞ്ഞു പോയി. നിലാവ് പോലുമില്ലാത്തയാ രാത്രിയിൽ ചുറ്റിനും കൂരിരുട്ട് മാത്രം. ജോർജ് ആരെയോ തിരയുന്ന മട്ടിലാ ഇരുട്ടിലൂടെ നടന്നു.

എൽസ തന്റെ കൈയിൽ ഇരുന്നിരുന്ന മൊബൈൽ എടുത്തു അതിലെ ടോർച്ച് തെളിയിച്ചു, അപ്പോൾ തൊട്ടടുത്ത

സീറ്റിൽ ജോർജ്ജിന്റെ സ്ഥാനത്തു ഒരു സ്ത്രീ രൂപമിരിക്കുന്ന കണ്ടു.

എൽസ ഞെട്ടി.

"ആരാണ്... നീ?" എൽസ പരിഭ്രമിച്ചു.

സ്ത്രീ രൂപം അനങ്ങുന്നില്ല.

"ജോർജ്... ജോർജ്.." ഇടറിയ സ്വരത്തിൽ എൽസ വിളിച്ചു നോക്കി. സ്ത്രീ രൂപം അപ്പോഴും അനങ്ങിയില്ല.

എൽസ നോക്കി നിൽക്കെ മൊബൈലിന്റെ വെളിച്ചവും താനെ അണഞ്ഞു പോയി.

യുവതിയുടെ കൈകൾ ഇരുളിന്റെ മറവിൽ, എൽസയുടെ കഴുത്തിലെ ഞെരമ്പുകളെ ലക്ഷ്യമാക്കി നീങ്ങി. എൽസയുടെ കഴുത്തിൽ അവളുടെ നഖങ്ങൾ കുത്തി ഇറങ്ങി. എൽസ അവളെ പരമാവധി തടുത്തു നോക്കിയേലും, അവളുടെ പിടിയിൽ നിന്നും എൽസക്ക് സ്വന്തം ജീവൻ രക്ഷിക്കാൻ കഴിഞ്ഞില്ല.

ഇരുൾ മൂടിയ വഴിയിലൂടെ സഹായം തേടി ജോർജ് കുറച്ചു നടന്നു നോക്കിയേലും, അവിടെയെങ്ങും ആരുടെയും നിഴൽ പോലും ഉണ്ടായില്ല. "ആ നേരത്തു അതു വഴി മറ്റു വാഹനങ്ങളൊന്നും കടന്നു പോകാത്തയെന്തെ?" എന്നും ജോർജ് ചിന്തിക്കാതെ ഇരുന്നില്ല.

അയാൾ ഇരുളിൽ എന്ത് ചെയ്യണമെന്ന് ആലോചിച്ചു നിൽക്കെ, അയാളുടെ പിന്നിലായിയാ സ്ത്രീ രൂപം മെല്ലെ നടന്നടുത്തു.

അവൾ പിന്നിൽ നിന്നും ജോർജിനെ കെട്ടിപിടിച്ചു.

"നീര!!! " ഒരു ഞെട്ടലോടെ ജോർജ് അവളെ വിളിച്ചു.

പിന്നീട് ഒറ്റ തിരിപ്പിനവൾ ജോർജിന്റെ കഴുത്ത് ഒടിച്ചു തിരിച്ചു. ഇത്രയും അമാനുഷികമായ ശക്തി നീരയുടെ കരങ്ങൾക്ക് ഉണ്ടാകുമോ? എന്ന് ചിന്തിക്കാൻ പോലുമൊരു അവസരം കൊടുക്കാതെ ജോർജും നിമിഷ നേരം കൊണ്ട് മരണത്തിനു കീഴടങ്ങി.

അറിയിപ്പ് : (ഈ കഥ എഴുതുന്ന എനിക്ക് വട്ടാണ്)

18

യാത്രകൾ

മെലിന ഹോസ്റ്റലിൽ നിന്ന് പഠിക്കാൻ തുടങ്ങിയിട്ട് മാസങ്ങൾ കുറച്ചേ ആയുള്ളൂ. മുറിയിൽ അവളെ കൂടാതെ ഒരു റൂം മേറ്റ് കൂടിയുണ്ട്, സിനി. സിനിയുടെ അമ്മമ്മ കഴിഞ്ഞ വ്യാഴാഴ്ച മരിച്ചു പോയത് കൊണ്ട്, സിനിക്ക് പെട്ടെന്ന് നാട്ടിൽ പോകേണ്ടി വന്നു. അങ്ങനെ മെലിന മുറിയിൽ ഒറ്റയ്ക്കായി.

"കൂട്ട് കിടക്കാൻ വരണോടി." ദീപ മെലിനയോട് ചോദിച്ചു.

"വേണ്ടെടി എനിക്ക് ഒറ്റയ്ക്ക് കിടക്കാൻ പേടിയില്ല."

"എന്നാ ശരി, ഞാൻ പോകുന്നു."

"ആയിക്കോട്ടെ."

ദീപ പോയതും മെലിന മുറിയുടെ വാതിലിന്റെ കുറ്റി അകത്തു നിന്നും കുറ്റിയിട്ടു.

എന്നിട്ടവൾ നേരെ സ്റ്റഡി ടേബിളിന്റെ കസേര വലിച്ചിട്ടു, അതിൽ കയറി ഇരുന്ന് പഠിക്കുവാനുള്ള ഒരുക്കങ്ങൾ തുടങ്ങി.

സ്റ്റഡി ടേബിളിന്റെ തൊട്ട് അരികിലായി പുറത്തേക്ക് തുറക്കുന്ന ഒരു ജാലകം ഉണ്ട്, അതിലൂടെ തണുത്ത കാറ്റ് മുറിക്കുള്ളിലേക്ക് ചെറുതായി കടന്ന് വരുന്നുണ്ടായിരുന്നു.

ജനലിലൂടെ പുറത്തേക്ക് നോക്കിയാൽ, തിങ്ങിവിങ്ങി നിൽക്കുന്ന കാടുകൾ കാണാം.

മെലിനയുടെ ശ്രദ്ധ മുഴുവനും പഠനത്തിൽ ആയിരുന്നു, അവൾ അതുകൊണ്ട് തന്നെ പുറത്തേക്ക് നോക്കിയില്ല.

സമയം പാതിരയോട് അടുത്ത് കാണും. അവൾ താമസിച്ചിരുന്ന മുറി, കെട്ടിടത്തിന്റെ ഏറ്റവും മുകളിലത്തെ നിലയിൽ

ആയിരുന്നു.

അതുകൊണ്ട് തന്നെ ആ നില കഴിഞ്ഞാൽ പിന്നെ തൊട്ട് മുകളിലായി തുറസ്സായി കിടന്നിരുന്ന ഒരു ടെറസായിരുന്നു. കുട്ടികൾക്ക് അലക്കിയ തുണി വിരിച്ചിടാനുമൊക്കെ അവിടെ സൗകര്യം ഉണ്ടാക്കിയിരുന്നു.

എഴുതികൊണ്ടിരുന്ന പ്രൊജക്റ്റ് ഏതാണ്ട് തീരാറായി വരുന്നതേയുണ്ടായിരുന്നുള്ളു, അതിനു മുൻപ് തന്നെ മെലിനയ്ക്ക് തന്റെ കതകിൽ ആരോ തട്ടുന്ന ശബ്ദം കേട്ടു.

അവൾക്ക് ദേഷ്യമാണ് തോന്നിയിയത്

"ഈ നേരത്ത് ഇതാരാ?" അവൾ സ്വയം പറഞ്ഞു കൊണ്ട് വാതിൽ തുറന്നു.

ഇടനാഴിയിൽ ആരും ഉണ്ടായിരുന്നില്ല.

"ശേ! എനിക്ക് തോന്നിയതാവും." അവൾ വീണ്ടും പോയി പഠിക്കാൻ ഇരുന്നു.

അൽപ്പ നേരം കഴിഞ്ഞപ്പോൾ അവളുടെ മുന്നിലെ ജനൽ പാളികൾ വെറുതെ അങ്ങോട്ടും ഇങ്ങോട്ടും അനങ്ങി ശബ്ദമു ണ്ടാക്കുന്ന പോലെ തോന്നി. അവൾ തന്റെ ശ്രദ്ധ അങ്ങോട്ടേക്ക് തിരിച്ചു വിട്ടു. എന്തോ ഒരു കറുത്ത രൂപം തന്നെ നോക്കി അവിടെ നിൽക്കുന്നതായി മെലിനയ്ക്ക് തോന്നി.

അവൾ ആദ്യമൊന്നു ഞെട്ടിയേലും, പിന്നെ പതറാതെ പിടിച്ചു നിന്നു. ആ രൂപം നിന്ന നിൽപ്പിന് മറയുക കൂടി ചെയ്തു.

"എന്നാലും അത് എന്തായിരിക്കും? കെട്ടിടത്തിന്റെ ആറാമത്തെ നിലയിൽ ഇതാരാണ്, ഇങ്ങനെ നിന്ന് തന്നെ നോക്കാൻ?" മെലിനയുടെ സാമാന്യ ബുദ്ധിക്ക് ആ കാഴ്ച്ച അത്ര നിസാരമായി തോന്നിയില്ല.

അവൾ തന്റെ മുറിയുടെ വാതിൽ തുറന്ന്, നേരെ മുകിലുള്ള ടെറസിനെ ലക്ഷ്യമാക്കി നടന്നു.

അവിടെ എത്തിയതും, പുറത്തേയ്ക്കുള്ള വെളിച്ചത്തി ന്റെ സ്വിച്ചുകൾ അവൾ ഓൺ ചെയ്തു. എന്നിട്ടവൾ സ്വന്തം മുറിയുടെ മുകളിലായി ചെന്നു നിന്നു താഴേക്ക് നോക്കി. സൺഷേഡിലും, പാരപ്പെറ്റേലുമൊന്നും അവൾ ആരെയും കണ്ടില്ല.

തിരിഞ്ഞു നടക്കാൻ തുടങ്ങിയപ്പോൾ വിചിത്രാകൃതിയിലു

ള്ളയൊരു കറുത്ത രൂപം ഒരു വവ്വാലിനെ പോലെ അവളുടെ തലയ്ക്ക് മീതെ പറന്നകന്നു.

മെലിന വീണ്ടുമൊന്നു ഭയന്നു. എങ്കിലുമവൾ പതറാതെ പിടിച്ചു നിന്നു.

"അതെന്തായിരുന്നു??? ഇണ ചേരുന്ന രണ്ട് പാമ്പുകൾ ആയിരുന്നോ? അതോ വവ്വാലോ? ഏയ്യ് അല്ല." മെലിന പലതും മനസ്സിൽ ആലോചിച്ചു കൂട്ടി.

"ഇങ്ങനെയൊരു കാഴ്ച്ച നീ കാണാൻ പാടില്ലായിരുന്നു." അവളുടെ പിന്നിൽ നിന്നും ആരോ മന്ത്രിച്ചു.

മെലിന തിരിഞ്ഞു നോക്കി.

പേടിപ്പെടുത്തുന്നയൊരു രൂപം അതാ മുന്നിൽ നിൽക്കുന്നു.

കറുത്ത വസ്ത്രം, ജഡ പിടിച്ച മുടി, മുഖത്തു മുഴുവൻ ചാരം പൂശിയയൊരു പ്രാകൃത രൂപം.

നേരത്തെ ആകാശത്തു കൂടി പറന്ന് പോയ രൂപം ഇരുവശത്തും ചിറകുകളുള്ള ഒരു പാമ്പായി അവളുടെ പിന്നിലായ് പറന്നിറങ്ങി നിന്നു. മെലിനയുടെ ഉള്ളിൽ അപായത്തിന്റെ നിഴൽപ്പാടുകൾ കണ്ടു തുടങ്ങി.

ഒന്ന് ഉറക്കെ കരയണമെന്നുണ്ട് പക്ഷേ ശബ്ദം പുറത്തേക്ക് വരുന്നില്ല. പിന്നിൽ നിന്നും പാമ്പിന്റെ രൂപം ചിറകുകൾ ഒതുക്കി നിറുത്തി, നിലത്തുകൂടി ഇഴഞ്ഞു വന്നു, മെലിനയുടെ ഇടതു കാൽപാദത്തിൽ ഒരൊറ്റ കൊത്ത്. വിഷം തീണ്ടിയ ശരീരം പോലെ, ദേഹമാകേ നീലിച്ച്, വായിൽ കൂടി നുരയും പതയും വന്ന്, മെല്ലെ പിടഞ്ഞു പിടഞ്ഞു മെലിന മരണത്തിനു കീഴടങ്ങുന്നതാ കറുത്ത സ്ത്രീ രൂപം വെറുതെ നോക്കി നിന്നു.

* * * * *

"മെലിന ജോസഫ്

വയസ്സ് 22

മരണ കാരണം : പാമ്പു കടി."

ഓട്ടോപ്സി റിപ്പോർട്ടിലെ മരണ കാരണം അതായിരുന്നു. അവൾ മരിച്ച്, രണ്ടാം ദിവസം തന്നെ, പള്ളി സെമിത്തേരിയിൽ അവളുടെ ശവമടക്കും കഴിഞ്ഞിരുന്നു.

മെലിന കാഴ്ച്ചയിൽ സുന്ദരിയായിരുന്നു. വെളുത്തു

മെലിഞ്ഞു, വെള്ളാരം കണ്ണുകളുള്ളൊരു സുന്ദരി. അവളുടെ ഇളം തവിട്ടു നിറത്തിലുള്ള തലമുടി, അരക്കെട്ടും കഴിഞ്ഞ്, മുറ്റട്ടം വരെ ഇടതൂർന്നു വളർന്നു കിടന്നിരുന്നു. ഏത് അളവ് കോല് വച്ചു നോക്കിയാലും ഭൂമിയിലേക്ക് ഇറങ്ങി വന്നയൊരു മാലാഖയെ പോലവൾ തോന്നിക്കുമായിരുന്നു.

* * * * *

ഉൾക്കാട്ടിനുള്ളിലൊരമ്പലം... അല്ല ശിലാക്ഷേത്രം. അതിൽ മൃഗങ്ങളുടെ രൂപങ്ങൾ കൊത്തി വച്ചിരിക്കുന്ന നീളമേറിയ തൂണുകൾ കാണാം. പുറത്ത് നിന്ന് നോക്കിയാൽ ഇടിഞ്ഞു പൊളിഞ്ഞു കിടക്കുന്ന ഒരു കൂട്ടം പാറകെട്ടുകൾ മാത്രമായി ട്ടേയാ അമ്പലം പുറം ലോകത്തിനു തോന്നുകയുള്ളു. എന്നാൽ അതിന്റെ ഉള്ളറകളിൽ എവിടെയോ ആ രാത്രിയിലുമൊരു തീ എരിയുന്നുണ്ടായിരുന്നു. ആ തീക്കരുകിൽ, നേരത്തെ കണ്ട കറുത്ത വസ്ത്രം ധരിച്ച സ്ത്രീ രൂപം, ചാരം പൂശി വികൃതമാക്കി വച്ചിരിക്കുന്നു മുഖവുമായി നിൽപ്പുണ്ട്.

അവർക്ക് തൊട്ടരികിലായി ഒരു കൽതൂൺ കാണാം. അതിൽ മുൻപു കണ്ട പറക്കുന്ന പാമ്പിന്റെ രൂപം കൊത്തി വച്ചി രിക്കുന്നുതായും കാണാം.

സ്ത്രീ രൂപം എന്തോ ഒന്ന് മുരണ്ടു, ആ തൂണിലെ പാമ്പിന്റെ രൂപം ചെറിയൊരു ശീൽക്കാര ശബ്ദം പുറപ്പെടുവിച്ച ശേഷം ജീവൻ വച്ചത് പോലെയൊന്ന് അനങ്ങി. എന്നിട്ട് വീണ്ടും സർപ്പമായി തന്നെ മാറി.

എങ്ങും അഴുകുന്ന ശവത്തിന്റ ഗന്ധം ആ മുറിയിൽ തളം കെട്ടി നിൽക്കുന്നുണ്ട്.

ആ സ്ത്രീ രൂപം പിന്നീട് മുൻപോട്ട് നടന്നു.

അവിടെയൊരു നീണ്ട വാഴയിലയിൽ നിറയെ കറുത്ത ചെള്ളുകളാൽ പൊതിഞ്ഞ ഒരു മനുഷ്യ ശരീരം കിടപ്പുണ്ട്. പേനുകൾ പോലെ തോന്നിപ്പിക്കുന്ന ചെള്ളുകൾ. അവയാ ശരീരത്തിന്റെ ഓരോ കോശങ്ങളിലുമായി ഇറങ്ങി ചെന്ന് എന്തോ വലിച്ചു കുടിക്കുകയാണ്. മൂക്കിന്റെ ദ്വാരങ്ങളിലും, ചെവിക്കുള്ളിൽ നിന്നുമെല്ലാം ചെള്ളുകൾ അരിച്ചിറങ്ങുന്നുണ്ട്.

മണിക്കൂറുകൾ കഴിഞ്ഞു.

ആ സ്ത്രീ അപ്പോഴുമാ മനുഷ്യ ശരീരത്തിന്റെ അരികിലായി തന്നെ അനങ്ങാതെ നിൽക്കുന്നുണ്ടായിരുന്നു.

മുറിയുടെ ഒത്ത നടുവിലായി അഞ്ചു കൈയുള്ള നക്ഷത്രവും അതിന് ചുറ്റിനുമായി ഒരു വലിയ വൃത്തവും വരച്ചിട്ടുണ്ട്.

ആ കറുത്ത സ്ത്രീ രൂപം, പിന്നെയുമൊന്ന് മുരണ്ടു. അത്ഭുതമെന്ന് പറയട്ടെ ആ ചെള്ളുകൾ മെല്ലെയാ മനുഷ്യ ശരീരം വിട്ടു നിലത്തേയ്ക്കിറങ്ങി. അവ പിന്നെ വരി വരിയായി മണ്ണിലേക്ക് ഇറങ്ങി, ഏതോ ഒരു പൊത്തിനുള്ളിലായി പോയ് മറഞ്ഞു. ഇപ്പോഴാ ശരീരം നല്ല വ്യക്തമായി കാണാം. അതു മെലിനയുടെ നഗ്നമായ ശരീരമായിരുന്നു. അവളുടെ ശരീരത്തിൽ ഉണ്ടായിരുന്ന നീല നിറം മാറി വീണ്ടും ചുവന്നു തുടുത്ത ജീവനുള്ള ശരീരം പോലെ മെലിന കാണപ്പെട്ടു.

കറുത്ത സ്ത്രീ രൂപം എന്തോ നേടിയ പോലെ മെലിനയുടെ മൃതദേഹത്തിന് അരുകിലായി നിന്നു.

* * * * *

ജോർജിന്റെയും എൽസയുടെയും മരണം, പോലീസിന്റെ അന്വേഷണത്തിന്റെ ഭാഗമായി മാറിയിരുന്നു.

പത്രത്തിൽ വന്ന വാർത്ത ഇപ്രകാരമായിരുന്നു.

“ദുരൂഹ സാഹചര്യത്തിൽ ദമ്പതികൾ, കാറിനുള്ളിൽ മരിച്ച നിലയിൽ കാണപ്പെട്ടു. ഇവരുടെ മൂന്നു കുട്ടികളെയും സംഭവ സ്ഥലത്തു നിന്നും കാണാതെ പോയിട്ടുണ്ടെന്നും പോലീസ് കരുതുന്നു.”

റേയ കാര്യങ്ങളെ അങ്ങനെയായിരുന്നു വരുത്തി തീർത്തത്. ആര്യൻ അവന്റെ മുന്നിലുള്ള നീരയുമായി പ്രണയത്തിൽ ആയിരുന്നേലും, ഈ മൂന്നു കുട്ടികളുടെ സാന്നിധ്യം അവനത്രക്ക് ദഹിച്ചില്ല.

“കുട്ടികൾ നമ്മുടെ കൂടെയുള്ള കാര്യം ഇങ്ങനെ ഒളിച്ചു വച്ചാൽ എങ്ങനെ? നിനക്കത് പോലീസിനോട് പറഞ്ഞൂടെ?”

“എങ്കിൽ അവരെ അവരുടെ മറ്റു ബന്ധുക്കൾ വന്നു കൊണ്ടു പോകും.”

“പോകട്ടെ. അതല്ലേ അതിന്റെ ശരി.”

"എന്റെ മിഷയ്ക്ക് പകരം എനിക്ക് കിട്ടിയ മക്കളാണ് ഇവർ. ഇവരെ ഞാൻ വിട്ടു കൊടിക്കില്ല."

ആര്യന് ആ മക്കൾ സെന്റിമെന്റ്സിൽ പെട്ടെന്നൊന്നും പറയാൻ പറ്റാതെയായി.

"ആര്യൻ കൂടുതലായി ചിന്തിച്ചു തുടങ്ങും മുൻപ് വിവാൻ ഇവിടെ എത്തിയെ മതിയാവു." റേയ മനസ്സിൽ കണക്ക് കൂട്ടി.

അന്ന് രാത്രി ആര്യനും, കുട്ടികളും കഴിച്ചിരുന്ന ആഹാരത്തിൽ, മയക്കു മരുന്നിന്റെ അംശം റേയ കലർത്തിയിരുന്നു. കോകോ മാത്രം അപ്പോഴും അവന്റെ പാതി ജീവൻ വച്ചു അവനെ പൂട്ടിയിട്ട മുറിക്കുളിൽ കിടന്നു കുരയ്ക്കുന്നുണ്ടായിരുന്നു.

"ഇനിയീ ഫ്ലാറ്റിൽ നിൽക്കുന്നത് അപകടമാണ്." റേയ തീരുമാനിച്ചു""പക്ഷേ എങ്ങോട്ട്? ആ സ്ഥലം കണ്ടെത്തിയെ പറ്റു." റേയ ഉദ്ദേശിച്ചത് ആ ശിലാക്ഷേത്രമായിരുന്നു.

അന്നു രാത്രിയിൽ റേയ തന്റെ പൂജകൾ തുടങ്ങി. നിലത്ത് വരച്ചിട്ടിരുന്ന നക്ഷത്രത്തിന്റെ അഞ്ചു കൈകളിലും അഞ്ചു സന്യാസിനിമാർ പ്രത്യക്ഷപ്പെട്ടു.

റേയ അകത്തെ മുറിയിലേക്ക് പോയി, ഉറങ്ങി കിടന്നിരുന്ന ജോർജിന്റെ ഇളയ മകളെ അവൾ മെല്ലെ തന്റെ കൈകളിൽ കോരി എടുത്തു. അവളെ മെല്ലെ കളത്തിന്റെ ഒത്ത നടുവിൽ കൊണ്ടെ കിടത്തി. റേയ തന്റെ വസ്ത്രങ്ങൾ ഉപേക്ഷിച്ചു പൂർണ്ണ നഗ്നയായി നിലത്തു കിടന്നു. അഞ്ചു സന്യാസിനികൾ ഒരുപോലെ ഒന്നിലേക്ക് മാത്രമായി അവരുടെ ചിന്തകൾ ചേർത്തു വച്ചു.

അങ്ങ് അകലെ മറ്റൊരു ലോകത്ത് ഇതുപോലെ തന്നെ മറ്റൊരു കളം ഒരുങ്ങുന്നുണ്ടായിരുന്നു.

അവിടെ താഷ, വിവാൻ എന്നിവരെ കൂടാതെ നീരയും, തമീരയും ഉണ്ടായിരുന്നു.

കുഞ്ഞു തമീരയെ കളത്തിനുള്ളിലാക്കി, താഷയും വിവാനും നോക്കി നിന്നു.

നീര നിസ്സഹായയായി, അവളുടെ ചില്ല് കൂട്ടിനുള്ളിൽ നിന്നു. അവൾ നോക്കി നിൽക്കെ അവിടെയും അഞ്ചു സന്യാസിനികൾ തറയിൽ വരച്ചിട്ടിരിക്കുന്ന നക്ഷത്രത്തിന്റെ

അഞ്ചു കൈകളിലുമായി പ്രത്യക്ഷപ്പെട്ടു.

ഭൂമിയിലെ റേയ ഒരു നീണ്ട സൂചി എടുത്ത് അവളുടെ വലത്തെ മാറിടത്തിന് താഴെയായി, ഹൃദയത്തിനെ ലക്ഷ്യമാക്കി കുത്തി ഇറക്കി.

ചില്ലു കൂട്ടിൽ കിടന്നിരുന്ന നീര പെട്ടെന്ന് ഒരു പാവയെ പോലെ പെരുമാറാൻ തുടങ്ങി. താഷ അവളെ ചില്ല് കൂട്ടിൽ നിന്നും മെല്ലെ പുറത്തേക്ക് കൊണ്ടു വന്നു. നീരയ്ക്ക് റേയയുടെ ശരീരത്തിൽ നിന്നും ഓടി രക്ഷപ്പെട്ടാൽ കൊള്ളാമെന്ന് ഉണ്ടായിരുന്നു, പക്ഷേ അവളുടെ കൈകാലുകൾ പോലും അനങ്ങിയിരുന്നത് റേയ ഭൂമിയിൽ ഇരുന്ന് മനസ്സിൽ കരുതുന്നത് പോലെയായിരുന്നു.

നീരയെ തമീരക്ക് അരികിലായി താഷ കൊണ്ടു നിറുത്തി, എന്നിട്ട് അവളുടെ കൈയിൽ ഒരു കത്തിയും കൊടുത്തു. നീരയുടെ കരങ്ങൾ അവൾ പോലുമറിയാതെ തമീരയ്ക്ക് നേരെ നീങ്ങി.

നിമിഷങ്ങൾ കഴിഞ്ഞു, തമീരയുടെ യോനിയിൽ നീര കത്തി കുത്തി ഇറക്കി. ഈ കൃത്യം ചെയ്യുമ്പോൾ അവളുടെ കണ്ണുകൾ നിറഞ്ഞൊഴുകുന്നുണ്ടായിരുന്നു. തമീരയിൽ നിന്ന് ഒഴുകി വരുന്ന ചോര ഒരു പിത്തള പാത്രത്തിലാക്കി നീര താഷക്ക് നേരെ നീട്ടി. അവരത് വാങ്ങി. വിവാൻ നീരയെ തിരിച്ചവളുടെ തടവറയിലാക്കി. അപ്പോഴും അവൾ എല്ലാം മൂകയായി കാണുന്നുണ്ടെന്നല്ലാതെ ഒന്ന് ഞരങ്ങി പോലും പ്രതികരിക്കുവാൻ ആവുന്നുണ്ടായിരുന്നില്ല.

അവൾ നോക്കി നിൽക്കെ കുഞ്ഞു തമീര പിടഞ്ഞു പിടഞ്ഞു മരണത്തിന് കീഴടങ്ങി.

കുഞ്ഞിന്റെ ശരീരം ഒരു കുപ്പതൊട്ടിയിലേക്ക് വിവാൻ വലിച്ചെറിഞ്ഞു.

താഷ കളത്തിന്റെ നടുവിലായി കിടന്നു. എന്നിട്ടവർ ആ കുഞ്ഞിന്റെ രക്തം അവരുടെ വായിലേക്ക് ഒഴിച്ചു.

അഞ്ചു സന്യാസിനിമാർ രണ്ടിടത്തെ കളങ്ങളിൽ നിന്നും അപ്രത്യക്ഷമായി.

നക്ഷത്രത്തിന്റെ അഞ്ചു കരങ്ങൾ മേലോട്ട് ഉയർന്നു, അഞ്ചു മുഖങ്ങളുള്ള പിരമിഡ് ആയി മാറി. താഷ അതിന്റെ

ഒത്ത നടുവിലായി നില കൊള്ളുന്നുണ്ടായിരുന്നു.

പിരമിഡ് ഇടത്തു നിന്നും വലത്തെ ദിശയിലേക്കായി മെല്ലെ തിരിയാൻ തുടങ്ങി. വേഗത കൂടി കൂടി വന്നു. അതു പ്രകാശ വേഗത്തിൽ ചുറ്റി തിരിയാൻ തുടങ്ങി. നീര നോക്കി നിൽക്കെ അതൊരു വലിയ പ്രകാശ ഗോളമായി മാറി.

നിമിഷങ്ങൾ വീണ്ടും കടന്നു പോയി. പ്രകാശ വലയങ്ങൾ പെട്ടെന്ന് മിന്നി മറഞ്ഞു. താഷ ജീവനില്ലാതെ കളത്തിന് നടുവിലായി കിടന്നു.

വിവാൻ അവർ ഈ ലോകത്തു നിന്നു യാത്രയായെന്ന് ഉറപ്പ് വരുത്തി.

റേയ തന്റെ നെഞ്ചിൽ കുത്തി ഇറക്കിയ സൂചി മെല്ലെ പുറത്തേക്ക് വലിച്ചൂരി. നീരക്ക് അവളുടെ ശരീരത്തിന്റെ നിയന്ത്രണം തിരിച്ചു കിട്ടി. പക്ഷേ എന്തു കാര്യം, ഒരു കുഞ്ഞിന്റെ ജീവൻ താൻ എടുത്തുവെന്ന ചിന്ത അവളിൽ അറപ്പുണ്ടാക്കി. ജോർജിന്റെ ഇളയ മകൾ ഇതിനോടകം ഭൂമിയിലും മരിച്ചു കഴിഞ്ഞിരുന്നു.

കൂടിയ ദുർമന്ത്രവാദം, അതല്ലാതെ ഇതിനു മറ്റൊരു ന്യായീ കരണമില്ല.

ഇങ്ങ് ഭൂമിയിൽ, മറ്റൊരിടത്ത് താഷ കണ്ണ് തുറന്നു. അവളുടെ മുന്നിലപ്പോഴാ കറുത്ത സ്ത്രീ രൂപം ഉണ്ടായിരുന്നു. താഷക്കിപ്പോൾ മെലിനയുടെ രൂപമായിരുന്നു.

19

സെൻ ബുദ്ധിസം

ശരത് ആകെ ആശങ്കയിലാണ്, മറ്റൊരു ലോകത്തെ നീര, ഈ ലോകത്തെ ദുഷ്ടയായ റേയ. Aztec code ഉം, അതിൽ പറഞ്ഞിരിക്കുന്ന ഭൂമിയുടെ പുനർജ്ജന്മവും, പിന്നെ സഞ്ചാരികളും, ഒന്നുമങ്ങോട്ട് ശരത്തിന്റെ യുക്തിക്ക് ചേർന്ന് വരുന്നില്ല. പോരാത്തതിന് ജോർജ് എൽസ ദമ്പതികളുടെ മരണവും, അവരുടെ മക്കളുടെ തിരോധാനവും. നീരയുടെ ശരീരത്തിലുള്ള റേയ ഇപ്പോൾ ശരത്തുമായി അത്ര അടുപ്പത്തിലല്ല. അതുകൊണ്ട് തന്നെ റേയയെ നിരീക്ഷിക്കുക ശരത്തിനത്ര എളുപ്പമുള്ള സംഗതിയുമായിരുന്നില്ല.

ഈ സാഹചര്യത്തിലാണ് ശരത്തിന് ഒരാളെ ഓർമ്മ വന്നത്... ജോസിയെ.

ജോസിയും രേഷ്മയും. ജോസിക്ക് അതീന്ദ്രിയ ശക്തികൾ ഉണ്ടെന്നാണല്ലോ അവകാശവാദം.

മരിച്ചു പോയവരെ കാണാം, അവരോട് സംസാരിക്കാം. ജീവിച്ചിരിക്കുന്നവരുടെ കൂടെ നടക്കുന്ന കാവൽ മാലാഖമാരെ കാണാം അതുവഴി പ്രപഞ്ചവുമായി സംവദിക്കാം എന്നൊക്കെ ആണല്ലോ. ഇതു സത്യമാണെങ്കിൽ ശരത്തിന് ജോസിയെ ഉപകരിക്കും.

ശരത് ജോസിയെ തേടിയെത്തി, പതിവുപോലെ അയാളുടെ വീട്ടിൽ ജിന്നിനെ അകറ്റാനും, പ്രശ്നവശാലുള്ള പരിഹാര ക്രിയകൾ ചെയ്യാനും വിശ്വാസികളുടെ ഒരു നിര തന്നെ അവിടെ ഉണ്ടായിരുന്നു.

മുൻകൂട്ടി അപ്പോയ്ന്റ്മെന്റ് വാങ്ങാതെ വന്നാൽ ഇതാണ് അവസ്ഥ. കുറച്ചു നേരം കാത്തിരുന്നപ്പോൾ ജോസിയുടെ ഭാര്യ രേഷ്മ ശരത്തിനെ തേടി വന്നു.

"എന്താ ശരത്, എന്തുപറ്റി?"

"ജോസിയെ അത്യാവശ്യമായൊന്ന് കാണണം."

"ഇന്ന് അച്ചായന് ഒരുപാട് തിരക്കുകളുള്ള ദിവസമാണ്, നാളെ മതിയോ?"

"പോരാ, എനിക്ക് പുള്ളിയെ എങ്ങനേലും ഒന്ന് കണ്ടേ പറ്റു."

"ശരി... ഞാനൊന്ന് പറഞ്ഞു നോക്കട്ടെ." രേഷ്മ ഇതും പറഞ്ഞ് അകത്തേക്ക് പോയി.

ശരത് വീണ്ടും കാത്തിരുന്നു.

അല്പ നേരം കഴിഞ്ഞ്, രേഷ്മ മറ്റൊരു വാതിൽ വഴി ശരത്തിനെ ജോസിയുടെ അടുത്തേയ്ക്ക് എത്തിച്ചു.

"എന്താടോ? എന്തുപറ്റി?" ജോസി തിരക്കി.

"എടോ തനിക്ക് നീരയെ ഓർമ്മയില്ലേ?"

"ഏത്? ആ കെട്ടിടത്തിന്റെ മണ്ടേന്ന് ചാടിയ പ്രൊഫസർ അല്ലെ?"

"അതേ... അതു തന്നെ."

"അവർ എന്റെയൊരു ക്ലയന്റ് ആയിരുന്നു. പുള്ളിക്കാരിക്ക് ഇപ്പോൾ എന്ത് പറ്റി?"

"പറഞ്ഞാൽ വിശ്വസിക്കുമോയെന്ന് അറിയില്ല... അവൾ ഇപ്പോൾ മറ്റൊരു ലോകത്താണ്. എന്നാൽ അതേ സമയം അവളുടെ ശരീരത്തിൽ മറ്റൊരു സ്ത്രീയും ജീവിക്കുകയാണ്."

ജോസി കുറച്ചു നേരം മൗനം പാലിച്ചു. എന്നിട്ട് ചോദിച്ചു.

"അല്ല ശരത്തെ... താൻ നോർമൽ ആണോ. തനിക്ക് എന്തെങ്കിലും വിഷമം തട്ടിയോ?"

"പോടോ തമാശ പറയാനുള്ള നേരമല്ലിത്. താനിത് വിശ്വസിച്ചേ പറ്റു."

"എങ്കിൽ കാര്യങ്ങൾ ഒന്നൂടെ വ്യക്തമായി പറയൂ."

നീര ആറാമത്തെ നിലയിൽ നിന്നും എടുത്തു ചാടിയത് മുതൽ, അവൾ റേയയുടെ ശരീരത്തിൽ എത്തിപ്പെട്ടതു വരെ ശരത് ഒരു കഥ പോലെ ജോസിയോട് പറഞ്ഞു കൊടുത്തു.

"ഇതുവരെ എനിക്ക് മനസ്സിലായി. നീര മറ്റൊരു ലോകത്ത്, മറ്റൊരു സ്ത്രീയുടെ ദേഹത്ത് പ്രവേശിച്ചു. എന്നിട്ട്... ബാക്കി പറ."

റേയ തിരിച്ചു ഈ ലോകത്തെ നീരയുടെ ശരീരത്തിൽ എത്തിയതും, ഇവിടെ ദുർമന്ത്രവാദം ചെയ്ത് തുടങ്ങിയതും ശരത് പിന്നീട് വിശദീകരിച്ചു.

"ഇതൊക്കെ സത്യത്തിൽ നടക്കുമോ?" കഥയെല്ലാം കേട്ടിരുന്ന ജോസിയുടെ ഭാര്യ രേഷ്മ ചോദിച്ചു.

"നീ മിണ്ടണ്ട." പതിവുപോലെ ജോസി രേഷ്മയെ വിലക്കി.

"എനിക്ക് സംശയമുണ്ട്, ജോർജിനും കുടുംബത്തിനും അപകടം സംഭവിച്ചത് റേയ മൂലമാണെന്ന്." ശരത് പറഞ്ഞു നിറുത്തി.

"ഇതിൽ എനിക്ക് എന്ത് ചെയ്യാൻ സാധിക്കും?" ജോസി തിരക്കി.

"തനിക്ക് മരിച്ചു പോയവരുമായി സംസാരിക്കാൻ സാധിക്കില്ലെ? എങ്കിൽ ജോർജുമായി ഒന്ന് സംസാരിക്കാമോ?"

ഈ ചോദ്യം കേട്ടതും ജോസി രേഷ്മയുടെ മുഖത്തേക്ക് ഒന്ന് നോക്കി.

"സംസാരിക്കാം, പക്ഷേ ഒരു അയ്യായിരം രൂപ ആവും." ജോസി നിർദയം പറഞ്ഞു.

"എടോ, ഇതിനൊക്കെ പൈസ ചോദിക്കുക എന്നൊക്കെ പറഞ്ഞാൽ?"

"ശരത്തെ, ഇതൊന്നും പൈസ മേടിക്കാതെ എനിക്ക് ചെയ്യാൻ പറ്റുകില്ല, ഒരുതരത്തിൽ അല്ലെ മറ്റൊരു തരത്തിൽ, എന്റെ ജീവനും ആത്മാവിനെ വിളിച്ചു വരുത്തുമ്പോൾ ഭീഷണിയുണ്ട്."

"മ്മം." ശരത് മൂളി.

"ഗൂഗിൾ പേ മതി."

ശരത് അനുസരിച്ചു.

ഒരു മെഴുകുതിരി കത്തിച്ചു വച്ച്, ഒരു സ്പടിക പാത്രമെടുത്ത് വച്ച്, മുറിയിലെ വിളക്കുകളെല്ലാം അണച്ച് ഇരുട്ടാക്കി ജോസി ജോർജിന്റെ ആത്മാവിനെ വിളിച്ചു വരുത്തി.

"ആത്മാവേ വാ... ആത്മാവേ വാ..." എന്നൊക്കെ പറഞ്ഞു

ജോസി ഇരുട്ടിനെ നോക്കി സംസാരം തുടങ്ങി.

അൽപ്പം കഴിഞ്ഞപ്പോൾ ജോസി പറഞ്ഞു, "ജോർജിന്റെ ആത്മാവ് ഇവിടെ എത്തിയിട്ടുണ്ട്. എന്താണ് ശരത്തിന് അറിയേണ്ടത്?"

"അയാൾക്കും കുടുംബത്തിനും, എന്തുപറ്റി? എന്ന് ചോദിച്ചു മനസ്സിലാക്കു."

ജോസി കുറച്ചു നേരം ശൂന്യതയിൽ നോക്കി, എന്തോ കേൾക്കുന്നത് പോലെ തലയാട്ടി.

"ഓ... ഓഹോ... ഹാ! എന്നിട്ട്... ങേ! മം." ഇങ്ങനെയൊക്കെ ജോസി പറഞ്ഞു കൊണ്ടിരുന്നു.

ഒടുവിൽ ജോസി ശരത്തിനോടായി പറഞ്ഞു തുടങ്ങി.

"നീര കൂടോത്രം ചെയ്തതാണ് അവരുടെ എല്ലാം മരണത്തിനു കാരണം."

"നീരയോ?"

"അതേ നീര തന്നെ."

"അതെങ്ങനെ ശരിയാവും? നീര ഈ ലോകത്തിൽ ഇല്ലല്ലോ"

"ഇതെല്ലാം നീരയുടെ അഭിനയം മാത്രമാണ്." ജോസി തറപ്പിച്ചു പറഞ്ഞു.

"അഭിനയമോ? അങ്ങനെയെങ്കിൽ ഞാൻ റേയയോട് സംസാരിച്ചതോ?"

"നിങ്ങളുടെ മനസ്സ് നീര hypnotize ചെയ്തേക്കുകയാണ്. കൂടിയ കൂടോത്രം വഴി."

"നീരക്കിത് എങ്ങനെ അറിയാം?"

"അതവളുടെ ഉള്ളിലൊരു ജിന്നിരിപ്പുണ്ട്."

"ജിന്നോ? "

"അതേ."

"അപ്പോൾ ജോർജിന്റെ മൂന്നു കുട്ടികൾ എവിടെ ?"

"അവരെ സംഭവ സ്ഥലത്തു നിന്നും നാടോടികൾ തട്ടി കൊണ്ടു പോയി."

"അയ്യോ! അപ്പോൾ ഇനി എന്ത് ചെയ്യും?" ശരത് ആകെ വിവശനായി ചോദിച്ചു.

"പോലീസിൽ പരാതിപ്പെടാൻ ജോർജിന്റെ ആത്മാവ് പറയുന്നു."

"മ്മം." എന്തോ വിശ്വാസമാകാത്ത പോലെ ശരത് മൂളി.

"ഇനി എന്തെങ്കിലും അറിയണോ?" ജോസി ചോദിച്ചു.

"നീരയുടെ ശരീരത്തിൽ അപ്പോൾ റേയ ഇല്ലേ ?"

"തനിക്കിപ്പോഴും ബോധ്യമായില്ലേ? ഇതെല്ലാം നീരയുടെ ഭ്രാന്ത് പിടിച്ച മനസ്സാണ് കാട്ടികൂട്ടുന്നത്."

"എന്നാലും ഒന്നൂടെ ജോർജിനോട് ചോദിക്കാമോ?"

ജോസി വീണ്ടും ജോർജിന്റെ ആത്മാവിനോട് സംസാരിച്ചു തുടങ്ങി.

"ഓ... അങ്ങനെയോ... ശരി... ശരി... ഞാൻ പറയാം."

ജോസി വീണ്ടും പറഞ്ഞു തുടങ്ങി.

"നീരയുടെ ശരീരത്തിൽ ആരുമില്ല. ഇതെല്ലാം അവളുടെ തോന്നൽ ആണ്. അവൾ ഓരോന്നും വായിച്ചു കൂട്ടി ഓരോന്ന് ചെയ്യുന്നതാണ്. റേയ വെറും സങ്കല്പം മാത്രമാണ്. ഇനി വല്ലതും തനിക്ക് ചോദിച്ചു അറിയാൻ ഉണ്ടോ?"

"ഇല്ല."

ജോസിയോട് കൂടുതൽ ചോദിച്ചിട്ട് കാര്യമില്ലയെന്ന് ശരത്തിന് തോന്നി.

"എങ്കിൽ ആത്മാവേ പോ, പോ പോ." എന്ന് ജോസി ഉറക്കെ പറഞ്ഞു കൊണ്ട് ജോർജിന്റെ ആത്മാവിനെ അവിടെ നിന്നും തിരിച്ചയച്ചു.

ജോസിയോട് യാത്ര പറഞ്ഞു ശരത് തന്റെ കാറിൽ ഇരുന്നു. നേരം സന്ധ്യയോട് അടുത്തിരുന്നു. അതുവരെ നടന്ന സംഭവങ്ങൾ ശരത് ഒന്നൂടെ ആലോചിച്ചു നോക്കി. "ജോസി പറഞ്ഞത് സത്യമാവുമോ? നീരയുടെ അഭിനയം മാത്രമാവുമോ ഇതെല്ലാം. മകളെ നഷ്ടമായ ദുഃഖത്തിൽ ഇതെല്ലാം അവൾ ഉണ്ടാക്കി കൂട്ടുന്നയാവുമോ? അങ്ങനെയെങ്കിൽ എന്റെ ഉള്ളിൽ ധ്യാന സമയത്ത് തോന്നിയ ചിന്തകളോ? ഇല്ല എനിക്ക് തെറ്റില്ല. ജോസി കാശിനു വേണ്ടി ഓരോന്നും പറയുന്നതാവും."

ശരത് പിന്നെ കൂടുതൽ ആലോചിക്കാൻ നിന്നില്ല, അയാൾ വണ്ടി സ്റ്റാർട്ട് ആക്കി അവിടെ നിന്നും മുൻപോട്ട് നീങ്ങി.

പെട്ടെന്ന് കാറിന്റെ മുന്നിലായി എന്തോ ഒരു രൂപം മാർഗ്ഗ തടസ്സം സൃഷ്ടിച്ചു കൊണ്ടു നിന്നു.

ശരത് ബ്രേക്ക് ചവിട്ടി. പുറത്തിറങ്ങി നോക്കി. ഒന്നുമില്ല.

അയാൾ തിരികെ വണ്ടിയിൽ കയറി, വണ്ടി സ്റ്റാർട്ട് ചെയ്യാൻ തുടങ്ങിയതും അയാളുടെ തൊട്ടടുത്ത സീറ്റിൽ ഒരാൾ ഇരിക്കുന്നത് ശരത് കണ്ടു.

"ജോർജ്... നിങ്ങളോ?"

"അതേ ഞാൻ തന്നെ. ജോർജ്."

"എനിക്ക് എങ്ങനെ നിങ്ങളെ കാണാൻ പറ്റുന്നെ?"

"താൻ ഇത്രയും നേരമാ ജോസിയുടെ അഭിനയം കണ്ടിരുന്നില്ലെ. ഇനി എന്നെ നേരിട്ട് കണ്ടോ."

ശരത്തിന്റെ കൈ മെല്ലെ വിറച്ചു തുടങ്ങി.

"പേടിക്കണ്ട, ഞാൻ തന്നെ ഒന്നും ചെയ്യില്ല. എനിക്ക് തന്റെ സഹായം വേണം. എന്റെ കുട്ടികൾ അപകടത്തിലാണ്. അവരെ രക്ഷിക്കണം."

ശരത് ഒരു നിമിഷത്തെ ആലോചനക്ക് ശേഷം പറഞ്ഞു തുടങ്ങി.

"പറയൂ ജോർജ് നിങ്ങൾക്കും നിങ്ങളുടെ കുടുംബത്തിനും എന്താണ് സംഭവിച്ചത്?"

റേയയുടെ കൈയിൽ കുട്ടികളെ ഏല്പിച്ചതും, എൽസയുമൊത്തയാൾ വണ്ടിയിൽ പോയതും, വഴിക്ക് വച്ച് വണ്ടി നിന്നുപോയതും, നീരയുടെ രൂപത്തിൽ വന്ന റേയ അവരുടെ ജീവൻ എടുത്തതും ജോർജ് ശരത്തിനെ പറഞ്ഞു കേൾപ്പിച്ചു.

"എന്റെ ഇളയ മകളെ റേയ വകവരുത്തി. അവരുടെ ലോകത്ത് നിന്നും താഷയെ അവർ ഭൂമിയിൽ മറ്റൊരു ചെറുപ്പക്കാരിയുടെ ശരീരത്തിൽ എത്തിച്ചു. ഇനിയെന്റെ രണ്ട് ആൺമക്കളിൽ ഒരാളെ കൂടി കുരുതി കൊടുത്താൽ വിവാനും ഈ ഭൂമിയിൽ എത്താം."

"അവരുടെ ലോകത്ത് നിന്നും ആകെ മൂന്നു പേർക്കേ ഇങ്ങോട്ട് വരേണ്ടതായി ഉള്ളോ?"

"ഇവർ ഇവിടെ വന്ന്, വീണ്ടും ബലികൾ നടത്തി ബാക്കിയുള്ള സഞ്ചാരികൾക്ക് ഇങ്ങോട്ട് വരാനായി വീണ്ടും ഭൂമിയുടെ രഹസ്യ കാവടങ്ങൾ തുറന്ന് കൊടുക്കും."

"അവർക്ക് മറ്റൊരു ലോകം ഉണ്ടല്ലോ പിന്നെ എന്തിനാണ് ഇതെല്ലാം ചെയ്യുന്നത്? "

"നമുക്ക് മനസ്സിലാക്കാൻ പറ്റുന്നതിലുമപ്പുറമാണ്

സഞ്ചാരികളുടെ ലോകം. മരണം അവർക്കൊരു അവസാനമല്ല, മറ്റൊരു ജീവിതത്തിന്റെ തുടക്കം മാത്രമാണ്. നരബലി കഴിച്ച് അവർ ഒരു ലോകത്ത് നിന്നും മറ്റൊരു ലോകത്തേക്ക് സഞ്ചരിക്കുന്നു. മറ്റൊരു ലോകത്ത് എത്തി ചേർന്നാൽ, അവർ ആ ലോകത്തേയും നശിപ്പിച്ചു മറ്റൊരു ലോകത്തേക്ക് പോകും. അവർ ഒരുതരം വെട്ടുക്കിളികളെ പോലെയാണ്, പുതിയ ലോകത്തേക്ക് പറന്നിറങ്ങി അവിടുന്ന് ആവശ്യമുള്ളത് സ്വീകരിച്ചു കഴിയുമ്പോൾ, ആ ലോകവും നശിപ്പിച്ച ശേഷം മറ്റൊരു ലോകത്ത് പോയി കുടിയേറുന്നു."

"അപ്പോൾ നീര. അവളെ എങ്ങനെ മറ്റൊരു ലോകത്തു നിന്നും തിരികെ കൊണ്ടു വരും?"

"സഞ്ചാരികൾ സഞ്ചരിക്കുന്നത് ചിന്തകളിലൂടെയാണ്. മനസ്സ് ഏകാഗ്രമാക്കി നിറുത്തിയാൽ അവൾക്ക് ഒരു പക്ഷേ അവളിലേക്ക് തന്നെ തിരികെ വരാം."

"അതെങ്ങനെ?"

"ബുദ്ധൻമാരുടെ ഒരു രീതിയുണ്ട് അതിനെ ' 'സെൻ'എന്നാ പറയുക. മെഡിറ്റേഷന്റെ കൂടിയ രൂപമാണത്. അതേ പറ്റി കൂടുതലായി എനിക്ക് അറിയില്ല. എനിക്ക് ഇപ്പോൾ അത്യാവശ്യം എന്റെ രണ്ടു മക്കളെ നിങ്ങൾ എങ്ങനേലും രക്ഷിക്കുക എന്നതാണ്. ശരത് നിങ്ങൾ എന്തെങ്കിലും ചെയ്യണം." ജോർജ് തന്റെ ഇരു കൈകളും കൂപ്പി ശരത്തിനോട് അപേക്ഷിച്ചു.

ഇത്രയും പറഞ്ഞ ശേഷം ജോർജ് ശരത്തിന്റെ അടുത്തു നിന്നും മാഞ്ഞു പോയി.

'സെൻ' അവസ്ഥയെ പറ്റി ശരത്തിന് അറിവുണ്ട്. എന്നാലും നീരക്ക് അതേപറ്റി എങ്ങനെ പറഞ്ഞു കൊടുക്കാൻ.

"എന്തായാലും ജോർജിന്റെ മക്കളെ രക്ഷപ്പെടുത്തണം."

* * * * *

തങ്ങളുടെ അനിയത്തിയെയും, മാതാപിതാക്കളെയും കാണാത്ത ദുഃഖത്തിൽ ജോർജിന്റെ മൂത്ത രണ്ട് ആൺമക്കൾ ഉറക്കെ കരയുകയാണ്. ചുറ്റും നടക്കുന്നത് എന്താണെന്നു മനസ്സിലാവാതെ ഒരു മയക്കത്തിൽ എന്ന പോലെ ആര്യനും ഇരിപ്പുണ്ട്.

കോകോയുടെ പ്രാണൻ ഏതാണ്ട് തീരാറായ മട്ടിലുമായി.

നീരയുടെ apartment ഇന്റെ മുൻ വാതിലിൽ ഒരു മുട്ടു കേട്ടു.

റേയ കതക് തുറന്നു, ഒരു സ്വപ്നത്തിൽ എന്ന പോലെ വെളുത്ത നീണ്ട വസ്ത്രം ധരിച്ചു, മെലിനയുടെ രൂപത്തിൽ താഷ അവിടേക്ക് ഒഴുകി വന്നു.

റേയ അവളെ കണ്ടതും, മെലിനയുടെ മുന്നിൽ അടിമയെ പോലെ മുട്ടു കുത്തി നിന്നു.

"മിടുക്കി." മെലിന റേയയെ അഭിനന്ദിച്ചു.

"വരു നമുക്ക് പോകാം." മെലിന അവളെ നോക്കി പറഞ്ഞു.

എങ്ങോട്ടെന്ന് ചോദിക്കാൻ നിൽക്കാതെ റേയ ബലിക്കായി മാറ്റി വച്ചിരിക്കുന്ന മൂന്നു മനുഷ്യ ജന്മങ്ങൾക്ക് നേരെ നടന്നു.

ജോർജിന്റെ രണ്ട് മക്കളും പിന്നെ ആര്യനും.

* * * * *

ശരത് നീരയുടെ apartmentനെ ലക്ഷ്യമാക്കി നടന്നു. അയാൾക്കൊപ്പം രണ്ടു പോലീസുകാരുമുണ്ടായിരുന്നു.

"എടോ തനിക്ക് ഉറപ്പുണ്ടോ, ജോർജിന്റെ മക്കൾ അവിടെ കാണുമെന്ന്?" പോലീസുകാരിൽ ഒരാൾ ചോദിച്ചു.

"എനിക്ക് കിട്ടിയ ഇൻഫർമേഷൻ അങ്ങനെ ഒന്നായിരുന്നു സർ." ശരത് പറഞ്ഞു നോക്കി.

"ആ എന്നാ ശരി. നമുക്ക് നോക്കാം."

അവർ നീരയുടെ apartment ഇന്റെ മുൻ വാതിലിൽ കൊട്ടി. അകത്തു നിന്നും അനക്കം കേൾക്കുന്നില്ല.

"അകത്താരുമില്ലെന്ന് തോന്നുന്നു." മറ്റൊരു പോലിസുകാരൻ അഭിപ്രായപ്പെട്ടു.

"ഇല്ല സർ അകത്തു ആളുണ്ട് സർ." ശരത് ഉറച്ചു നിന്നു.

"ഇതിപ്പോൾ കതക് ചവിട്ടി തുറക്കേണ്ടി വരുമോ?"

"വേണ്ട സർ spare കീ എന്റെ കൈയിലുണ്ട്."

"എന്നാൽ തുറന്നാട്ടെ."

"അല്ല തന്റെ കൈയിൽ എങ്ങനെ spare കീ വന്നു."

"അന്ന് നീര ആത്മഹത്യക്ക് ശ്രമിച്ചപ്പോൾ കതക് കുത്തി തുറന്നാ നമ്മൾ അകത്തു കയറിയത്. അതിനു ശേഷം

ഞാനാണ് ഇതിനൊരു പുതിയ താഴിട്ടത്." വീടിന്റെ മുൻവാതിൽ തുറന്ന് ശരത് അകത്തു കയറി.

വീടിന്റെ അകം വിജനമായി കാണപ്പെട്ടു.

"അവൾ കുട്ടികളുമായി മാറി പോയിരിക്കുന്നു." ശരത് അഭിപ്രായപ്പെട്ടു.

"തെളിവുകൾ ഇല്ലാതെ നിങ്ങളൊരു സ്ത്രിയുടെ മേലിങ്ങനെ കുറ്റം ആരോപിക്കരുത്." പോലീസുകാരൻ ശരത്തിനെ പറഞ്ഞു തിരുത്തി.

അകത്ത് എവിടെ നിന്നോ ഒരു കരച്ചിൽ കേട്ടു.

'കോകോ. '

20

വജ്രാസനം

മെലിനയും സംഘവും കാടിനുള്ളിലെ ക്ഷേത്രത്തിലെത്തി. അവർ അമ്പലത്തിനുള്ളിലേക്ക് ഒരു രഹസ്യ കവാടം വഴി പ്രവേശിച്ചു. അവിടെ അവരെ കാത്താ കറുത്ത രൂപം നിൽപ്പുണ്ടായിരുന്നു.

“നമ്മളിത് എവിടെയാണ്? എനിക്ക് ചുറ്റുമുള്ളതൊന്നും വ്യക്തമായി കാണാൻ സാധിക്കുന്നില്ല.” പാതി ബോധത്തിൽ ആര്യൻ അഭിപ്രായപ്പെട്ടു.

“നീ സുരക്ഷിതമായ ഒരു സ്ഥലത്താണ് പൊന്നെ. നമ്മൾ Archeology പഠിക്കുന്നവർ ഇങ്ങനെയുള്ള ഗുഹാ ക്ഷേത്രങ്ങളൊക്കെ കണ്ടിരിക്കണ്ടേ?” റേയ അവന്റെ ചിന്തകളെ വഴി മാറ്റി വിട്ടുകൊണ്ടിരുന്നു.

അവനെ അവൾ പലതും നൽകി പ്രതികരണ ശേഷി നഷ്ടപ്പെട്ട അവസ്ഥയിൽ ആക്കിയിരുന്നു.

കറുത്ത രൂപത്തെ അടുത്ത് കണ്ടപ്പോൾ റേയ അവരുടെ മുന്നിലും ബഹുമാന പൂർവ്വം മുട്ടു കുത്തി.

ആ കറുത്ത രൂപം മെല്ലെ സംസാരിച്ചു തുടങ്ങി.

“നമുക്ക് വാതിലുകൾ തുറക്കുവാനുള്ള സമയമായി. ഭൗമിക ഉടനെ തന്നെ നാശത്തിലേക്ക് നീങ്ങും. ബാക്കിയുള്ളവർക്കും ഭൂമിയിലേക്ക് വരാൻ സമയമായി. ഇനിയും നരബലികൾ വേണ്ടി വരും. ഒരു ആത്മാവിന് പകരം മറ്റൊന്ന്. കുട്ടികളെ ബലിക്കായി എത്രയും കിട്ടുന്നോ അത്രയും നല്ലത്.” ജോർജിന്റെ രണ്ടു മക്കളെ നോക്കികൊണ്ടാ കറുത്ത രൂപം പറഞ്ഞു.

കുട്ടികൾ രണ്ടും അപ്പോഴും ഉറക്കത്തിൽ ആയിരുന്നു.

ആ കറുത്ത രൂപം പിന്നീടവിടെ പൂജകൾ ചെയ്യുവാനുള്ള നീക്കങ്ങൾ തുടങ്ങി.

റേയക്ക് എതിരായി മെലിന നിന്നു. മന്ത്രവാദിനികളെങ്കിലും രണ്ടിൽ ആരാണ് കൂടുതൽ സുന്ദരിയെന്ന് പറയാൻ സാധിക്കുമായിരുന്നില്ല.

ആര്യൻ അവന്റെ പാതി ബോധത്തിലും ഈ കാഴ്ചകളൊക്കെ കാണുന്നുണ്ടായിരുന്നു.

* * * * *

മറ്റൊരു ലോകത്ത് താഷക്ക് പകരം കർമ്മങ്ങൾ ചെയ്യാൻ വിവാൻ ഒരുങ്ങി കഴിഞ്ഞിരുന്നു. അവിടെ വിവാനേ കൂടാതെ ആരെല്ലാമോ വെള്ള വസ്ത്രങ്ങൾ ധരിച്ച്, അനുയായികളെ പോലെ മാന്ത്രിക കളത്തിന് ചുറ്റിനുമായി ഒത്തുകൂടിയിട്ടുണ്ട്.

നീര ഇതെല്ലാം നിസംഗതയോടെ ഇരുന്നു കാണുന്നുണ്ടായിരുന്നു. അവളുടെ മനസ്സിലിപ്പോഴും കുഞ്ഞു തമീരയുടെ മുഖം പിടയുന്നുണ്ടായിരുന്നു.

ഇടയ്ക്ക് എപ്പോഴോ നീര ഒരു മയക്കത്തിലേക്ക് വഴുതി വീണു.

"നീര... നീര..." ശരത്തിന്റെ ശബ്ദം നീരയുടെ കാതുകളിൽ മുഴങ്ങി.

"മ്മം..." നീര ആ മയക്കത്തിലും വിളികേട്ടു.

"എടോ താൻ ഓക്കേ ആണോ?" ശരത് ചോദിച്ചു.

അവർക്ക് ചുറ്റുമിപ്പോൾ ഇരുണ്ടയൊരു ലോകമായിരുന്നു. പ്രകാശത്തിന്റെ ഒരു നേർത്ത രശ്മി മാത്രം അവിടെക്ക് കടന്ന് വരുന്നുണ്ടായിരുന്നു.

"എടോ ഞാനിപ്പോൾ ഒരു കൊലപാതകിയാണ്. ഒരു കുഞ്ഞു പെൺകൊച്ചിനെ എന്തൊക്കെയോ കൂടോത്രം എന്നിൽ ചെയ്ത് അവർ എന്നെകൊണ്ട് കൊല്ലിച്ചു."

"നീര, താൻ ഇപ്പോൾ ഇങ്ങനെ മാനസികമായി തളർന്നാൽ ശരിയാവില്ല. അവിടെ ഇനിയും കൊല നടക്കും. ഒരു കൂട്ടം ആത്മാക്കൾ ഒരു ലോകത്ത് നിന്നും മറ്റൊരു ലോകത്തേക്ക് കുടിയേറി പാർക്കാനുള്ള ശ്രമത്തിലാണ്. അതിനായ് ഇനിയും

നരബലികൾ നടക്കപ്പെടും. ജോർജിന്റെ രണ്ട് ആൺമക്കളാവും അടുത്ത ഇരകൾ. അതിലൂടെ വിവാൻ ആര്യന്റെ ശരീരത്തിൽ എത്തപ്പെടും. പിന്നീട് അവർ മൂവരും ഭൂമിയിൽ എത്തിയാൽ പിന്നെയെന്ത് സംഭവിക്കുമെന്ന് ഒരു പിടിയുമില്ല."

"ശരത്... ഇനിയും മരണങ്ങളോ? അതും കുഞ്ഞുങ്ങൾ? എനിക്ക് ആലോചിക്കാൻ കൂടി വയ്യ."

"കുട്ടികൾ നിഷ്കളങ്കരാടോ, അവരുടെ ആത്മാവ് അതുകൊണ്ട് തന്നെ ഈ കൂട്ടർക്കു വിലപ്പെട്ടയാണ്. നിന്നിൽ പ്രവേശിക്കാൻ റേയ ഈ ലോകത്തെ മിഷയെ ബലികൊടുത്തു. പിന്നെ ആർക്കോ വേണ്ടി തമീരയെയും."

"ആർക്കോ വേണ്ടിയല്ല. താഷക്ക് വേണ്ടി."

"മം." ഒരു നിമിഷത്തേക്ക് ഇരുവരും മൗനം പാലിച്ചു.

നീര ഒന്ന് എഴുന്നേറ്റിരുന്നു.

"പറയൂ ശരത്, ഞാൻ എന്ത് ചെയ്യണം? എങ്ങനെ ഇതിൽ നിന്ന് രക്ഷനേടാം?"

"നമുക്കൊരു പരീക്ഷണം ആവാം."

"മം."

"ബുദ്ധമതക്കാരുടെ സെൻ രീതിയിലുള്ള ധ്യാനാവസ്ഥയെ പറ്റി കേട്ടിട്ടുണ്ടോ?"

"ഉണ്ട്. ഞാൻ വായിച്ചിട്ടുണ്ട്."

"ഇനി കർമ്മകൾ തുടങ്ങുമ്പോൾ മുതൽ തന്നെ താനാ അവസ്ഥയിൽ എത്തണം."

"അതൊക്കെ, ഞാനെങ്ങനെ ഈ ചുരുങ്ങിയ നേരം കൊണ്ട് എത്തി പിടിക്കും."

"തനിക്ക് മനസ്സിലായില്ലേ നീര. താനൊരു മീഡിയം ആണ്. ഈ രണ്ടു ലോകങ്ങൾ തമ്മിൽ ചിന്തകൾ കൊണ്ടും ശരീരം കൊണ്ടും താൻ ബന്ധപ്പെട്ടു കിടക്കുകയാണ്. അതുകൊണ്ട് തന്നെ നീര വിചാരിച്ചാൽ പലതും ചെയ്യാൻ സാധിക്കും."

"ഒന്ന് വിശദമായി പറയാമോ?"

"എനിക്ക് അറിയാവുന്ന പോലെ ഞാൻ പറയാം."

"ശരി... പറയൂ."

"നമ്മുടെ മനസ്സിൽ എപ്പോഴും എന്തെങ്കിലും ചിന്തകൾ കാണും."

"കാണും."

"മിഷയെ പറ്റി, ഈ ലോകത്തെ പറ്റി, ആഹാരത്തെ പറ്റി... പ്രണയം, കാമം... അങ്ങനെ പലതും."

"ഉണ്ട്. എപ്പോഴും ഉണ്ട്."

"അങ്ങനെയുള്ള ഒരു ചിന്തകളും തന്റെ മനസ്സിൽ തെളിയിക്കാതെ, തന്റെ മനസ്സ് താൻ ഏകാഗ്രമായി നിറുത്തണം."

"അതെങ്ങനെ... ഒരു ചിന്തയുമില്ലാതെ... ഉറങ്ങി പോവില്ലേ?"

"പണ്ടുള്ള മഹർഷിമാർ ഓംകാര മന്ത്രം ജപിച്ചു മനസ്സിനെ പിടിച്ചു നിറുത്തുമായിരുന്നു. അങ്ങനെ വല്ല മന്ത്രവും മനസ്സിൽ തനിക്കൊന്നു ഉരുവിട്ട് നോക്കരുതോ."

"എടോ, എനിക്കതിന് അങ്ങനെയൊരു വിശ്വാസമൊന്നുമില്ല."

"ഇവിടെ വിശ്വാസങ്ങളല്ല പ്രശ്നം. ചിന്തകളെ പിടിച്ചു നിറുത്തുന്നതാണ് കാര്യം. അതിനിപ്പോ താൻ മനസ്സിൽ കൊന്ത ചൊല്ലിയാലും മതി."

"എന്റെ പൊന്നു ശരത്തെ, ഭൂമിയിലെ ദൈവങ്ങളെയും ഇവിടുത്തെ പിശാചുക്കളെയും കൊണ്ട് ഞാൻ മടുത്തു. ഇതിലൊന്നും എന്റെ ചിന്തകൾ ഏകാഗ്രമായി നിൽക്കില്ലെടോ."

"തന്റെ ശരീരം ഇവിടെ ഉണ്ടേലും, തനിക് ചുറ്റും നടക്കുന്നയൊന്നും തന്റെ ചിന്തകളിൽ തെളിഞ്ഞു വരാത്തയൊരവസ്ഥ താൻ എങ്ങനെയും സൃഷ്ടിച്ചെടുത്തെ മതിയാവു."

"ഭൂമിയിലെ ദൈവങ്ങൾ ശരിക്കും ഉണ്ടായിരുന്നെങ്കിൽ വല്ലോ പൂജയും ഹോമവുമൊക്കെ നടത്തിയാൽ മതിയായിരുന്നു. ഇതു മൊത്തം spirituality അഥവാ ആത്മാവിനെ വച്ചുള്ളയൊരു കളിയായി പോയി."

"വിശ്വാസം എന്നു പറഞ്ഞാൽ തന്നെ നമ്മുടെ ചിന്തകൾ അല്ലെടോ? ദൈവം ഉണ്ടെന്ന വിശ്വാസം, ചെകുത്താൻ ഉണ്ടെന്ന വിശ്വാസം. എല്ലാം നമ്മുടെ വിശ്വാസം അഥവാ ചിന്തകൾ ആണ്. അതുകൊണ്ട് ചിന്തകളെ തന്നെ ഇല്ലാതെ ആക്കണം."

"The art of enlightenment, അതായത് ജ്ഞാനോദയം. അതൊക്കെ എന്നെ പോലുള്ള ഒരു സാധാരണക്കാരിക്ക് പറ്റുമോ?"

"ശ്രമിച്ചു നോക്ക്. ബുദ്ധനും ഒരു സാധാരണ മനുഷ്യൻ

ആയിട്ടായിരുന്നു ഭൂമിയിൽ ജന്മം കൊണ്ടത്. പിന്നെ ഭൂമിയിൽ നിന്നുമുള്ള എല്ലാ കെട്ടുപാടുകളിൽ നിന്നുമൊരു മോചന മെന്നപോലെ ധ്യാനത്തിലൂടെ ജ്ഞാനോദയം അതിലൂടെ മോക്ഷപദം."

"കൊള്ളാം ദുർമന്ത്രവാദത്തിന് പകരം സാത്വികമായ മാർഗ്ഗം. ഇതൊക്കെ നടപടി ആവുമോ?"

"നീര, എനിക്ക് തോന്നുന്നു നമുക്ക് സമയം വളരെ കുറവാണെന്ന്. അതുകൊണ്ട് താനൊന്ന് ശ്രമിച്ചു നോക്ക്. ചിന്തകൾ ഒന്നും തന്നെ ഇല്ലാത്ത അവസ്ഥ. ശൂന്യത."

"എന്തെങ്കിലും ഒന്നിനെ പറ്റി ചിന്തിക്കാതെ എങ്ങനെ?"

"ആദ്യം മുട്ടു മടക്കി നിലത്തു ഇരിക്കുക, നട്ടെല്ല് നിവർത്തി പിടിക്കുക."

"യോഗയിലെ വജ്രാസനം ആണോ ഉദ്ദേശിച്ചത്?"

"അതേ,എന്നിട്ട് ഉള്ളിലേക്കും പുറത്തേക്കും കടത്തി വിടുന്ന ശ്വാസം മാത്രം ശ്രദ്ധിക്കുക, അതുമാത്രം."

"അതു ശ്രമിക്കാം."

"പിന്നീട് സ്നേഹം, സന്തോഷം, സഹാനുഭൂതി തുടങ്ങിയ പോസിറ്റീവ് ആയിട്ടുള്ള എന്തിലേലും മനസ്സ് പൂട്ടി ഇടാൻ നോക്കണം."

"അതു വീണ്ടും ചിന്തകളിലേക്ക് നയിക്കില്ലേ?"

"അതും ശരിയാണ്." ശരത് സമ്മതിച്ചു.

"എങ്കിൽ നമുക്ക് ശ്വാസം അകത്തോട്ടും പുറത്തോട്ടു മെടുക്കുന്നത് മാത്രമെണ്ണി മനസ്സിനെ പിടിച്ചു നിറുത്താം. അതാകുമ്പോ ചിന്തകൾ വെടിഞ്ഞു യാഥാർഥ്യങ്ങളുമായി കൂടുതൽ ചേർന്ന് നിൽക്കും."

"എന്നാ ഞാൻ പോകട്ടെ, താൻ ഇതൊന്ന് പരീക്ഷിക്കു. ഞാൻ ജോർജിന്റെ മക്കളേ ഒന്ന് ഇവിടെ കണ്ടെത്താൻ പറ്റുമോയെന്ന് നോക്കട്ടെ."

"എടോ... ഒരു നിമിഷം."നീര ശരത്തിനെ പിടിച്ചു നിറുത്തി.

"എന്തെ?"

"എടോ താൻ സത്യത്തിൽ ആരാണ്? തനിക്ക് എങ്ങനെ ഇങ്ങനെ എന്നോട് മിണ്ടാൻ കഴിയുന്നു?"

"അതിനുള്ള ഉത്തരം താൻ ഭൂമിയിൽ എത്തുമ്പോൾ നമുക്ക്

ഒരുമിച്ചു കണ്ടു പിടിക്കാം." ഒരു ചെറിയ ചിരിയോടെ നീരയുടെ ചിന്തകളിൽ നിന്നും ശരത് മാഞ്ഞു.

നീര മയക്കത്തിൽ നിന്നും എഴുന്നേറ്റു. അവൾക്ക് ചുറ്റും നോക്കി. അവൾ ഇപ്പോഴും പിരമിഡിന്റെ ആകൃതിയിലുള്ള ഒരു ചില്ല് കൂട്ടിന്റെ അകത്താണ്.

വിവാനും അനുയായികളും, എന്തെല്ലാമോ ജപിക്കുകയും, പൂക്കളും സുഗന്ധദ്രവ്യങ്ങൾ കൊണ്ട് എന്തെല്ലാമോ പൂജകളും ചെയ്യുന്നുണ്ട്.

ശരത് പറഞ്ഞത് പോലെ ചിന്തകളൊന്നുമില്ലാത്ത അവസ്ഥയിലേക്ക് മനസ്സിനെ കൊണ്ടെത്തിക്കാനുള്ള ധ്യാനമൊന്ന് പരീക്ഷിക്കാൻ നീര തീരുമാനിച്ചു.

അവൾ ശരത് പറഞ്ഞത് പോലെ

വജ്രാസനത്തിൽ ഇരിക്കാനുള്ള ശ്രമം തുടങ്ങി.

അവൾ മുട്ടുകൾ മടക്കി ഇരുന്ന ശേഷം

രണ്ടു കാലുകളും മടക്കി പൃഷ്ഠത്തോട് ചേർത്ത് വച്ചു. രണ്ടു പാദങ്ങൾക്കും ഇടയിൽ പൃഷ്ഠം തറയിൽ പതിഞ്ഞിരിക്കുന്നമാതിരി ഒന്നൂടെ നിലത്തുന്നു. കൈപത്തികൾ കാൽമുട്ടുകളിൽ പതിച്ചു വച്ച ശേഷം അവൾ അകത്തേക്കും പുറത്തേക്കും ദീർഘശ്വാസങ്ങളെടുത്തു.

"ഒന്ന്... രണ്ട്..." ഇത്രയും മനസ്സിൽ അവൾ എണ്ണി കഴിഞ്ഞതും അവളുടെ മനസ്സിൽ ആദ്യത്തെ ചിന്ത വന്നു." വിവാനാ കുട്ടികളെ കൊല്ലാൻ ഇവിടെയ്ക്ക് കൊണ്ടു വന്നു കാണുമോ?" നീരയുടെ കണ്ണുകൾ താനെ തുറന്നു, അവൾ പുറത്തേക്ക് നോക്കി. അവിടെ വിവാനും അനുയായികളും മാത്രം. പിന്നെ കുറച്ചു മാറിയായി താഷയുടെ ശവ ശരീരം കിടന്നിരുന്നു. നീര നോക്കി നിൽക്കെ അനുയായികളിൽ ചിലർ താഷയുടെ ശവ ശരീരം ഈജിപ്ഷ്യൻ മമ്മികളെ പോലെ ഏതൊക്കെയോ പച്ചില മരുന്നും വെളുത്ത തുണിയും ചേർത്ത് അതിനെ വൃത്തിയിൽ പുതച്ചു വയ്ക്കുന്ന കണ്ടു.

"ഒരുപക്ഷേ താഷ വീണ്ടുമാ ശരീരത്തിൽ തന്നെ പുനർജ്ജനിക്കുമായിരിക്കും." നീര ചിന്തിച്ചു "അയ്യോ എന്റെ ധ്യാനം."

നീര വീണ്ടും തന്റെ ശ്വാസം എണ്ണി തുടങ്ങി, മനസ്സിനെ പിടിച്ചു നിറുത്താൻ നോക്കി.

"ഒന്ന്... രണ്ട്... മൂന്നു..." അവൾ മനസ്സിൽ ശ്വാസം എണ്ണി തുടങ്ങി. ഇത്തവണ അഞ്ച് എന്ന് എണ്ണി കഴിഞ്ഞതും നീരയുടെ മനസ്സിലേക്ക് തമീരയുടെ മുഖം ഓടി വന്നു. അവൾ രക്തത്തിൽ കുളിച്ചു കിടക്കുന്ന രംഗം നീരയെ അസ്വസ്ഥയാക്കി. അവൾ വീണ്ടും കണ്ണുകൾ തുറന്നു പോയി.

"ശേ! " നീര സ്വയം അവളെ തന്നെ പഴിച്ചു. "ഒരു മിനിറ്റ് എങ്കിലും മനസ്സിനെ കടിഞ്ഞാൺ ഇടാൻ തന്നെകൊണ്ട് ആവില്ലേ?"

നീര വീണ്ടും കണ്ണുകൾ അടച്ചു.

അവൾ മെല്ലെ ശ്വാസം ഉള്ളിലേക്ക് എടുത്തു തുടങ്ങി. അതിനനുസരിച്ചു അവൾ എണ്ണി തുടങ്ങി "ഒന്ന്... രണ്ട്... മൂന്നു... ഒൻപത്." ഈത്തവണ അവളുടെ മനസ്സിലേക്ക് ഓടി വന്ന ചിത്രം, മിഷയുടെതായിരുന്നു. "രക്തത്തിൽ കുളിച്ച അടിവ സ്ത്രങ്ങൾ നീട്ടി പിടിച്ചു കൊണ്ട് മിഷ അമ്മ... അമ്മ... എന്ന് നീരയെ നോക്കി വിളിക്കുകയാണ്." ഒരു പരിധി കഴിഞ്ഞപ്പോൾ നീര കണ്ണുകൾ വീണ്ടും തുറന്ന് "മിഷ." എന്ന് ഉറക്കെ വിളിച്ചു പോയി.

"ഇത്ര പാടാണോ മനസ്സിനെയൊന്ന് ഏകാഗ്രമായി നിറുത്താൻ? ചിന്തകൾ ഇല്ലാത്ത അവസ്ഥ... അതെങ്ങനെ താൻ നേടിയെടുക്കും?"

നീര വ്യാകുലചിത്തയായി ഇരുന്നു.

* * * * *

ശരത് ജോർജിന്റെ മക്കളെ എങ്ങനെ കണ്ടെത്തും എന്ന ചിന്തയിൽ ആയിരുന്നു.

കുഞ്ഞുങ്ങളുടെ ജീവനെങ്കിലും രക്ഷിക്കണം. അയാൾ അങ്ങനെ മനസ്സിൽ ഓർത്തതും അയാളുടെ മുന്നിലിരുന്ന ചെടിചട്ടി മെല്ലെ നിലത്ത് വീണു പൊട്ടി.

"ഇതെങ്ങനെ പൊട്ടി?" എന്ന് ചോദിച്ചു തീരുന്നതിനു മുൻപ് ശരത്തിന്റെ മുന്നിൽ ഒരു രൂപം തെളിഞ്ഞു വന്നു.

അത് മാറ്റാരുമായിരുന്നില്ല ജോർജ് ആയിരുന്നു.

"ഹോ! താൻ ആയിരുന്നോ." ശരത് ജോർജിന്റെ പ്രേതത്തെ കണ്ടപ്പോൾ അറിയാതെ പറഞ്ഞു.

"ഞാൻ എത്ര നേരമായെന്നോ തന്നോടൊന്ന് മിണ്ടാൻ ശ്രമിക്കുന്നു?" ജോർജ് പറഞ്ഞു.

"അതിനാണോ താനെന്റെ ചെടി ചട്ടി തള്ളി താഴെയിട്ട് പൊട്ടിച്ചത്?"

"എടോ വേറെ മാർഗ്ഗമില്ലായിരുന്നു."

"ഞാൻ തന്റെ മക്കളെ എങ്ങനെ രക്ഷിക്കും എന്ന് ആലോചിച്ച് നിൽപ്പായിരുന്നു. തനിക്ക് വല്ല നിശ്ചയവുമുണ്ടോ?"

"കാടിന്റെ നടുക്കൊരു അമ്പലം..." ജോർജത് മുഴുമിപ്പിച്ചില്ല അതിനു മുന്നേ തന്നെ ശരത് പറഞ്ഞു.

"എടോ, സ്ഥലമെനിക്ക് മനസ്സിലായി, റേയ ഈ ശിലാ ക്ഷേത്രത്തെ പറ്റി ഒരിക്കൽ എന്നോട് ചോദിക്കുക ഉണ്ടായി. അഗസ്ത്യാർകൂടം..." ഇതും പറഞ്ഞു ശരത് ജോർജിനു നേരെ നോക്കി. ജോർജ് അയാളുടെ കണ്മുന്നിൽ നിന്നും വീണ്ടും മാഞ്ഞു പോയിരിക്കുന്നു.

"ശ്ശെടാ! ഇതെങ്ങനെ എനിക്ക് മാത്രം ജോർജിനെ കാണാം, നീരയോട് മിണ്ടാം... ഇതൊക്കെ എങ്ങനെ എനിക്ക് മാത്രം? ജോസി പിന്നെ ഉടായിപ്പ് ആണെന്ന് എങ്കിലും കരുതാം. പക്ഷേ ഞാൻ!" ശരത് പിന്നെ അതേപറ്റി കൂടുതൽ ചിന്തിക്കാൻ നിന്നില്ല.

"എത്രയും പെട്ടെന്ന് അഗസ്ത്യാർകൂടമെത്തണം, ആ സ്ഥലം കണ്ടു പിടിക്കണം. പോലീസിന്റെ സഹായം തേടിയാലോ?" അയാൾ ആലോചിച്ചു. "വേണ്ട ആരും തന്നെ വിശ്വസിക്കില്ല."

പണ്ട് കാക്കയെ വെടിവച്ച് ഓടിക്കുവാൻ വേണ്ടി ശരത് ഒരു എയർ ഗൺ സ്വന്തമാക്കിയിരുന്നു. അയാൾ അതും കൂടി ഒരു ബലത്തിന് തന്റെ കൈയിൽ കരുതി.

* * * * *

"ഒന്ന്... രണ്ട്... മൂന്ന്... പതിനഞ്ച്... ഇരുപത്... മൂപ്പത്..." നീര തന്റെ ശ്വാസം നിറുത്താതെ എണ്ണികൊണ്ടിരുന്നു. അവളുടെ ഉള്ളിലേക്ക് പല ചിന്തകളും അനുവാദമില്ലാതെ കടന്നു വരാൻ ശ്രമിച്ചു കൊണ്ടെയിരുന്നു. പക്ഷേ നീര അവയെ എല്ലാം തടുത്തു നിറുത്തി ഏകാഗ്രമായി മുന്നേറുക തന്നെ ചെയ്തു.

*(ഈ കഥയെ ദൈവീക പരിവേഷത്തോടെ സമീപിക്കരുത്
പകരം ആത്മീയ തലത്തിൽ ഒന്ന് കണ്ടു നോക്കു.)*

21

അഗ്നിയും ജലവും

കാടിനുള്ളിലെ ക്ഷേത്രം കണ്ടു പിടിക്കാൻ ശരത്തിന് അധികം ബുദ്ധിമുട്ട് ഉണ്ടാകുമെന്നാണ് അയാൾ കരുതിയിരുന്നത്. എന്നാൽ, കാടു കയറി മലകയറി ശരത് മുൻപോട്ട് പോകുമ്പോൾ, മൂന്നാല് പേർ കുറച്ചു കൊച്ചു കുട്ടികളുമായി എങ്ങോട്ടോ പോകുന്നത് ശരത്തിന്റെ ശ്രദ്ധയിൽ പെട്ടിരുന്നു. കുട്ടികളെ കണ്ടാൽ ദരിദ്രരായ കുടുംബത്തിലെ ആണെന്ന് അവരുടെ വേഷവിധാനങ്ങളിലൂടെ തന്നെ തിരിച്ചറിയാം. ഒന്നില്ലേ അനാഥ കുട്ടികൾ അതും അല്ലെങ്കിൽ റോഡ് അരികിലെ യാചകർ.

ശരത്തിന് കാര്യം പിടികിട്ടി. "ഇവരെല്ലാം ബലിക്ക് വേണ്ടിയാവും."

പിന്നീടാണ് ശരത് അതും ശ്രദ്ധിക്കുന്നത്. ഈ കുട്ടികളെ അനുഗമിക്കുന്ന മുതിർന്നവർ കണ്ടിട്ട് ഗുണ്ടകളല്ല. കുറച്ചു പ്രായം കുറഞ്ഞ ആണുങ്ങളും പെണ്ണുങ്ങളുമാണ്. അവരും സ്വബോധത്തിലല്ല. ഏതോ സ്വപ്നാടനത്തിലെന്ന പോലെ അവരുമാ കുട്ടികളുമായി മുൻപോട്ട് നടക്കുകയാണ്.

ശരത് അവർ അറിയാതെ അവരെ മെല്ലെ പിന്തുടർന്നു.

ഒടുവിലാ ക്ഷേത്രത്തിൽ ചെന്നെത്തി.

ഏതോ രഹസ്യ മാർഗ്ഗത്തിലൂടെ അവരെല്ലാം അമ്പലത്തിന്റെ ഉള്ളിലേക്ക് പാവകളെ പോലെ നടന്നു കയറി. ശരത്തും അവരുടെയൊപ്പം കൂടി.

ഉള്ളിൽ കണ്ട കാഴ്ച്ച ശരത്തിനെയൊന്ന് ഞെട്ടിക്കാതെയി

രുന്നില്ല.

ഒരു വലിയ മാന്ത്രിക കളം, അതിന് അഞ്ചു കൈകളുള്ള നക്ഷത്രത്തിന്റെ ആകൃതി ആയിരുന്നു. പിന്നെ അതിനു ചുറ്റുമൊരു വലിയ വൃത്തം.

എവിടെയും വിളക്കുകൾ തെളിച്ചു വച്ചിരിക്കുന്നതായി കാണാം.

ദൂരെ അല്ലാതെ ഒരു പരന്ന കരിങ്കല്ലു കാണാം. ശരത്തിന് കാര്യം മനസ്സിലായി. നരബലിക്കായുള്ള ബലി തറ. അതിന് അപ്പുറവും ഇപ്പുറവുമായി, രണ്ടു സുന്ദരികൾ നീണ്ട വെള്ള വസ്ത്രങ്ങൾ അണിഞ്ഞു നിൽക്കുന്നു.

മെലിനയും നീരയും.

ആ മുറിയിൽ എവിടെയും വിഗ്രഹ പ്രതിഷ്ഠകൾ ഉണ്ടായിരുന്നില്ല. എന്നാൽ കുറേ കരിങ്കൽ തൂണുകളും, അതിൽ കൊത്തി വച്ചിരുന്ന അപൂർവ്വങ്ങളായ ചില മൃഗങ്ങളുടെ കൊത്തു പണികളുമതിൽ ഉണ്ടായിരുന്നു.

മുറിയുടെ ഒരു കോണിൽ, പാതി മയക്കത്തിൽ ആര്യനും, ജോർജിന്റെ രണ്ട് കുഞ്ഞു മക്കളും കിടപ്പുണ്ടായിരുന്നു. ഇപ്പോൾ മല കയറി വന്നു കയറിയവരുടെ സംഘവും അവരുടെയൊപ്പം ചെന്നിരുന്നു. ആർക്കും വലിയ പ്രതികരണമില്ലായിരുന്നു.

ശരത്തും അവരുടെ കൂടെ ഇരുന്നു.

ശരത്തിന് ഒരാളെ ഒഴികെ എല്ലാവരെയും കാണുന്നുണ്ടായിരുന്നു. ആ കറുത്ത രൂപത്തെ മാത്രം ശരത് കണ്ടിരുന്നില്ല. എന്നാലാ കറുത്ത രൂപം കൃത്യമായി ശരത്തിനെ സാന്നിധ്യം അറിഞ്ഞിരുന്നു.

* * * * *

“നൂറ്, നൂറ്റിയൊന്ന്...” നീര എണ്ണിക്കൊണ്ടിരുന്നു. അവളുടെ ചിന്തകൾ പലതും അവളെ പലപ്പോഴായി തേടി വന്നു കൊണ്ടേയിരുന്നേലും നീര അവയ്ക്കൊന്നും വശംവദയാവാതെ പിടിച്ചു നിന്നും.

വിവാനും കൂട്ടരും അടുത്ത ബലികൾക്കുള്ള തയ്യാറെടുപ്പിലായിരുന്നു.

തമീരയുടെ മൂത്ത രണ്ടു സഹോദരങ്ങൾ കോസ്റ്റോ,

ജിമോ, അവരെ വിവാൻ ഇപ്പോൾ അവിടെക്ക് കൂട്ടി കൊണ്ടു വന്നിട്ടുണ്ട്.

രണ്ടാളും ചുറ്റും നടക്കുന്നതൊന്നും മനസ്സിലാക്കാൻ കഴിയാതെ അവരുടെ കൈയിൽ ഇരുന്നിരുന്ന ഐസ് ക്രീം മെല്ലെ നുണഞ്ഞു കൊണ്ടിരിക്കുകയായിരുന്നു.

പെട്ടെന്നാണ് ഇരുവരുടെയും ശ്രദ്ധ ചില്ല് കൂടിനുള്ളിൽ കിടന്നിരുന്ന നീരയുടെ മേൽ പതിക്കുന്നത്.

അവർ അവളെ കണ്ടതും

"മമ്മ... മമ്മ..." എന്നു വിളിച്ചു കൊണ്ട് നീരയുടെ അരികിലേക്ക് ഓടി.

നീര തന്റെ ധ്യാനത്തിലായിരുന്നു.

പലവട്ടം ചില്ലിൽ തട്ടി വിളിച്ചിട്ടും നീരയുടെ കണ്ണുകൾ തുറന്നില്ല. അവൾ കുഞ്ഞുങ്ങളുടെ ശബ്ദം കേട്ടില്ല.

വിവാൻ അപ്പോഴാണ് നീരയെ ശ്രദ്ധിക്കുന്നത്.

അവൾ എന്തിനോ ഉള്ള പുറപ്പാടിലാണെന്ന് വിവാന് തോന്നി തുടങ്ങി.

"റേയ... റേയ..." വിവാൻ നീരയെ കൂട്ടിൽ തട്ടി വിളിച്ചു നോക്കി.

നീര പ്രതികരിക്കുന്നില്ല.

വിവാൻ ഇത്തവണ അവളെ വിളിച്ചത് "നീര... നീര..." എന്ന പേരിൽ ആയിരുന്നു. എന്നിട്ടും നീര പ്രതികരിച്ചില്ല.

അവൾ വജ്രാസനത്തിൽ തന്നെ അനങ്ങാതെ ഇരിപ്പാണ്.

"ഒരുപക്ഷേ ഇതെല്ലാം നീരയുടെ അഭിനയം ആവും." വിവാൻ മനസ്സിൽ ചിന്തിച്ചു. "എല്ലാം റേയയും താഷയും നോക്കികൊള്ളും." അയാൾ വീണ്ടും മനസ്സിൽ ഉറപ്പിച്ചു.

തന്റെ മുന്നിലേക്ക് വരച്ചിട്ടിരുന്ന മന്ത്രവാദ കളത്തിലേക്ക് വിവാൻ നോക്കി.

"ഭൂമിയിൽ റേയയും താഷയും പഞ്ചഭൂതങ്ങളെ വിളിച്ചുണർത്തുമ്പോൾ, റേയ ക്രിയകൾ ചെയ്യത് നീരയെ മാനസികമായി തന്റെ വരുതിയിലാക്കും. അവളെ കൊണ്ട് ആദ്യം കോസ്റ്റോയെ ബലി കഴിപ്പിക്കും, അതോടെ ആര്യനിൽ വിവാൻ പ്രവേശിക്കും. ഇനിയുള്ള ജീമോയെ കൂടി ബലി കഴിപ്പിച്ചാൽ ഭൂമിയിൽ ആത്മാവായി താത്കാലികമായി അലഞ്ഞു തിരിഞ്ഞു

നടക്കുന്ന തങ്ങളുടെ പരമ പ്രാധാനിയായ ഗുരുവിനു, അവിടെ അദ്ദേഹത്തിനായി ഒരുക്കി വച്ചിരിക്കുന്ന ശരീരത്തിനുള്ളിൽ പ്രവേശിക്കാം. അതോടെ ഭൗമികയിൽ നിന്നും ഭൂമിയിലേക്ക് ഒരു വലിയ കവാടം തുറക്കപ്പെടും. പരമ ഗുരുവിന്റെ ഭൗമികയിലുള്ള ബാക്കിയുള്ള അനുയായികൾക്ക്, അവരവരുടെ ഇപ്പോഴുള്ള ശരീരങ്ങൾ വെടിഞ്ഞു, ഭൂമിയിൽ അവർക്കായി കരുതി വച്ചിരിക്കുന്ന ഓരോ കുഞ്ഞുങ്ങളുടെ ശരീരത്തിലേക്ക് നിസ്സാരമായി ആ കാവടത്തിലൂടെ അവർക്ക് കടന്ന് കൂടാം. അതോടെ ഭൗമികയുടെ നാശവും തുടങ്ങും. യുഗങ്ങൾക്ക് ശേഷം വീണ്ടും ഭൗമികയുടെ പുനർജ്ജനി ഉണ്ടാകുന്ന കാലം വരെ, നരബലികൾ നടത്തി തങ്ങൾക്ക് അങ്ങനെ ഭൂമിയിൽ തന്നെ അതേ രൂപത്തിലും അതേ ഭാവത്തിലും മരണം ഇല്ലാതെ മുൻപോട്ട് പോകാം.

വിശാലമായ പദ്ധതികൾ. എത്ര കാലമായി പരമ ഗുരുവും കൂട്ടരും ഇതിനായി പ്രവർത്തിച്ചു പോരുന്നു."

വിവാന്റെ ശ്രദ്ധ വീണ്ടും നീരയിലേക്ക് ഒന്ന് തിരിഞ്ഞു.

"ഇവൾ എന്താണ് ഈ ചെയ്യുന്നത്?"

നീര അപ്പോഴും മനസ്സിൽ എണ്ണുക ആയിരുന്നു.

"ആയിരം... ആയിരത്തിയൊന്ന്..."

* * * * *

കറുത്ത രൂപം ശരത്തിന്റെ പിന്നിൽ നിന്ന് ശരത് അറിയാതെ അയാളെ തന്നെ കുറച്ചു നേരം നോക്കി നിന്നു. ആ രൂപം മെല്ലെ അമ്പലത്തിലേക്ക് പ്രവേശിക്കാനുള്ള രഹസ്യ കാവടത്തിന് മുന്നിലെത്തി. ആ കവാടം ഒരു മായയാലാ കറുത്ത രൂപം അടച്ചു വച്ചു. ഇനി ആ മുറിക്കുള്ളിൽ തന്റെ അനുവാദമില്ലാതെ ആർക്കും പുറത്തേക്ക് പോകുവാൻ ആവില്ലെന്നാ രൂപം മനസ്സ് കൊണ്ടു തീരുമാനിച്ചു.

റേയയും മെലിനയും മാന്ത്രിക കളത്തിനുള്ളിൽ പ്രവേശിച്ചു. മെലിന ഒരു ചില്ല് പാത്രം എടുത്ത് അതിനുള്ളിൽ എന്തെല്ലാമോ ഇട്ടു പുകയ്ക്കാൻ തുടങ്ങി.

വല്ലാത്തൊരു ഗന്ധം മുറിയിലാകെ പടർന്നു പിടിച്ചു. ശരത്തിനു താൻ മയങ്ങി വീഴുന്നതായി തോന്നി. അയാളുടെ

കണ്ണുകൾ അടഞ്ഞു തുടങ്ങി.

റേയ കളത്തിനുള്ളിൽ കിടന്നു.

മെലിന കണ്ണുകൾ അടച്ചു, ധ്യാനം തുടങ്ങി.

മനസ്സിനെ ഏകാഗ്രമാക്കി ചിന്തകൾ ഇല്ലാത്ത അവസ്ഥയിലേക്ക് മെലിന എളുപ്പം നീങ്ങി. റേയയും ഇതേ അവസ്ഥയിൽ തന്നെ മനസ്സ് കൊണ്ടു സഞ്ചരിച്ചു. മണിക്കൂറുകൾ കഴിഞ്ഞപ്പോൾ മാന്ത്രിക കളത്തിലെ നക്ഷത്രത്തിന്റെ അഞ്ചു കൈകളുടെ തുമ്പുകളിലായി അഞ്ചു കന്യകൾ തെളിഞ്ഞു വന്നു.

'മായ, ഹിമ, ദയ, ഇഷ, സായ'. അവർ പഞ്ചഭൂതങ്ങളെ പ്രതിനിധികരിച്ചു.

നക്ഷത്രങ്ങളുടെ അഞ്ചു കോണുകൾ മെല്ലെ മുകളിലേക്ക് ഉയർന്നു. അവ പിന്നീട് മുകളിലേക്ക് മടങ്ങി യോചിച്ചപ്പോൾ അതൊരു പിരമിഡായി മാറി. അതു പിന്നെ ഒരു പറക്കും തളിക പോലെ വേഗത്തിൽ റേയയെയും, മെലിനയേയും അതിനു ഒത്ത നാടുവിലാക്കി ചുറ്റി തിരിയാൻ തുടങ്ങി. ആ പിരമിഡ് അവരെയും കൊണ്ട് ശൂന്യതയിലേക്ക് മറഞ്ഞു.

റേയയുടെയും, മെലിനയുടെയും മനസ്സിപ്പോൾ പൂർണ്ണമായും ശാന്തമാണ്. മറ്റു ചിന്തകളെല്ലാം വെടിഞ്ഞ് അവരുടെ മനസ്സ് ഒരു മായിക ലോകത്തിലെക്ക് സഞ്ചരിച്ചു തുടങ്ങി. ഇരുവർക്കും ചുറ്റുമിപ്പോൾ ആകാശഗംഗ തെളിഞ്ഞു വന്നു. അവർക്ക് മുന്നിലായി ഒരു 'വേംഹോൾ' തെളിഞ്ഞു വന്നു.

അവർ അതിലൂടെ അതിവേഗം മറ്റൊരു തലത്തിലേക്ക് ഉയർന്ന് പൊന്തി നീങ്ങുവാൻ തുടങ്ങി.

മെലിനയും, റേയയും ഒടുവിൽ നീര ഇരുന്നിരുന്ന ചില്ല് കൂട്ടിനരുകിലെത്തി. ഇരുവരുടെ ശരീരം അപ്പോഴും ഭൂമിയിൽ ആയിരുന്നു. അതുകൊണ്ട് തന്നെ വിവാനുൾപ്പെടെ അവരെ കാണുവാൻ കഴിയില്ലെങ്കിലും, അവരുടെ സാന്നിധ്യം അവനു മറ്റു അനുയായികൾക്കും മനസ്സിലാവുന്നുണ്ടായിരുന്നു. അവരെല്ലാം തറയിൽ മുട്ടു കുത്തി തല കുമ്പിട്ടു നിന്നു.

റേയ മെല്ലെ കൈകൾ നീട്ടി ഒരു നീണ്ട സൂചി എടുത്തു, അവളുടെ നെഞ്ചിൽ കുത്തി ഇറക്കുവാൻ ശ്രമിച്ചു. അദൃശ്യമായ ശരീരം ആയിരുന്നിട്ട് പോലും സൂചി പക്ഷേ

ഒടിഞ്ഞു പോയതല്ലാതെ ഉള്ളിലേക്ക് തുളച്ചു കയറുന്നില്ല. റേയ കോപത്തോടെ കണ്ണുകൾ തുറന്നു. മെലിന അപ്പോൾ റേയയുടെ പ്രവർത്തികളെ വീക്ഷിച്ചിരിക്കുക ആയിരുന്നു.

ഇരുവരും നീരയെ നോക്കി. അവൾ ധ്യാന നിരതയായി ഇരിക്കുന്നു.

"നീര... നീര..." റേയ വിളിച്ചു നോക്കി. ഇല്ല നീര പ്രതികരിക്കുന്നില്ല.

നീര അപ്പോഴും മനസ്സിൽ അക്കങ്ങൾ എണ്ണി കൊണ്ടിരിക്കുകയാണ്. അവൾക്ക് ചുറ്റും സംഭവിക്കുന്നതൊന്നും അവളെ യാതൊരു രീതിയിലും ബാധിക്കുന്നില്ല.

ഇനി മെലിനയുടെ ഊഴം, അവൾ നീരയുടെ നേരെ അലറി പാഞ്ഞു വന്നു. നീര അപ്പോഴും ശാന്ത ഭാവം കൈ വെടിയതാ മനസ്സിൽ എണ്ണിക്കൊണ്ടിരുന്നു. പുറത്ത് നടന്നിരുന്നതൊന്നും അവൾ അപ്പോഴും അറിഞ്ഞിരുന്നില്ല. അവളുടെ ഇപ്പോൾ നിറയെ വെളുത്ത നിറത്തിലുള്ള വെളിച്ചം മാത്രം. അതിന്റെ പശ്ചാത്തലത്തിൽ അവൾ എണ്ണികൊണ്ടിരുന്ന അക്കങ്ങൾ മുഴങ്ങി കേൾക്കുവാൻ തുടങ്ങി. മെലിനയും ആ അക്കങ്ങളുടെ ധ്വനി കേൾക്കുവാൻ തുടങ്ങി.

നീര മറ്റൊരു ലോകത്താണ്. അവർ ഇരുവരുമത് തിരിച്ചറിഞ്ഞു.

മെലിനയ്ക്കും, റേയക്കും ശരീരം ഇല്ലാതിരുന്നതിനാൽ നീരയെ ശാരീരികമായി സ്പർശിക്കാൻ സാധിക്കുമായിരുന്നില്ല.

മെലിന എന്തോ മനസ്സിൽ പറഞ്ഞു. നിമിഷങ്ങൾക്കുള്ളിൽ അവിടെയാ കറുത്ത രൂപം പ്രത്യക്ഷമായി.

കറുത്ത രൂപം പെട്ടെന്ന് രൂപം മാറി, അതിപ്പോൾ മിഷയായി മാറി.

"അമ്മേ... അമ്മേ..." എന്ന് നീരയെ വിളിച്ചു തുടങ്ങി.

നീര അപ്പോഴും തന്റെ ആത്മീയപഥത്തിൽ തന്നെ സഞ്ചരിച്ചു കൊണ്ടിരുന്നു.

കറുത്ത രൂപം പിന്നീട് സ്വീകരിച്ചത് ജോർജിന്റെ രൂപമാണ്. ഇതേ രൂപം തന്നെയാണ് ശരത്തിന്റെ മുന്നിൽ ജോർജിന്റെ ആത്മാവായി പ്രത്യക്ഷപ്പെട്ടത്.

"എടോ... നീരെ. കണ്ണ് തുറക്ക്. ഇവിടേക്ക് വാ. എന്റെ

മക്കൾ അപകടത്തിൽ ആണ്. അവരെ താൻ എങ്ങനേലും രക്ഷിക്കണം." ജോർജിന്റെ രൂപം അവളുടെ മുൻപിൽ പലതും പറഞ്ഞു യാചിച്ചു നോക്കി.

രക്ഷയില്ല. നീര അപ്പോഴും ധ്യാനത്തിലാണ്.

കറുത്ത രൂപം പിന്നെ റേയയേയും, മെലിനയേയും നോക്കി. അവർ എന്തോ മനസ്സിലാക്കി.

അവർ ഇരുവരും ഒരുപോലെ മനസ്സുകൊണ്ട് പഞ്ചഭൂതങ്ങളിളൊരാളെ ക്ഷണിച്ചു തുടങ്ങി.

"അഗ്നി." അവർ ഇരുവരും മന്ത്രിച്ചു. കറുത്ത രൂപം അവരെ നോക്കി നിന്നു.

നീരയ്ക്ക് ചുറ്റും തീ പടർന്നു പിടിക്കുവാൻ തുടങ്ങി. അവളുടെ ശരീരം പൊള്ളി തുടങ്ങി. നീര പക്ഷേ അപ്പോഴും ഒന്നും അറിയുന്നുണ്ടായിരുന്നില്ല. അവളുടെ ഏകാഗ്രമായ അവളെ അഗ്നിയുടെ പൊള്ളലിൽ നിന്നും സംരക്ഷിച്ചു.

ഒന്നും സംഭവിക്കുന്നില്ലെന്ന് കണ്ട്

മെലിന പിന്നെ "ജലം." എന്ന് ആജ്ഞാപിച്ചു.

നീര ഇരുന്നിരുന്ന ചില്ല് കൂടിന്റെ അടിയിൽ നിന്നും മുകളിലേക്ക് അരുവിൽ നിന്നും സുനാമി കണക്കെ വെള്ളം മുകളിലോട്ട് ഉയരാൻ തുടങ്ങി. ഇത്തവണ വെള്ളം നീരയുടെ മൂക്കിലൂടെയും, ചെവിയിലൂടെയും ഇരച്ചു കയറി അവളുടെ ശ്വാസം തടസ്സപ്പെടുത്തുവാൻ തുടങ്ങി.

അത്ഭുതമെന്ന് പറയട്ടെ, നീരയുടെ മനസ്സ് അപ്പോഴും ശാന്തമായി തുടർന്നു.

ശ്വാസം തടസ്സപ്പെടുത്തിയിട്ടും അവൾ ഇപ്പോൾ എത്തിയിരിക്കുന്ന ആത്മീയ തലത്തിൽ നിന്നും അവൾ മോചിതയായില്ല.

ഒരു ഘട്ടത്തിൽ നീര കുടിയിരുന്ന റേയയുടെ ശരീരം മെല്ലെ പിടഞ്ഞു തുടങ്ങി. അതു പതിയെ ആത്മാവിൽ നിന്നും വേർപെട്ട് തുടങ്ങി.

മെലിനയും, റേയയും പരിഭ്രാന്തരായി കാണപ്പെട്ടു.

കാര്യങ്ങൾ അവരുടെ കൈയിൽ നിന്നും മൊത്തമായി പോയി തുടങ്ങി. കറുത്ത രൂപം കലി കയറി പിന്നവിടെ നിന്നില്ല. അതു വന്നത് പോലെ തന്നെ എങ്ങോട്ടോ പോയി മറഞ്ഞു.

"പരമ ഗുരുവേ!"

റേയയും മെലിനയും ഒരേ സ്വരത്തിൽ വിളിച്ചു നോക്കി. അവർ പിന്നെ നീരയുടെ നേർക്ക് തിരിഞ്ഞു.

നീര ഇത്രയ്ക്കും ആത്മസംയമനം പാലിക്കുമെന്ന് അവർ ഒരിക്കലും പ്രതീക്ഷിച്ചിരുന്നില്ല.

അവർ നോക്കി നിൽക്കെ നീര റേയയുടെ ശരീരത്തിൽ നിന്നും വേർപെടാൻ തുടങ്ങി.

* * * * *

നേരം ഇത്രയുമായിട്ടും, നീര കോസ്റ്റോയെ ബലി കഴിക്കാൻ ശ്രമിക്കാത്തതിൽ വിവാൻ അസ്വസ്ഥനാകാൻ തുടങ്ങി.

"എവിടോ പിഴവ് സംഭവിച്ചിരിക്കുന്നു." കുമ്പിട്ടിരുന്ന തല സാവധാനം ഉയർത്തി നീരയുടെ ചില്ലു കൂട്ടിനുള്ളിലേക്ക് അയാൾ നോക്കി.

റേയയുടെ ശരീരമതാ, ചില്ല് കൂടിനുള്ളിലേ വെള്ളത്തിൽ ജീവനില്ലാതെ ഒഴുകി നടക്കുന്നു.

പൊടുന്നനെ ഭൗമിക നിശ്ചലമായത് പോലെ. അവൻ നിന്നിരുന്ന ഭൂമി മെല്ലെ കുലുങ്ങി, കാറ്റിനു പോലുമൊരു നിശ്ചലത അനുഭവപെട്ടു. നിനച്ചിരിക്കാതെ ഭൂമി ഒന്നൂടെ ഭയാനകമായി കുലുക്കി, കൂറ്റൻ തിരമാലകൾ സുനാമി കണക്കെ പൊന്തി, പക്ഷികളും, മൃഗങ്ങളുമെങ്ങും ഭയം കൊണ്ട് പരക്കം പാഞ്ഞു തുടങ്ങി. അഗ്നിപർവ്വതങ്ങൾ പൊട്ടി തെറിച്ചു, ആകാശം പൊടി പടലങ്ങളാൽ നിറഞ്ഞു. ഭൗമിക നിമിഷ നേരം കൊണ്ട് അതിന്റെ നാശം കണ്ടു തുടങ്ങി. വിവാനും അനുയായികളും, മാന്ത്രിക കളവുമെല്ലാം മണ്ണിനടിയിൽ നിമിഷങ്ങൾക്കകം പൂണ്ടു പോയി.

ആ ഭൂതലം തന്നെ ജലത്താൽ പിന്നെ മൂടപ്പെട്ടു.

ഇനി ഭൗമികയുടെ പുനർജ്ജന്മം... അതു പക്ഷേ പല യുഗങ്ങളും കഴിയണം.

* * * * *

നീര ഭൂമിയിൽ കണ്ണ് തുറന്നു. അവളിപ്പോൾ ആ ശിലാ ക്ഷേ ത്രത്തിനുള്ളിലാണ്.

അവളുടെ തൊട്ടരുകിൽ മെലിനയുടെ ബോധം മറഞ്ഞ ശരീരം കിടപ്പുണ്ട്.

താഷ ഉള്ളിൽ കുടിയിരിക്കാത്തയാ ശരീരം വെറും ശവത്തിന് തുല്യമാണ്.

അവൾ ചുറ്റിനും നോക്കി. ശരത്തിനെയും, ആര്യനെയും, ജോർജിന്റെ രണ്ടു മക്കളെയും അവളാ ആൾക്കൂട്ടത്തിൽ നിന്നും തിരിച്ചറിഞ്ഞു.

അവിടെ ഉണ്ടായിരുന്നവർ എല്ലാം തന്നെ പാതി മയക്കത്തിൽ ആയിരുന്നു. നീരയ്ക്ക് മെലിനയെ തിരിച്ചറിയാൻ സാധിച്ചില്ല. പക്ഷേ അവൾ ദുർമന്ത്രവാദികളിൽ ഒന്നെന്നു നീര തിരിച്ചറിഞ്ഞു.

അവൾ മെലിനയെ തൊട്ട് നോക്കി. അതിനു ജീവനില്ല. നീര പിന്നെയൊന്നും ആലോചിച്ചില്ല അവളാ ശരീരം അഗ്നിക്ക് ഇരയാക്കി.

“ശരത്തെ... എടോ... ഒന്ന് കണ്ണ് തുറക്ക്...” നീര അയാളെ വിളിച്ചു നോക്കി. ശരത് മെല്ലെ കണ്ണ് തുറന്നു.

അയാൾ നീരയെ കണ്ടതും, റേയ എന്ന് തെറ്റിദ്ധരിച്ചു.

“മാറി നിൽക്ക് റേയ. താൻ ഈ കുട്ടികളെയെല്ലാം ബലി കഴിക്കാൻ ഞാൻ സമ്മതിക്കില്ല.”

“എടോ ഞാൻ എന്റെ ശരീരത്തിൽ തിരിച്ചു വന്നു. ഞാൻ താൻ പറഞ്ഞ വിദ്യ പരീക്ഷിച്ചു. ഞാൻ ധ്യാനം വഴി മനസ്സ് ഏകാഗ്രമായി പിടിച്ചു നിറുത്തി. അവിടുന്ന് ഞാൻ മറ്റൊരു ലോകത്ത് എത്തിയെടോ. അവിടെ ഇപ്പോഴും എന്റെ മിഷ ജീവി ച്ചിരിപ്പുണ്ട്. ഞാൻ അവളെ കണ്ടു, കോകോയുടെ കൂടെ അവൾ ഹാപ്പി ആണ്.”

“നീര... ഇതു താൻ... തന്നെ ആണല്ലേ?” ശരത് അവളെ സന്തോഷത്താൽ. ആലിംഗനം ചെയ്തു.

“എടോ നമ്മൾ പുറത്തേക്ക് എങ്ങനെ പോകും, ഇവരെ എല്ലാം എങ്ങനെ എഴുനേൽപ്പിക്കും. കണ്ടിട്ട് ഇവരാരും സ്വബോധത്തിൽ ആണെന്ന് തോന്നുന്നില്ല.”

“They are അല്ല under the spell. കൂടോത്രം.”

“ഇതെങ്ങനെ മാറ്റും. എനിക്ക് മന്ത്രവാദം അറിയില്ലല്ലോ? ആകെ ധ്യാനിക്കാൻ മാത്രം അറിയാം.”

“അതെങ്ങനെ ശരിയാവും, ഈ ആര്യൻ പോലും ഇപ്പോൾ തന്റെ വശികരണത്തിൽ വീണു തന്റെ കാമുകനായി മാറിയിരി

ക്കുന്നു."

"അയ്യേ."

"എന്ത് അയ്യേ."

ശരത്തും നീരയും ഇങ്ങനെ പലതും പറയുന്നതിന്റെ ഇടയിലാ കറുത്ത രൂപം അവർക്ക് പിന്നിലായി പ്രത്യക്ഷപ്പെട്ടു.

പെട്ടെന്ന് അവർക്ക് മുന്നിലായി അടഞ്ഞു കിടന്നിരുന്ന വഴി മെല്ലെ തുറക്കപ്പെട്ടു. അതിലൂടെ സൂര്യ പ്രകാശം ഉള്ളിലേക്ക് പതിക്കുവാൻ തുടങ്ങി.

ഒരു വലിയ ഉറക്കത്തിൽ നിന്നെപോലെ എല്ലാവരും മെല്ലെ എഴുന്നേറ്റു. അവിടെ ആകെ സംസാരവും ബഹളവുമായി.

ശരത്തും നീരയും എന്തു ചെയ്യണമെന്നറിയാതെ പകച്ചു നിന്നു.

* * * * *

മാസങ്ങളല്ല, വർഷങ്ങൾ കടന്നു പോയി. ജോർജിന്റെ മക്കളെ അയാളുടെ ബന്ധുക്കൾ ഏറ്റെടുത്തു. ഇതിനിടയിൽ പോലീസുമായി പല തരത്തിലുള്ള ചർച്ചകൾ വേണ്ടി വന്നു. നീര തമീരയെ കൊന്നത് മറ്റൊരു ലോകത്താണ്, അതിനുള്ള തെളിവുകൾ ഈ ലോകത്തിലില്ല. ജോർജിന്റെ ഇളയ മകളെ ഈ ലോകത്തും അവർക്ക് കണ്ടെത്താൻ ആയില്ല. മന്ത്രവാദം എന്നൊക്കെ പറഞ്ഞാൽ പോലീസിന് മനസ്സിലാവാൻ ഇടയില്ലല്ലോ. അതുകൊണ്ട് അമ്മാതിരിയുള്ള കാര്യങ്ങൾ നീരയും ശരത്തും പോലീസുകാരിൽ നിന്നും ബോധപൂർവ്വം മറച്ചു വച്ചു. പക്ഷേ ആര്യനെ പലതും പറഞ്ഞു നീരയ്ക്ക് മനസ്സിലാക്കേണ്ടതായി വന്നു. അവനു പലതും മനസ്സിലാവുകയും ചെയ്തു.

അന്ന് ക്ഷേത്രത്തിൽ എത്തിയ ചെറുപ്പക്കാരും കുട്ടികളും സുരക്ഷിതരായി എത്തേണ്ട ഇടങ്ങളിൽ തന്നെയെത്തി.

ജീവിതം വീണ്ടും കോകൊയും, കോളേജുമൊക്കെയായി മുൻപോട്ട് നീങ്ങി. ഒരു കാലത്ത് നടന്ന മന്ത്രവാദവും, പൂജകളും എല്ലാം അവളുടെ മനസ്സ് ധ്യാനത്തിലൂടെ മറവിയുടെ ലോകത്ത് കൊണ്ടെത്തിച്ചു. എങ്കിലും കൊലപാതകം, നീരയെ വേട്ടയാടി കൊണ്ടിരുന്നു. പിന്നെ മറ്റൊരു ലോകത്ത് ജീവിച്ചിരിക്കുന്ന

മിഷയെയും ഒരുനോക്ക് കാണാൻ അവളുടെ മനസ്സ് ആഗ്രഹിച്ചിരുന്നു.

അതിനായിട്ടാണ് കൈലാസം എന്ന പിരിമിഡ് തേടി അവൾ, ഹിമാചൽ പ്രദേശിലേ കാസാ പട്ടണത്തിൽ നിന്നും ഏകദേശം 18 കിലോമീറ്റർ അകലെയായിട്ടാണ് 'കോമിക് ' എന്ന കൊച്ചു ഗ്രാമത്തിൽ എത്തി ചേരുന്നത്. ആ യാത്രയ്ക്ക് മുൻപായി നീര കോകോയെ ശരത്തിനെ ഏൽപ്പിച്ചു.

കോമിക്കിലെ ബുദ്ധ വിഹാരത്തിലൊന്നു പോയി മാസങ്ങളോളം അതിന്റെ സെൻ അവസ്ഥയിൽ ധ്യാനമിരുന്നു പരിശീലിച്ച ശേഷം വേണം നീരയ്ക്ക് കൈലാസത്തിൽ എത്തി ചേരാൻ.

ഇതിനിടയിൽ അവളുടെ സ്വപ്നങ്ങളിൽ പഞ്ചഭൂതങ്ങളായ അഞ്ചു സന്യാസികൾ അവരുടെ സാന്നിധ്യം അറിയിച്ചു തുടങ്ങി.

റേയയിൽ അവളുടെ ശരീരത്തിൽ കുടിയേറിയതിന്റെ ബാക്കിപത്രം.

തമീരയോട്, സ്വബോധത്തിൽ അല്ലാതെ ആണെങ്കിലും ചെയ്തു പോയ പാപത്തിന് പരിഹാരമായും, മിഷ ഒരിക്കൽ കൂടി മറ്റൊരു ലോകത്ത് കണ്ടെത്തുന്നതിനു വേണ്ടിയും നീര തന്റെ ആത്മീയ യാത്ര തുടർന്നു.

നീരയുടെ തീരങ്ങളിൽ...

* * * * *

ഒന്നൂടെ ബാക്കി ആവുന്നുണ്ട്. ശരത് കോകോയെ കൊണ്ട് നടക്കാൻ ഇറങ്ങി. സൂര്യൻ അസ്തമിക്കാനുള്ള തിടുക്കത്തിലും. കൊക്കോ പക്ഷേ ശരത്തിന്റ നിഴലിനെ നോക്കി നിറുത്താതെ കുറച്ചു കൊണ്ടിരുന്നു. അതു സത്യത്തിൽ ശരത്തിന്റെ നിഴൽ ആയിരുന്നില്ല പകരമാ കറുത്ത രൂപമായിരുന്നു. ശരത്തിന്റെ നിഴലായി മാറി അതു ശരത്തിനെ പിന്തുടർന്ന് കൊണ്ടെയിരുന്നു.

പരമ ഗുരു... അതു കുടിയിരിക്കേണ്ട ശരീരം ശരത്തിന്റെ തായിരുന്നു.

* * * * *

(ഈ കഥ ഇവിടെ അവസാനിക്കുന്നില്ലയെന്ന് എനിക്ക് അറിയാം. എന്നാലും ഞാനിത് ഇവിടെ പറഞ്ഞു നിറുത്തുന്നു. പലവട്ടം ഞാനീ കഥ പാതിയിൽ ഉപേക്ഷിച്ചു പോകാൻ തുടങ്ങിയതാ. പക്ഷേ നിങ്ങളിൽ ചിലർ എന്നെ വായിക്കുന്നു വെന്ന് മനസ്സിലാക്കി നിങ്ങൾക്ക് വേണ്ടി മാത്രമാണ് ഞാനീ കഥ എങ്ങനേലും എഴുതി തീർത്തത്. അതുകൊണ്ട് എന്റെ കൂടെ നിന്നതിനു എന്റെ വായനക്കാർക്ക് ഒരായിരം നന്ദി.

എന്ന് സ്വന്തം,

ലയന

www.ingramcontent.com/pod-product-compliance
Lightning Source LLC
LaVergne TN
LVHW090345051026
849518LV00006B/2049